I0563841

# Mungu Hakopeshwi

Zainab Alwi Baharoon

# Mungu Hakopeshwi

Zainab Alwi Baharoon

MKUKI NA NYOTA
DAR — ES — SALAAM

KIMECHAPISHWA NA
Mkuki na Nyota Publishers Ltd
S.L.P. 4246 Dar es Salaam, Tanzania
www.mkukinanyota.com

Kimechapishwa kwa mara ya kwanza na
Zainab Alwi Baharoon 2012

Chapisho hili jipya limeidhinishwa na
Zainab Alwi Baharoon 2017

ISBN 978-9987-75-393-2

Haki zote zimehifadhiwa. Hairuhusiwi kunakili, kuchapisha sehemu ya
kitabu hiki, kuhifadhi au kukibadili katika njia au namna au mfumo wowote, kutoa vivuli,
kurekodi au vinginevyo bila idhini ya maandishi kutoka kwa mchapishaji Mkuki na Nyota
Publishers Ltd.

Tembelea tovuti yetu; www.mkukinanyota.com kusoma zaidi kuhusu
vitabu vyetu na kununua pia. Unaweza pia kupata mahojiano ya waandishi wetu na habari
kuhusu wachapishaji/matukio mengine. Jiunge ili kupata majarida yetu ya mtandaoni
habari na matoleo mapya.

Kinasambazwa ulimwenguni nje ya Afrika na African Books Collective.
www.africanbookscollective.com

Jua lilichomoza taratibu na kueneza mwangaza wake kila upande wa nchi. Lilifanya jitihada kubwa ya kuliondosha giza lililotanda kwa takriban saa kumi na moja. Ndege aina kwa aina waliruka huku na huko na kuimba kwa furaha kuashiria siku mpya. Kwa wale waliopata bahati ya kuiona siku hii wengi wao walikuwa wameshaanza harakati zao za kila siku. Ni wagonjwa tu waliosalia vitandani mwao.

Wakati huo alikuwepo mtu wa makamo ndani ya chumba kikubwa kilichokuwa na kila aina ya samani za kisasa, chumba kilichodhihirisha wazi kuwa mmiliki wa chumba hichi ni mtu ambaye si kwamba tu alijiweza kifedha lakini pia ni mtu aliyejipenda kutokana na nidhamu na utaratibu wa upangwaji wa samani za chumbani humo. Alionekana mnyonge na mwenye fikra nyingi kwa jinsi alivyojiinamia. Alikuwa amekiweka kichwa juu ya viganja vyake, na pale juu ya kochi alipokaa kilikuwepo kiwiliwili tu lakini akili yake haikuwepo kabisa. Alikuwa anatafakari ni vipi angeweza kuikabili aibu iliyomfika. Usiku wote aliumalizia hapo bila hata lepe la usingizi, Alale ana raha gani? Amani ilitoweka moyoni mwake, kila alipojaribu kuyafumba macho yake aliuona mkasa mzima unampitia kwenye kichwa chake kama vile mkanda wa filamu, na filamu hii bila shaka ni filamu ya kutisha. Baada ya jitihada zake zote za miaka zaidi ya ishirini, hakuweza kuamini kuwa siku kama ile ingelimfikia na kubadilisha maisha yake ghafla namna kama hiyo. Haikuwa kwake rahisi kuikubali hali ile. Hakuweza kutambua kuwa ile ilikuwa ni mitihani ambayo imo kwenye njia aipitayo mwanaadamu kwenye maisha yake ama ni malipo yatokanayo na dhambi zake! Kila anapolifikiria hilo roho humpaa na akili humruka. Lakini masikini roho yake, hakujua kuwa lile alilokuwa nalo ni dogo, kubwa lilikuwa hilo ambalo lingemfika.

Ghafla alishtushwa na sauti ya ndege aliyetua karibu na dirisha lake akiimba kwa sauti nzuri. Hapo ndipo Bwana Ahmed Bin Said alipozinduka katika dimbwi la mawazo na kuelekeza macho yake kule sauti ilikotokea. Alimuona ndege mwenye rangi za kupendeza akiimba kwa furaha huku akijitingishatingisha. Alimtazama kwa kitambo, kisha akajiuliza kimoyo moyo "Kwa nini na mimi sikuwa miongoni mwa viumbe hivi? Aliacha kuwaza kidogo akimwangalia ndege kisha akaendelea "Kila kukicha kwao ni furaha tu. Hawajui shida, maudhi wala karaha za ulimwengu huu!."

Masikini Bwana Ahmed kutokana na mashaka aliyokuwa nayo alisahau kabisa kama hakuna kiumbe bora kuliko binaadamu, na viumbe vyote vimeumbwa kwa ajili ya kumtoshelezea mwanaadamu mahitaji yake.

Na ubora wa mwanaadamu umekuja kutokana na akili aliyopewa, na unapoikosea kuitumia ndipo unapoona mnyama ni bora kuliko wewe. "Mmmh!" Bwana Ahmed alishusha pumzi ndefu kisha akazama tena kwenye mawazo yake. Mawazo ambayo yalikuwa yakitembea huku na huko kama kishada kinapokuwa angani.

**************

Bwana Ahmed Bin Said alikuwa mwanamme wa makamo mwenye umri usiopungua miaka khamsini na ushee, mwenye asili ya kiarabu. Alikuwa na nywele za mawimbi, fupi, zilizojaa kichwani zenye mchanganyiko wa weusi wa asili na weupe wa mvi zilizokuja kwa kasi kadri umri ulivyozidi kwenda mbele. Kipaji chake kilifanya michirizi iliyoonesha wazi kuwa ujana ulishamtupa mkono. Pua yake ilisimama kama upanga chini ya macho makali ungedhani simba jike. Midomo yake ilikuwa minene kiasi iliyozungushiwa ndevu kwa mtindo wa O. Hali ya ujana hana tena lakini bado alikuwa anapendeza. Hakuwa mwembamba wa kuchusha wala si mnene wa kukirihisha, wastani wa umbo lake. Alizidi kuonekana maridadi ndani ya vazi lake la kanzu nyeupe iliyong'ara na kofia yake ya kiua. Ungependa umtazame! Lakini kwa siku ya leo alionekana mwengine kabisa. Uso wake ulikuwa umemsawijika umepiga wekundu. Macho yamemtoka ungedhani vitumbua vya ndizi, na wekundu wake ungesema tunda damu, yamezungukwa na maduara makubwa meusi. Haya yote yalitokana na kukosa usingizi. Alikuwa kajiinamia kama mkiwa. Alishtushwa kwenye dimbwi la mawazo na sauti ya mkewe, Bibi Khadija.

"Ahmed inuka ujitayarishe uje kunywa chai, watoto wapo mezani wanakusubiri" Bibi Khadija alimuarifu mumewe.

"Nyie endeleeni tu mie sijisikii kula kwa sasa nitakula baadaye" Bwana Ahmed alijibu kwa sauti yake nzito.

Ilikuwa tayari imeshatimia saa moja na nusu asubuhi. Bibi Khadija alimwangalia mumewe kwa macho ya huruma kisha alimfuata pale juu ya kochi alipokaa, na yeye akakaa juu ya mkono wa kochi. Akavuta pumzi ndefu kisha akamwita.

"Ahmed?"

"Mmh" aliitikia kivivu. Bibi Khadija kwa sauti ya upole yenye upendo na huruma, akaendelea "Hivi wewe Utakuwa hivi mpaka lini eenh?! Kwa nini unashindwa kukubali ukweli? Maji yakishamwagika hayazoleki! Mimi naona bora tum....

"Nyamazaaaa! Unasema nini wewe mwanamke eeh? Sasa Umeshakuwa unajua kuzungumza mpaka unanifundisha mimi nini cha kufanya! mimi ndiye mwanamme wa nyumba hii, ninaamua nitakavyo mimi na hakuna mtu mwenye haki ya kuniuliza, na nyinyi ni juu yenu kutekeleza kilichoamuliwa basi!" Bwana Ahmed aliinuka kwa hasira akamkatiza kauli mkewe na kumjibu kwa sauti ya radi, aliendelea, "Yote haya umeyataka wewe kisha sasa unaniletea upuuzi wako!"

"Sio hivyo Ahmed, mimi najaribu kukuambia kuwa hiyo hali unayokwenda nayo itazidisha matatizo mengine badala ya kupunguza, hakuna aliyeyafurahia haya yaliyotokea lakini....

"We mwanamke utatoka humu ndani ama mpaka nikufukuze?"

Bibi Khadija kazubaa mdomo wazi, hatimaye alitamka, "Basi natoka, lakini kumbuka kuwa unajiadhibu kwa kosa sio lako," kwa sauti ya upole kama ilivyo kawaida yake.

Bwana Ahmed aliendelea kubwata, "Wanawake hawa watamtia mtu wazimu. Asubuhi yote hii ananiletea upuuzi wake, ahh binaadamu mie sijui nifanye nini, ndani hakukaliki nje hakutokeki!" Wakati Bwana Ahmed akiendelea kubwata tayari Bibi Khadija alishashuka chini akiitekeleza amri ya mume wake.

Miaka ishirini na tano ya ndoa yao ilimtosha kabisa Bibi Khadija kumtambua mumewe kiundani zaidi. Si siku za furaha wala karaha yeye ni mkali tu kama pilipili, hataki ushauri wala kufundishwa, yeye tu ndiye atoe ushauri. Watu humjia na matatizo yao awape ushauri na huwapa, na huwa ni wenye manufaa, Lakini cha ajabu leo hii yamemfika yeye kagonga mwamba, Wamesema kweli waliosema "Mganga hajigangi." Yeye hutaka akae peke yake eti atafute ufumbuzi wa matatizo yake, Tokea lini kidole kimoja kikavunja chawa?

Bwana Ahmed alijitupa juu ya kitanda kama gunia la mbatata na kulala chali kichwa juu ya mikono yake. Macho ameyatoa akiangalia dari, utasema pale ndipo palipoandikwa ufumbuzi wa matatizo yake. Punde ilimjia sauti ya Bibi Khadija kwenye kichwa chake ikimwambia, "Kumbuka kuwa unajiadhibu kwa kosa si lako! Bwana Ahmed ghafla alikaa kitako uso kakunja akitafakari yale maneno. Kama kosa si langu ni la nani?, alijiuliza mwenyewe wala asipate jibu.

Ilikuwa ni kawaida kwa familia hii kuungana pamoja wakati wa kula, lakini sio sasa. Leo siku ya pili Bwana Ahmed hakushuka chini wakati wa kula, wala Said hakujulikana alipo. "Anakuja?" aliuliza Zahra binti wa tatu wa familia hii yenye watoto wanne. Mama yake alitingisha kichwa kuashiria kukataa. Wakaanza kula kimyakimya, husikii kitu ila sauti za vyombo vilivyosogezwa sogezwa. Mara alisikika Bibi Khadija akisema "Mungu atupe subra ya nabii Ayyub, sijui nani kaitia jicho furaha ya familia yetu", Machozi yalimlengalenga, donge lilimkaa rohoni na alihisi kama kitu chenye ncha kali kilimchoma moyoni. Alimeza mate akayahisi si mate ila ni shubiri iliyokuwa nzito, kisha badala ya kuteremka chini alihisi yametuama kifuani, kifua kimemkaza alitamani apige kelele lakini alijikaza, Aliona si vyema kulia mbele ya watoto wake. Masikini mwanamke huyu hajui akalitapike wapi dukuduku lake. Watoto wake wamebaki wanatazamana. Kimya kimetawala!

***************

Bibi Khadija alishapindukia miaka arubaini na tano lakini uzuri wake bado ulikuwa haujafifia. Uso wake ulikuwa wa umbo la yai wenye weupe wa wekundu. Pua yake ndefu iliyosimama sawasawa baina ya mashavu yenye rangi ya waridi, chini ya macho makubwa yenye kope ndefu zilizozidisha uzuri wa macho yake. Nyusi ndefu nyembamba zilizopinda juu ya macho zilikamilisha urembo wa mwanamke huyu. Midomo membamba iliyoficha meno nadhifu yaliyopangika vyema yalizidisha urembo wake. Kama vile aliijua ladha ya tabasamu. Mara nyingi, kama si zote, uso huu ulikuwa umechanua kwa tabasamu murua na kuzidisha haiba ya uzuri wake. Mwanamke huyu alikuwa maridhia wa kila jambo. Ni kipenzi kwa wazazi wake, mtii kwa mumewe, rafiki kwa watoto wake, mnyenyekevu kwa jamaa zake na maridhia kwa jirani zake. Ni mpole na mwenye huruma, safi roho yake. Hii ndiyo sababu iliyomwezesha kuishi na Bwana Ahmed umri wote huo, kwani yeye alikuwa ni mwingi wa kusubiri. Pamoja na hayo Bwana Ahmed na Bibi Khadija walikuwa mbingu na ardhi, hawakuendana hata kidogo. Wakati Bibi Khadija alikuwa ni mpole na maridhia, Bwana Ahmed alikuwa mkali kama simba jike mwenye watoto.

Bwana Ahmed na Bibi Khadija walikuwa wameoana miaka ishirini na tano iliyopita. Ndoa yao ilipangwa na wazazi wao pekee, na wao walipewa taarifa tu baada ya kikao cha familia zao. Hapo hakuna kukubali wala kukataa, wao walitakiwa kutekeleza yaliyoamuliwa na wazazi wao tu. Hata hivyo, maisha yao ya ndoa yalipoanza yalikuwa ni yenye furaha labda kwa kuwa walipata baraka za wazazi wao. Bwana Ahmed na Bibi Khadija wamehusiana upande wa ukeni. Mungu aliwazidishia furaha katika ndoa yao baada ya kuwabarikia watoto wanne, wazuri wenye afya njema.

Watoto hao walikuwa ni nuru ndani ya nyumba yao. Mkubwa wao alikuwa ni Said akifitiwa na Layla, Zahra na akimalizia Salah. Walilelewa pamoja kwa mapenzi makubwa kwa misingi ya imani na tabia njema. Walifunzwa ulimwengu na walimwengu, imani na mapenzi miongoni mwao. Bwana Ahmed na Bibi Khadija walishirikiana katika malezi ya watoto wao kuhakikisha wanapata malezi bora na kuwa binaadamu wema. Walifanikiwa kwa kiasi fulani, wakawa ni watoto wenye kupendana na wenye kuoneana imani, hata ikawa mmoja wao hawezi kuwa mbali na mwenziwe. Tabia zao njema zilikuwa ni kivutio kwa kila awajuaye. Kila mmoja alikuwa akitamani watoto wake wangekua kama wao, lakini kutamani hakusaidii kitu. Ukitaka kizuri lazima ukihangaikie. Watoto hawa walikuwa ni fakhari kubwa ya familia ya Bwana Ahmed na Bibi Khadija, jambo lililomfanya Bwana Ahmed apite kifua mbele, mbele ya wenziwe, akijiona jabari.

Familia hii ilikuwa ikitajika mno mjini kwa khulka njema na kuwa wafanyabiashara wakubwa waliofanikiwa. Kwa kweli msingi wa maisha yao tangu katika utoto wao ulikuwa biashara. Mbinu na ujuzi hurithishwa na kurithiwa kutoka kizazi hadi kizazi na biashara kuendelea kuwepo chini ya twaa yao. Kwa upande wa elimu hawakuwa na khabari nayo kabisa. Kwao wao muhimu ni kujua kuandika na kusoma kilichoandikwa tu. Kwa upande wa hesabu hawakuhitaji kwenda skuli kujifunza, hesabu zao hazikuhitaji mabano wala *square root*.

Hata hivyo, juu ya kuwa hawakuwa wasomi kwa madaraja ya juu lakini waliibeba heshima kubwa katika jamii yao kutokana na fedha waliyoimiliki; kweli mwenye pesa si mwenzio.

Lakini walisahau kuwa hakuna kinachompa mtu heshima ya kweli kama elimu yenye manufaa. Mali hukutukuza pale unapoimiliki tu, siku ikiondoka huondoka na heshima, hadhi na utukufu wako. Lakini elimu inabaki kuwa vazi lako lisilochakaa. Kwani huwa ni nuru kwa aliye nayo, hupanua fikra, mawazo na hekima kwa aliyeibeba na kuwa na maamuzi sahihi yenye busara. Elimu humtakasa mtu kutokana na ujinga unaopelekea maamuzi ya haraka yaliyokosa busara na yatokanayo na hasira, na siku zote mwisho wake huwa ni majuto. Na huo ndio umasikini wa kweli. Kuna wakati binaadamu hahitaji mali kwa ajili ya kutatua matatizo aliyonayo ila huhitaji hekima na busara nayo, haipatikani kwa mtu mjinga.

likuwa ni majira ya adhuhuri wakati familia ya Bwana Ahmed ikipata chakula cha mchana. Baada ya shughuli zao za kujitafutia riziki kama ilivyokuwa kawaida, hujumuika pamoja katika mlo huo. Waliamini kuwa kula pamoja kunaongeza mapenzi furaha na amani ndani ya nyumba. Hakuna aliyethubutu kufungua mdomo wake wakati Bwana Ahmed yupo mezani. Kila kitu kilikwenda kimyakimya, mpaka atakaponyanyuka, tena hapo meza ya kulia hugeuka ikawa baraza la mkutano. Kila mwenye lake huliwakilisha hapo. Tena hapo hutawaliwa mizaha na vicheko. Bwana Ahmed hakufurahishwa na tabia hii, alitaka naye ashirikishwe lakini hakuna hata mmoja mwenye moyo huo wa kuzungumza mbele yake.

Naye akimaliza kula tu, hamsubiri mtu. Huinuka kimya kimya kama hapana mtu juu ya meza ile. Bi Kahadija kila siku alitamani aisikie kauli ya Bw Ahmed akisema, 'Yaasalaam! Chakula cha leo kitamu kweli kweli. Mungu auhifadhi mkono wako, mke wangu,' huku akiliachia tabasamu usoni mwake. Hata kama si kitamu hivyo lakini angalau amsifie kidogo ili uchofu wa jikoni umuondoke. Lakini bahati si njema, siku hiyo bado haikufika. Lakini panapotokea mapungufu hata kama ni haba, basi hatonyamaza; na kama yamekithiri basi hukisusa chakula kabisaa na akaondoka juu ya meza kwa ghadhabu! Bi Khadija hapo tena ajiinue akamtayarishie bwana kile kitakachomridhi, ili asibaki na njaa. Bi Khadija alifanya kila awezalo ili aweze kumridhi mumewe. Alikuwa na imani kuwa kilicho chako kitunze hata kama ni gogo la mti.

"Said!" Bwana Ahmed aliuvunja ukimya uliotawala mezani hapo kwa takriban dakika kadhaa. Watu wote waliinua vichwa vyao kumtazama, utasema wote wanaitwa Said. "Baada ya chakula nikuone ukumbi wa juu. Nina mazungumzo na wewe," Bwana Ahmed aliamrisha bila ya kumwangalia mtu, utasema labda anazungumza na hiyo sahani aliyoiinamia.

"Sawa," Said alijibu taratibu huku akiwa na mashaka moyoni akimtazama mama yake kwa macho ya udadisi, labda amdokolee juu ya wito ule, lakini hakuna aliyejua.

Baada ya mlo, Bwana Ahmed mbele na Said nyuma wakielekea juu. Walipanda ngazi taratibu ungesema labda wanachelea wasije kuziumiza. Said mawazo yalimzidi kichwani "Mazungumzo gani tena haya toba yarabi? Sharti yafanyike juu?" Alijiwazia mwenyewe, wasiwasi umemvaa, Jasho limeanza kumtoka. Haikuwa kawaida kufanya mazungumzo yao juu. Siku zote hufanya mazungumzo yao chini watu wakapita wakipituka, kwani hayakuwa ya siri; yalikuwa mazungumzo yao ya biashara tu. Hapa ndipo palipomtia wasiwasi Said, maana ukumbi wa juu upo faragha na huwa unatumiwa na Bwana Ahmed na Bibi Khadija, na si kwa ajili ya watoto. Akaona leo shughuli nzito. Aligeuka nyuma akawaona ndugu zake pamoja na mama yake wanamshindikiza kwa macho. Sura zao zikionesha mshangao na zimejawa na maswali, Said akaelekea mbele kumfuata baba yake maana na yeye hakuwa na jibu la kutoa.

Walipofika juu, Bwana Ahmed alifungua mlango akamwashiria Said apite. Said alipita kisha Bwana Ahmed akaingia na kuubana mlango. Bwana Ahmed alijitupa juu ya kochi kubwa lililokuwepo mashariki ya chumba hicho. Said alizubaa kasimama kama guzo. Bwana Ahmed alimtazama kwa kitambo, alimuona alivyobabaika. Uso wake umesawijika macho yake yanaangazaangaza utasema kapoteza kitu. Bwana Ahmed alitabasamu, "Unasubiri ualikwe?" hatimae alimuuliza. Said alibabaika asijue hata anasema nini, akatafuta kochi karibu yake akakaa.

Bwana Ahmed alijikohoza kuweka koo lake sawa, "Said!" aliita kwa sauti yake iliyojaa mikwaruzo. Said aliitikia kwa wasiwasi "Naam". Alikiinua kichwa chake ambacho alikiinamisha chini kujaribu kufikiri ni kitu gani baba yake alichomuitia adhuhuri ile. Ghafla aliyashusha macho yake chini kama mtu aliyetahayari baada ya kukutana na macho makali ya baba yake. Bwana Ahmed alitabasamu kumuona Said alivyokuwa na hofu, hii ilikuwa ni fakhari kwake kuona watoto wake wanamuogopa mno. Hapo alijithibitishia kuwa yeye ni mwanamme kamili na baba madhubuti ambaye ana msimamo wa kweli. Na alikuwa na imani kubwa kuwa ukali wake juu ya watoto hawa ndiyo sababu kuu ya wao kuwa wapo kwenye msitari ulionyooka. Alimtazama kwa muda kisha kwa sauti ya upole alimuuliza, "Vipi biashara zinaendeleaje?" Said aliinua uso wake kumuangalia baba yake kwa mshangao, Hakulitegemea swali lile kwa wakati ule. Kama ni biashara basi sehemu yake ilikuwa ni ukumbi wa chini kama ilivyokuwa desturi, lakini leo kumezidi nini? Ama hili ni swali la mtego?

"Inaendelea vizuri", alijibu kwa wasiwasi. Alihisi labda lilikuwa ni swali la mtego lakini hakuujua ni mtego gani, wasiwasi ulimzidi.

"Vizuri, nimefurahi kusikia hivyo. Ninakuamini kwenye biashara, unafanya vizuri sana." Alizungumza kirafiki mno hata ikamfanya Said kupata amani kidogo; lakini wasiwasi haukumwacha moja kwa moja.

"Ahsante."

"Muhimu kulipa kodi za serikali kwa wakati. Na ni mategemeo yangu unafanya hivyo ila kukumbushana ni wajibu, maana usipofanya hivyo bila ya kutegemea, unaweza kufunga duka kwa hasara utakayoipata. Kwani watakapokuja kugundua wenyewe hawatokuachia, kuna faini kubwa ya kulipwa," alimtahadharisha.

"Ninalijua hilo baba. Mimi ni mlipaji kodi mzuri tu."

"Vizuri. Usisikilize maneno ya vijiweni, maana kuna watu wanahimizana hasa kutolipa kodi, wanahisi kama wanaikomoa serikali lakini si hivyo. Faida na hasara ni yako mwenyewe hakuna mtu wa kubeba mzigo wa mwenziwe. Itumie akili yako vizuri kabla ya kukata shauri juu ya jambo fulani."

"Nimekufahamu baba," alijibu taratibu.

"Chunga sana, waachie wenyewe wazozane, bahati yao si yako. Wewe hapa unahisabiwa ni mgeni hata kama ni raia mzaliwa wa nchi hii. Hawatutaki kabisa nchini mwao, wanataka tuondoke leo kabla ya kesho. Hivyo tunatazamwa kwa macho mawilli, kosa utakalolifanya wewe halitokuwa sawa na mwengine. Hasa ukionekana ni mwenye mafanikio kuliko wenyewe. Siku zote tunaonekana ni wezi tunakula mali zao, lakini ukweli ni Mungu mwenyewe ametufungulia riziki kupitia jitihada zetu, hatuli cha mtu sisi, ni jasho letu wenyewe. Tunajiepusha na dhuluma, kwani hakuna dhuluma uifanyayo ila unaidhulumu nafsi yako mwenyewe. Riziki ya mtu hailiki, jua siku moja itakutokea puani. Wao wanaona sisi tunawadhulumu mali zao, wakati hilo jambo si kweli. Lakini wao wamesahau kuwa wanatudhulumu kwa maneno yao ya shutuma na chuki juu yetu na kutunyima amani ya nafsi zetu. Mungu si Athumani, anayashuhudia kwa ndani na nje na kila mmoja atalipwa kwa kila pumzi moja aivutayo kwa wema wake ama ubaya wake. Hakuna aliye jabari isipokuwa Mungu. Basi mtu asijivishe juba lisilomfaa, litamwangusha ang'oe meno! Na uso unapofikia chini huo ni udhalili?

Tokea mapinduzi tumekuwa tunatizamwa kwa jicho la chuki, siku zote sisi si wema kwao," Bwana Ahmed alizungumza taratibu akidhihirisha unyonge aliokuwa nao. "Na mbaya zaidi wanazungumza hadharani chuki walizonazo juu yetu, sote tunayasikia. Mmmhhh! Tunaonekana ni watu wenye furaha na amani kwa upeo wa macho yao kumbe si hivyo! Hapa tunapopaita nyumbani hawatutaki, tunaambiwa turudi kwetu, na huko kunapoitwa kwetu hawatutambui! Wazazi wetu wamekuja bara la Afrika tangu zama za mkoloni, leo sisi tumekuwa wageni hatujulikani ni nani. Basi nani atakuwa mwenye amani ya nafsi wakati hata kwake hapajui wapi? Bara la Afrika hawatutaki na bara la Arabu hawatutatambui! Kuwa makini sana Said, tupo mguu ndani mguu nje...." Alimtazama Said kwa macho makali.

"Mmhhh." Said alishusha pumzi ndefu kuonesha kuwa maneno ya baba yake yalimwingia vyema. hata hivyo alishangazwa na mazungumzo yale. Siku zote hakujua kama katika kifua cha baba yake yamefichwa maneno yale na uso wake umeficha hisia zilizomo moyoni mwake. Na wala hakuwahi kutilia shaka hata siku moja kama baba yake alikuwa na msimamo ule kwa serikali yake, kwani hakuwa mwenye kujishirikisha kwenye mambo ya siasa hata kidogo.

"Unajua kuwa mimi sifahamu ni vigezo gani wavifuatavyo katika kumtambua raia halali wa nchi hii. Nijuavyo mimi kila nchi ina mchanganyiko wa makabila tofauti wenye asili ya mataifa mengine na hufika kuchanganya nao damu na kuwa na kizazi kipya, lakini bado wanatambuliwa kuwa ni raia halali wa nchi hizo. Na wana haki sawa na wale ambao wana asili za nchini humo! Mwangalie Barack Obama. Baba yake ni Mkenya kabisaaa, lakini amekuwa yeye ni raia halali wa Marekani na kwa kulithibitisha hilo amekuwa ni raisi wa nchi hiyo, ambaye amevunja rekodi kuwa Mmarekani mweusi kuongoza taifa hilo. Lakini huku kwetu ni tofauti kabisaa, yana mwisho." Mmmhhh! Leo Bwana Ahmed sijui amekutwa na nini mpaka anamweleza haya Said. Said hakuwa na la kuchangia wala kuuliza maana kila neno lilikuwa ni mzigo kwake na kumwingiza khofu moyoni mwake.

"Sasa, nililokuitia hapa si hilo, hayo ni makumbushano tu, tusijisahau mpaka hapo Mungu atakapoteremsha rehma zake. Na nategemea hizo rehma kuja karibu, maana sasa mpaka Wapemba wanaambiwa warudi kwao. Sasa maana ya Mzanzibari sijui nini? Ah, nchi yao wenyewe na serikali yao wenyewe; waache wafanye wapendavyo, sisi yetu macho tuone huo mwisho wao watafikia wapi. Nimekuita hapa ili tupate faragha, tuzungumze juu ya mambo muhimu zaidi yanayohusu maisha yetu, hayo ndiyo muhimu zaidi kwetu."

Alinyamaza kidogo kutazama umakini wa Said. Aliporidhishwa na umakini wake akaendelea, "Said na mwanangu sasa umeshakuwa mkubwa, na ukubwa sio kuota ndevu wala kurefuka miguu. Kukua, mwanangu, ni kupevuka akili na kuweza kuchanganua baina ya zuri na baya, uwe na maamuzi ya busara." Alinyamaza kidogo kuruhusu mate yashuke kooni. Alimkazia macho Said, ambaye muda wote huo alikuwa amekiinamisha kichwa chini huku ameshikilia viganja vyake akimsikiliza baba yake kwa makini. Bwana Ahmed aliendelea "Hii dunia ni mviringo siku zote huzunguka. Sio kila siku kama Utakuwa hapo ulipo, ukipanda usisahau kama kuna kushuka! Maisha siku zote sio tambarare, kuna milima na mabonde, vyote hivi unatakiwa uweze kupambana navyo kiume. Uweze kucheza na akili yako vizuri. Ndipo nilipokuambia kuwa ukubwa si ndevu. Hizo ndevu hata beberu anazo, na beberu hajivuni kwa ndevu zake maana hazimsaidii kitu. Anachojivunia yeye ni pembe zake ndizo anazozitumia kwa kupambana na adui zake. Nawe mwanaadamu huna pembe ila una akili basi zitumie, zitumie vizuri kupambana na adui zako. Na adui yako mkubwa kwa sasa ni vishawishi katika umri wako huu. Umri huu una matatizo, wengi umewashinda. Ukivuka hapa tu, basi. Usikubali kuvunjika moyo mapema; weka katika akili yako kuwa hakuna kisichowezekana. Mungu humsaidia mwenye kujitahidi!" Alinyamaza kidogo kuruhusu mate yapite, kisha akaendelea. "Na mimi nilikuwa kijana kama wewe. Nilijituma sana ndio nikafika hapa nilipo sasa. Hii mali unayoiona sijazaliwa nayo wala sijarithi kutoka kwa wazazi wangu, ni jasho langu mwenyewe. Nimetumia nguvu zangu na ndio nimefika hapa nilipo sasa. Sikutegemea cha mtu. Ninachotaka kukusisitiza ni kuwa usihadaike na mali hii unayoiona ukasema ipo tutatumia. Ni kweli, lakini lazima na wewe uchume mwenyewe usije ukasema nitarithi, ipo sehemu yangu katika mali hii, la hasha, sivyo hivyo. Utakuja kujuta siku moja, na majuto siku zote huwa ni mjukuu. Kurithi utarithi kweli lakini kumbuka kila mtu ana riziki yake ambayo inakadiriwa tokea upo tumboni kwa mama yako mpaka siku utakapolifunga jicho. Hapo kila kitu huwa ndio kimefika mwisho. Hii ni riziki yangu sasa sijui nitakapoondoka kama itaendelea kuwepo muendelee kuitumia ama ndio nayo itapukutika kama majani ya mbuyu siku za kiangazi. Na mali inapotumiwa bila kuzalishwa, humalizika! Na pia usipojipangia mipango madhubuti ya kuiendesha na kuizalisha, itakushinda njiani na kubaki kulalama na kulaumu watu wakati makosa ni yako mwenyewe. Hii ndiyo khatari ninayoichelea mimi. Na wewe ndio mwanamme wa kuja kuisimamia familia baada yangu. Lazima ujijenge tokea sasa." Na usisahau kuwa kila siku ziendavyo mbele bora zilizopita, biashara inazidi kuwa ngumu na uchumi unazidi kushuka chini. Mwenyewe unashuhudia jinsi dola inavyopanda kila leo, unafikri hii biashara tutafika nayo wapi sisi ikiwa hatukuwa makini na kujipanga vizuri? Hii ni changamoto kubwa kwa wafanyabiashara kama sisi ambao mali tunatoa kutoka nje. Dola inatutia kitanzi shingoni na huku ushuru unakuja kuangusha stuli, hapo tunabaki kutapa na roho zetu. Maana mwisho hata hujui uuze kwa kiasi gani hata upate faida ndogo ya kula na wanao na pia iwe salama kwa raia, maana raia wengi ni wanyonge. Ndani ya uhai wetu tunashuhudia mabadiliko makubwa ya uchumi, ina maana kuwa unabadilika kwa kasi kubwa mno. Miaka tuliyoishi nyuma sio sasa, na nyinyi sijui mtakuja kuishi vipi na vizazi vyenu, inshallah iwe kwenu madiliko mazuri, uchumi uboreke tena kama ulivyokuwa awali. Maisha siku zote hubadilika, iwe kwa uzuri ama ubaya. Lakini mabadiliko ni lazima, nasi tuombe salama tupate yaliyo mema."

Bwana Ahmed alinyamaza kidogo akawa kama mtu anayefikiria kitu vile, kisha kavuta pumzi ndefu. Mara akazuka, "Lailaha illa Allah, dunia hii… akanyamaza kidogo kisha akatingisha kichwa kuonesha masikitiko. "Ahh, Mungu atuhifadhi." Hatimaye ilimtoka. "Iangalie familia ya Bwana Salum Mahfudh, Mungu amrahamu. Wakati wa uhai wake nani aliyeweza kufikiria kuwa familia yake leo ingeishi vile? Wamebakiwa na nini wale watoto Masikini, labda hiyo nyumba yao moja iliyobaki ndio inayowastiri. Mama yao hoi juu ya kitanda pesa za kumtibu hawana, mpaka atokeze mwenye imani yake awagaiye. Maisha gani wanayoishi watoto wale masikini! Bwana Salum alijituma vya kutosha ili aipatie furaha familia yake. Naam! kwa kipindi chote cha uhai wake familia yake iliishi kwa furaha, amani na upendo, lakini alipokufa tu mali zote ziliangamia. Zilianza mashua kuzama, mara mashamba yameuzwa kihunihuni tu mpaka leo wanayaendea mbio lakini wapi! Duka limeungua moto. Almuradi balaa tu! Kila mmoja alisema alivyoona yeye sawa. Kuna waliosema ile ilikuwa mali ya mizimu hawakutekeleza masharti ndio wamefilisika. Kuna waliosema wamepata husda. Kuna wengine walisema hawatoi zaka, ila Mungu anajua ni nini hasa sababu."

Mimi kwa mawazo yangu ninahisi kuwa biashara imewashinda! Biashara ya sasa usipojua kuiendesha vizuri itakuendesha wewe, maana changamoto zipo nyingi sana na usipoweza kuzikabili kisawasawa zitakutupa chini. Wale watoto tokea mwanzo hawakuwa na shauku ya biashara, baba yao tu aliwalazimisha kufanya hivyo kwani ni urithi kutoka kwa wazazi wetu. Wazee wetu wote ni wafanyabiashara, na hiyo ndiyo sababu kubwa iliyowatoa kwao na kuja bara la Afrika. Lakini watoto wa siku hizi hawataki biashara tuzifanyazo, hilo ni tatizo kwao. Kwa sababu baada ya biashara hizi tufanyazo hawana jengine la kufanya la kuendesha maisha yao, sisi alhamdulilah tunaishi kwa biashara hizi hizi lakini sijui kwa nini hawataki kutufahamu. Wao wameshughulika sana na elimu za skuli, na mashallah wote ni wasomi wa elimu za juu, lakini zimewafaa nini? Yule mmoja ni mwanasheria na yule mwengine ni mkemia lakini wote hawana ajira mpaka sasa, wanahangaika kila uchwao lakini bado. Hata hivyo bado hawavunjiki moyo, wanaendelea tu kutafuta labda siku moja watafanikiwa. Wao wanataka lazima wafanye kazi kutokana na fani zao walizosomea, lakini si sahihi hivyo. Kila mmoja wetu anatakiwa afanye kazi ya halali kujipatia riziki yake, na si lazima upate kila utakacho wewe. Kama huku mlango umefungwa basi bisha mwengine huenda ukafungulia. Ona sasa mpaka umri ule waliokuwa nao sasa hata hawakuoa. Kisa? Hawana ajira. Hivi ni maisha gani waliyojichagulia? Wakati baba yao amewaachia mtaji mzuri tu? Wataoa lini na umri ndio huo unakwenda zake? Sasa wangekuwa na watoto wao wamewashika mikono wakiwapeleka skuli, lakini wapi! Wakisubiri kuajiriwa watachelewa sana, maana tokea walipoanza kutafuta mpaka leo, si muda mdogo. Na kila siku wasomi ndio wanazidi, basi hawakupata hapo mwanzo watapata sasa? Ah! Kila mtu na mawazo yake." Bwana Ahmed alinyamaza kidogo kupumzika. Alikuwa anazungumza mfululizo labda mara moja moja tu ndio alikuwa akimeza mate. Alizubaa kwa sekunde kadhaa kisha aliendelea kwa sauti ya unyonge "Sasa watoto wapo tu wanahangaika na dunia. Jana nilipita kuwatizama, roho iliniuma kwelikweli, haya ndiyo yanayonipa mimi wasiwasi hata leo nikakwita hapa. Wewe ndiye mtoto wangu wa kiume, ndiye ninayekutegemea. Salah bado mdogo sana na waliokufuatia wote wanawake. Leo nikifa mimi najua nimeacha mtu madhubuti ambaye ataweza kuisimamia nyumba sawasawa." Bwana Ahmed aliendelea kuhubiri moja kwa moja hakumpa Saidi nafasi hata kujieleza kidogo au kuuliza, alikuwa kama anasikiliza redio. Aliendelea kuzungumza kwa sauti yake ile ile ya upole, "Mwisho kabisa naomba uwaangalie ndugu zako kwa macho mawili hasahasa hawa wanawake ukizingatia wapo katika umri mbaya. wakipata ushawishi kidogo tu wanaweza kupotea wakaja kututia aibu. Hivyo ni juu yako kuwachunguza nyendo zao kwa siri bila ya wao kujua wala kutia shaka. Mimi sasa nimeshakuwa mtu mzima naelekea uzeeni. Ninachokusisitizia zaidi, ushikamane na njia iliyonyooka usije ukafanya mambo ya aibu ukaja ukapakaza tope familia nzima. Sio watu wote wanafurahia kuona nyinyi mlivyonyooka, wengine wanataka mteleze tu wapate kukaa vibarazani wakisema kwa vicheko, huku wakigongeana mikono yao. Nawe Said umeshakuwa na pesa, na pesa ndio fitna kubwa katika ulimwengu huu. Usije ukazitumia vibaya ukawadanganya watoto wa watu, ukajiona umeshakuwa mwanamme sasa ukataka kuonesha huo udume wako kwa watoto wa watu, ikawa huku tunawalinda watoto wetu kumbe wewe ndiye mharibifu wa watoto wa watu! Umefahamu niliyokueleza au ulikuwa unasinzia kwa porojo refu?"

"La, baba nimefahamu yote na ninaahidi kuyatendea kazi kwa moyo mmoja", Said alimjibu baba yake kwa utii.

"Sasa una chochote unachotaka kusema? Upo huru kuzungumza." Bwana Ahmed alimrushia swali mwanawe huku akijiweka sawa juu ya kochi alipokaa.

"Hata, sina la kuuliza," Said alijibu.

Bwana Ahmed aliinua uso wake akaelekeza macho yake kwenye saa iliyopo juu ya ukuta, mara akang'aka, "Dah! saa zimekwenda, saa tisa sasa hivi?" Mazungumzo yao yalikuwa marefu sana siku hiyo, tokea saa saba na nusu mpaka saa tisa ndipo yalipokwisha.

Hata Bibi Khadija na wanawe wakafanya wasiwasi ikawa kila mara wanaangaza ngazini labda sasa watashuka, lakini wapi!

"He! Mtu na baba yake wana mazungumzo gani ya siri tokea saa hiyo mpaka sasa, hawajamaliza?" Bibi Khadija alionesha wasiwasi wake.

"Labda ametafutiwa mchumba, kwani hajakudokeza kitu baba?" Zahra alimtania mama yake. Zahra alikuwa ni msemaji sana kushinda ndugu zake wote.

"Ikiwa hivyo si itakuwa afadhali maana nitapata mwenzangu. Nyie watoto wa kike mtaolewa kila mmoja atakwenda kwake," Bibi Khadija alimweleza Zahra.

Huko juu nako Bwana Ahmed alijitayarisha juu ya kochi huku akimtazama Said, "Basi kama huna neno mimi ndio nimeshamaliza. Nakwenda kujitayarisha ili niwahi msikitini, laasir itaingia sasa hivi. Saa zinakwenda mbiombio mara utaiona Magharibi hiyo," alikuwa anazungumza huku anaelekea usawa wa mlango. Said hakusema kitu alibaki pale juu ya kochi huku akimshindikiza baba yake kwa macho. Maneno yalikuwa yameingia kwenye moyo. Ingekuwa risasi angekuwa amekosa uhai.

Baadaye naye aliinuka akaelekea chumbani kwake akajibwaga juu ya kitanda, akalala chali mikono yake ameikunja kwa nyuma, huku kichwa akiwa amekiweka juu ya viganja vyake. Uso wake kauelekeza juu anatizama dari, lakini haoni chochote! Mawazo yake yote yapo juu ya mazungumzo ya baba yake. "Mbona leo mzee kaniita faragha kama vile kisha kazungumza maneno yote yale. Haijapatapo kutokea kuzungumza na mimi muda mrefu kama leo wala hajawahi kuniambia maneno kama yale. Siku zote hunipa ushauri wa biashara zangu, lakini leo…." Alitulia kimya kama anafikiria kitu na mara yalimrejea yale maneno ya baba yake alipomwambia *"Said sasa pesa unazo, na pesa ni fitna kubwa katika ulimwengu huu usije ukazitumia vibaya hasa ukawarubuni watoto wa kike…."* Maneno haya ya kutaka kuwarubuni watoto wa kike yalimgonga kichwani mwake. Ghafla aliinuka kama kapigwa henzerani, akajisemea kwa sauti ya wasiwasi, "Au ameshakuja kidudumtu kumpa salamu zangu? Basi atakuwa nani huyo? Inawezekana ikawa hivyo? Si rahisi, kwa ninavyomjua mzee huyu, angenikata kichwa bila ya kunisemesha chochote. Labda angekuja kunipa sababu ya kuniua akhera tukija kukutana tena!" Jasho lilirowanisha shati lote hali ya kuwa feni lilikuwa linazunguka kwa kasi kubwa. Woga umemshika, mapigo ya moyo yalizidi idadi. Mara ghafla aligutuka, "Ahaa nimekumbuka! Jana nimemsikia hajisikii vizuri anakwenda hospitali. Labda huko ameambiwa ana maradhi makubwa yasiyotibika kirahisi. Labda naye katia wasiwasi wa maisha yake ndio maana akaniambia maneno yote yale. Na mimi nimezidi, hata sikumuuliza kaambiwaje huko hospitali!" Said alijipa moyo, akijisukuma kichwa chake huku akishusha pumzi ndefu na akaliachia tabasamu hafifu.

# 3

Said alikuwa mtoto wa kwanza wa familia ya Bwana Ahmed bin Said na Bibi Khadija bint Najash katika familia ya watoto wanne. Alikuwa ni kijana mwenye umri wa miaka ishirini na nne, mrefu wastani na umbo kakamavu. Rangi yake ilikuwa weupe wa kufifia ambao wengine huita hadharani, rangi aliyoipata kwa baba yake. Sura yake haikufanya kiaina kwa kumranda mzazi wake mmoja tu, bali ilikuwa ni mkusanyiko wa sura ya Bibi Khadija na ya Bwana Ahmed uliojidhihirisha katika sura ya Said.

Said ni kijana aliyevutia si kwa sura tu hata umbo lake, na hilo mwenyewe alilijua. Na ndiyo maana alikuwa haishi kujizuzua alipowaona wanawake wakijipitisha dukani kwake mara kwa mara na kujichekesha ovyo kama wendawazimu wapya. Alikuwa ni kijana aliyejipenda na alipendelea sana kuvaa shati la mikono mifupi kisha hulikabia kwenye suruwali yake aina ya *cadet*. Alivalia mkanda mnene wa ngozi, mara nyingi ulikuwa ni wa rangi nyeusi. Chini alikuwa akivaa viatu vyeusi vya ngozi vilivyong'ara *polish*. Nywele zake teperere huzipasua njia katikati, huziangushia huku na huko na nyengine akaziteremshia kwa mbele zikaangukia mpaka juu ya macho kwa upande. Nywele hizo zilipungua urefu kila zikishukia chini. Ama kijana huyu kwa kumtazama tu basi unajua wazi kama pesa pale ipo kwa jinsi ya uvaaji wake wa mavazi ya gharama. Na alikuwa akijipulizia manukato ya bei ya juu. Basi kwa ile mitoto ya kike wasiojua kusema na roho zao, hawaishi kujizuzua ili wapate angalau walau nafasi ya kuwa nae karibu. Hata hivyo Said aliweza kuyashinda majaribu mengi. Wengi ya vijana wa rika lake waliustaajabu msimamo wake, walimfanyia tashtiti na istihzai kwa kukosa kuwa na rafiki wa kike mpaka muda huo wakati hali inamruhusu. Wanawake walijileta wenyewe wa kila aina, Basi alikuwa na mapungufu gani hata asivutiwe na hata mmoja kati ya hao? Ilikuwa ni fakhari kwa kijana kama yeye kuwa na rafiki wa kike. Walimuona Said ni wa zamani mno aliyepitwa na usasa. Walimshawishi mno ili ajenge urafiki na mwanamke ampendaye na aachane na sera za baba yake, kwani hazikuwa na maana tena kwa karne ya sasa, ujana wake ushakwisha na aliutumia apendavyo, sasa awaachie vijana waishi maisha yao. Hata hivyo, hakuna lililomwingia akilini kwani sasa maji yamezidi unga.

Said alikuwa mkali sana kwa ndugu zake wa kike na aliwafuatilia kila chochoro walizopita. Kama hilo halitoshi, hakuwaruhusu hata kujipaka podari; aliwaambia eti wanataka kufatwafatwa na wanaume. Hawakuwa na uhuru hata wa kucheka eti akiwaambia wana sauti kama za punda zilizofika mpaka nyumba ya kumi. Almuradi hawakuwa na uhuru anapokuwepo kaka yao, mpaka walimgeuza jina wakawa wanamwita "adui la kihindi". Lakini hakujali kwani yake yalikuwa yanamwendea. Alijua vijana wa kiume wanafanya nini huko nje, na pia aliujua udhaifu wao upo wapi. Hivyo, aliwaogopea mno ndugu zake wa kike wasije kuingia kwenye mitego yao, kwani walioharibikiwa hawakuwa wajinga kiasi hicho lakini haikuwa kwao rahisi kutambua kuwa yale waambiwayo hutoka mdomoni tu na si moyoni. Walikuwa ni mahodari wa kulaghai ili wapate kile wanachokihitaji, na wanapokipata si kama watakitunza na kukiheshimu ila huwa ndio mwanzo wa dharau na kukishusha hadhi yake na hadithi zake zikasimuliwa barazani. Alitaka ndugu zake wabaki kuwa wasichana wenye kuibeba heshima yao mpaka hapo zitakapotokea riziki zao na hadhi yao ibaki pale pale ama izidi. Kwani alihisi kinyaa aliposikia hadithi za watoto wa kike zinavyohadithiwa na vijana wenziwe, wakati wao wakiamini kuwa wanapendwa. Hivyo alitumia jitihada za makusudi ili kuwaokoa ndugu zake kwenye midomo ya mamba wenye uchu. Kwani alijua kuwa wapo mashume yanayowarandia huku yakiwamezea mate. Kwa mwenendo huo, Bwana Ahmed alitulia roho yake, hakuwa na shaka na lolote. Alijua kuwa Said kazi alikuwa anaiweza sawasawa, akathibitisha kweli hii ndiyo damu yake halali haikuchafuliwa na kitu wala mtu.

***************

Mapenzi ni majani na huota popote, hivyo ndivyo ilivyokuwa. Mawaidha yote na nasaha alizokuwa akipewa na wazazi wake kila kukicha sasa kayasahau yote. Zamani ameshazama kwenye penzi la mrembo mmoja aliyechanganya damu ya Kiarabu na Kisomali, aliyeitwa Farhat.

Farhat alikuwa ni kila kitu kwa Said na mapenzi yao yalikuwa ya siri hata wazazi wake hawakuona mabadiliko yoyote kwa mtoto wao. Mbele ya wazazi wake alikuwa mtakatifu kama yeye hakuna! hata ikamfanya Bwana Ahmed kupita kwa mapana mbele ya wazazi wenziwe, akiona fakhari watu walivyomsifu kwa kuwaweza watoto wake kwa kuwa wakati huu watoto wengi walikuwa wameharibika na kuwaharibu wenzi wao.

Hakufikiria wala kupima, alijiona akizama katika penzi la mtoto wa Kisomali. Kwani yeye mtoto mdogo ama mgonjwa hata asiweze kuvutiwa na mwanamke mwenye kila sifa ya kuitwa mrembo kama alivyo Farhat? Naam! Baada ya kupambana na vishawishi vingi, Said taratibu alijiona anaingia kichwa kichwa kwenye mtego!

Farhat, msichana mwenye umri wa miaka ishirini, ni mwanamke mzuri miongoni mwa wanawake wazuri. Hakuwa mrefu sana lakini kimo chake hakikumchusha kutokana na wembamba wake wa kiasi. Sio wembamba wa kutokeza mafupa nje wala kukoboa uso utasema kizee cha miaka mingapi sijui, hasha lilah! Uso wake mviringo uliobeba macho makubwa, pua nyembamba fupi na midomo minene midogo. Rangi yake ni mweusi, rangi ya kwao Somalia ndiyo iliyomfanya kuzidi kuvutia. Ukiunganisha na nywele zake singa zenye mawimbi madogo madogo zilizoteremka mpaka mgongoni, kwa kweli alipendeza. Basi Said ana kosa gani kumpenda mwanamke huyu? Na kama yupo sawa kwenye maamuzi yake, kwa nini basi mapenzi yao yawe siri, wasiyazungumze na wazazi wao ili wafanye taratibu za ndoa ikiwa mapenzi yao ni ya kweli? Siri yao itabaki kuwa siri mpaka lini? Na kama inavyojulikana hakuna siri ya watu wawili, vipi wao waweze kuamini kuwa mapenzi yao yatabaki kuwa siri? Sasa mwaka unamalizia ndani ya mahusiano yao, basi ni nini kilichomzuia Said kumweleza baba yake juu ya maamuzi yake? Ukali wa baba yake? Na kama ni hivyo, mbona yeye kaoa? Lipo neno, Si bure.

Mapenzi yao yalianza kama masihara tu. Siku moja Farhat alikwenda dukani kununua vitu kwa jumla kwa ajili ya duka lao wanakouza vitu kwa rejareja. Ndipo Said kwa mara ya kwanza alipoonana na mtoto huyu. Kwa jinsi alivyobabaika na uzuri wa mwanamke huyu, Said alijishtukizia anamfanyia punguzo kubwa la bei na kumpelekea kula hasara badala ya faida, lakini angeiona wapi hasara hiyo naye kaghumiwa? Farhat alishtuka ikambidi aangalie muda wa mwisho wa matumizi wa vitu vile. Isije ikawa inakaribia k isha muda wake wa matumizi ndio akafanyiwa kwa bei poa? Lakini kilichomshtua zaidi bidhaa ndio kwanza mpya, akanyamaza kimya akaona kupata ndio huku. Aseme nini na ameshapata nafuu? Ukipewa ukakataa utakapotaka utanyimwa! Ikawa ndio mazoea ya Farhat kwenda kununua bidhaa dukani kwa Saidi, na hiyo ndiyo ikawa furaha ya Said kwa sababu alipata kumuona Farhat mara kwa mara. Jicho likafanya kazi yake.

Naye Farhat aligundua jambo ikawa haipiti siku mbili basi huyo hujipeleka dukani kununua bidhaa nyengine hata kama dukani kwake hazikumalizika. Ilimradi tu amuone Said. Hali hii haikuwahi kumtokea hapo kabla na hata mwenyewe alijishangaa kwa tabia aliyokuwa nayo sasa. Wanaume wengi wenye uchu wa fisi walimfata kila kukicha, naye kwa kujiona mzuri sana alikuwa akichagua wanaume kama anavyochagua chuya kwenye mchele. Alikuwa anawafata wenye hadhi zao, wenye majina makubwa. Huona fakhari kubwa watu wanaposema, "Yule ni mchumba wa fulani," likitajwa jina la mtu maarufu basi yeye hujiona kama anapaa. Watu wenye pesa kwake ndio huwa muhimu zaidi na aliwafanya ziwe zinamiminika tu mikononi mwake kama maji ya mto yanavyotiririka baharini. Watu ambao hawakuwa na mkono wa buli, aliona wamemfikisha peponi. Katika umri wake alishakuwa na wanaume wasiopungua watatu, na wote hao hakuwahi kumpenda hata mmoja kwa penzi la kweli. Aliwadanganya tu ili mradi apate anachokitaka, basi, na si vyenginevyo. Alikaa nao mpaka ilipofika hatua ya kupeleka posa kwao, hutafuta sababu pima ili kutengana nao. Angelikubali vipi kuyafunga maisha yake yote yaliyobakia kwa mtu asiyempenda? Alikuwa na imani siku moja angetokea wa kweli ambaye angeyasalimisha maisha yake yote kwake kwa hiari.

Farhat alilelewa na mzazi mmoja tu, baba yake alimtupa yeye na mama yake miaka mingi iliyopita wakati yeye alipokuwa mdogo. Hivyo maisha yao yalikuwa magumu mno, Ilimbidi tokea utoto wake ahangaike yeye na mama yake ili kutafuta riziki, alimsaidia mama yake katika shughuli zake zote, za nyumbani na biashara ndogo ndogo. Hivyo ndivyo utoto wake ulivyopita bila elimu ya skuli wala chuoni. Na sasa ameshakuwa mwanamke wa kupendeza, mengi aliyatamani kwenye maisha yake kama ilivyo kwa wanawake walio wengi. Hawakuwa na maisha ya kidhalili, riziki yao haikuwa ngumu hivyo. Waliweza kumudu milo mitatu kwa siku, wao walikuwa ni bora mbele ya wengine. Lakini Farhat hakuyapendelea maisha aliyokuwa akiishi, alikuwa anataka vitu zaidi ya uwezo wake. Alichoona kwa wenziwe naye alitamani kuwa nacho, kinachotoka kipya mjini hakutaka kimpite. Huo ndio udhaifu mkubwa wa Farhat hata ukamfanya abadili wanaume bila kufikiri kama kunaishusha hadhi na heshima yake ya kike, hakujua afanyacho wala kujali madhara yake kwani alikuwa ni mtumwa wa nafsi yake. Na mama yake wala hakujali afanyayo binti yake, Kwake yeye muhimu ni kutia tonge mdomoni tu, na alifurahia kuona mtoto wake amechangamka katika kutafuta maisha, na anapendeza kama walivyo wenziwe. Anakumbukia maisha aliyoishi yeye yenye bughudha na manyanyaso na tabu mno hata alipopata riziki yake na mwanawe. Leo mtoto wake ameshakuwa mkubwa ameshajua kuitafuta pesa vizuri na ilikuwa ni faraja kubwa kwake kuwa na mtoto wa kike mwenye mvuto. Na kwake yeye hayo ndio maendeleo, mwanamke kutafuta na kumiliki pesa bila kujali kwa njia zipi anazipata pesa hizo. Basi na sasa iwe muda wa kusherehekea, tabu alizopitia kwenye maisha yake zimeshapita.

*****************

Naam! sasa alijihisi vyengine kabisa baada ya kukutana na Said. Alijiona mwenye mabadiliko mengi, hata akawa hana raha asipomwona kwa siku moja tu. Akila chakula hakimshuki kooni hata kama kimesagwa kwa *blender*. Maji huyaona machungu na usingizi humruka. Lakini pamoja na umaluuni wote alionao alishindwa kumtamkia neno lolote Said, labda salamu tu, halikuzidi jengine. Alipoingia dukani kwa Said hofu, wasiwasi, woga na kitetemeshi vyote vilimjia kwa pamoja asiweze hata kumtazama usoni. Na hii haikuwa kawaida yake. Alikuwa ni mwanamke mcheshi, aliyependa kuzungumza na kucheka kwa sauti ya juu. Alipoingia mahala watu wote walitambua kama kiumbe kafika. Lakini ajabu ya Mungu, anapofika mbele ya Said huwa kama amemwagiwa maji ya baridi. Alijiona *hapa nikijifanya mapepe sitopepewa, nitapeperushwa kabisa*. Baada ya kuuona ustaarabu wa Said, aliona bora kutulia tu.

Na kwa vile Said hakuwa na tabia ya kuwatokea wanawake ,basi ilimuwia vigumu kumweleza Farhat hisia zake. Hivyo ikawa Farhat akienda dukani hujifanya kushughulika na kazi, ama kumhudumia mteja mwengine, akimwacha Farhat akishughulikiwa na mfanyakazi mwengine ungesema hana habari naye. Kumbe alikuwa akimtupia jicho la wizi mara mojamoja bila ya Farhat kuhisi. Kutoshughulika kwa Said kulimwumiza sana Farhat, akaona labda uzuri wake sasa umepungua.

Farhat alijiona mzuri sana kushinda wanawake wote aliowajua. Hii ilimpelekea awe na kiburi mbele ya wanawake wenziwe. Ikawa ni kawaida yake kila asubuhi anapoamka hujitazama kwenye kioo na hujiangalia tokea kwenye utosi mpaka unyayo na kujigeuza huku na huko kisha kujisemea peke yake, "Mimi mzuri enh? Basi nani asiyevutika na mimi. Labda mgonjwa huyo! Wala sihitaji kumpa mtu limbwata, mimi mwenyewe ninatosha! Basi nitake nini mimi nisipate? Labda nisikitake! Wenye pesa zao wananifata wenyewe, nikatae? Aaa babu eh, riziki kila mtu kaandikiwa yake tofauti upatikanaji tu, Yangu mie Mungu kanipa uzuri, ndio unaonipatia rizki yangu!" Hapo tena hujichekesha chekesha na kuyachunguza meno yake yaliyopangika vizuri kinywani mwake.

23

Hujiuliza tena, "Nani mzuri kama mimi?" Masikini! Mtoto huyu kioo kilimcheza, Kasahau yalikuwa uzuri wa kitu upo kwenye uoni wa mtu. Hii ikawa ndiyo ibada yake ya kila siku isiyompita. Ni kweli kabisa Farhat alikuwa mzuri, Lakini si wa kumtia mtu wazimu hata umfanye azungumze na kioo. Ni kweli waliosema, 'Ujana wendawazimu' hawakukosea hata kidogo. Farhat alijisahau kabisa kuwa uzuri haumsaidii mtu kitu katika maisha yake juu ya kwamba yeye alikuwa akijidanganya kuwa ndiyo sababu ya yeye kupata rizki zake. Hata tukisema hivyo ndiyo kweli, basi ndio atabaki kuwa hivyo maisha yote? Ni kawaida ujana unapokwenda zake huondoka pamoja na uzuri wa mtu, na unapofika wakati huo hata kioo hutaki kukiona. Labda uingie kitu jichoni ndipo utafute msaada wa kioo, lakini hivihivi tu unaweza ukapitisha miezi usikione kioo. Ujitazame nini? Hayo magozi yaliyokushuka? Ili iweje? Labda ujitie machungu kwa kukumbuka ujana wako na uone sasa mengi yanakupita. Hayo ni mabadiliko tu ya mwanaadamu. Nani anaweza kushindana na maumbile? Ukitaka usitake maadamu uhai upo, uzee utakufikia tu. Basi nani anaweza kuwa mzuri zaidi ya mwenziwe? Wewe ukijiona mzuri basi ujue yupo zaidi yako, na wengine bado wanazaliwa!

Hata hivyo Farhat hakuvunjika moyo, bado alikuwa anajipeleka dukani kwa Said. Alijua kuwa ikiwa yeye ni mwanamke mwenye mvuto kama mwenyewe anavyoamini, na Said yu mzima hana tatizo lolote, basi ipo siku atanasa tu. Na hivyo ndivyo ilivyokuwa. Baada ya muda kidogo kupita, Said alianza kumzoea Farhat taratibu na akawa anaweza kumtazama sawasawa na hata kumsemesha maneno mawili matatu. Hali hiyo ilimfanya Farhat kuona sasa ushindi upo kwake na kuona nyota yake njema inamng'aria.

Walianza kuzoeana taratibu na kuunda urafiki wa kawaida tu. Huo urafiki uishie wapi ikiwa kila mmoja ana hisia nyengine kabisa juu ya mwenziwe? Uhusiano wao ulibadilika taratibu na kuwa uhusiano wa mapenzi. Mapenzi yao yalikua siku hadi siku. Tokea yalipoanza mbegu ndogo tu, ikatoa mche, mche nao ukatoa mti mkubwa wenye mizizi minene iliyoshikamana sawasawa na ardhi, kuenea kila upande mbegu ambayo ilifanya mti usimame na madhubuti juu ya ardhi na kutawanya matawi yake yaliyobeba majani mengi juu ya kigogo madhubuti isiweze kutingishwa kirahisi kwa jinsi ulivyoshikamana na ardhi kwa mzizi iliyo imara ya kuweza kustahamili mikiki. Mapenzi ya Farhat na Said yalikuwa mfano wa mti huu. Yalianza na kitu kidogo tu lakini baadaye yalikuwa makubwa na kutoa mizizi. Juu ya yote hayo mapenzi yao yalibaki kuwa siri yao tu. Hakuna yoyote miongoni mwao aliyetaka kuijua historia ya mapenzi ya mwenziwe. Na hii imekuwa zari kwa Farhat, maana Said angeitambua mapema basi angechafukwa roho, na isingekuwa rahisi kwake kuachilia moyo wake kwa mwanamke kama huyu. Lakini kwa sasa hata aambiwe nini asingefahamu kitu, ameshapenda tayari!. Na hilo ndilo penzi lake la mwanzo, hivyo alipenda kwa moyo wake wote mpaka mwisho alihisi anachanganyikiwa juu ya penzi la mtoto huyo. Basi una hadithi gani ya kumhadithia juu ya vitimbi vya Farhat hata akufahamu? Hakuona kasoro yoyote kwake.

## 4

Ndani ya ukumbi wa juu walionekana Bwana Ahmed na Bibi Khadija wamekaa juu ya makochi yaliyokuwa ukumbini humo. Kulikuwa hakusikilizani kitu ila sauti ya radio iliyokuwa inatoa sauti ya msomaji maarufu wa Qur-an anayeghani kwa sauti yake tamu yenye kuzingatia tajwiid, inayomfanya mtu aache shughuli zake amsikilize kwa makini jinsi anavyokariri maneno hayo matukufu ya Mwenyezi Mungu. Huyo si mwengine ila ni Sheikh Abdul-Rahman Sudays wa Saud Arabia. Kila mmoja alikuwa kainamisha uso wake chini, haijulikani kama walikuwa wanatafakari hayo maneno mazito yanayokaririwa na Sheikh Sudays ama wamezama kwenye fikra zao wenyewe binafsi.

Bwana Ahmed aliinua uso wake kumtazama mkewe kwa muda na kumwona hayupo hasa kwa jinsi alivyokaa pale juu ya kochi. Kiganja kakiweka shavuni uso kauinamisha chini. Ni muda mrefu sasa tokea Bwana Ahmed amwite Bibi Khadija ukumbini hapo, na kunyamaza kimya asimwambie chochote, naye Bibi Khadija asiulize kitu. Tangu alipofika alisema sentensi moja tu, "Naam nimeitikia wito," basi hakuongeza neno ila alitafuta mahala akakaa, tena hapo alijiinamia mpaka Bwana Ahmed alipoinua kichwa kumtazama.

Taratibu Bwana Ahmed aliinuka kuifuata radio na kuupeleka mkono wake moja kwa moja mpaka kwenye kitufye kilichoandikwa *OFF* na kukibonyeza. Radio ikasita kutoa sauti na sasa ukimya ulitawala ukumbini hapo. Kisha alirudi kukaa kwenye nafasi yake. Aliizima radio ili aweze kuzungumza yale aliyoyakusudia. Mazungumzo yake yalikuwa na umuhimu kwa upande wake na familia yake lakini hayakuwa na umuhimu zaidi ya yale ambayo alikuwa akiyasikiliza kutoka radioni muda si mrefu. Ndio maana aliizima hakuweza kuyadharau, kwa kuzungumza ya kwake yeye juu ya aya za Qur-an.

Alijikohoza kidogo ili kumzindua Bibi Khadija arejeshe mawazo yake pale ukumbini. Bibi Khadija aliinua uso wake kumtazama Bwana Ahmed kumwashiria kuwa wapo pamoja. Bwana Ahmed aliyaanzisha mazungumzo yake. "Mwaka ni mrefu kwa mtu akiusubiri lakini ukiutazama mwaka ndani yake hauna kitu, mara utauona huo umeshamaliza!. Hivi ndivyo miaka inavyopita. Utaona juzi tu hapa ilikuwa harusi yetu, sasa miaka ishirini na tano imeshapita, Lailah! illa llah!," alinyamaza kidogo kisha akaendelea, "Alhamdulilah M. Mungu ametujaalia watoto wanne, nao wameshakuwa wakubwa wa kuwa na familia zao sasa," alinyamaza tena kidogo.

"Sasa unakusudia nini kusema yote hayo? Mimi hata sijakufahamu bado," Bibi Khadija alivurumisha swali.

"Aah Bwana eh! acha masikhara yako, Ina maana hujaona ndani tu bado? Au ndio unataka faida?" Leo Bwana Ahmed alionekana mtu wa furaha hadi akawa anatia maneno ya utani ambapo si kawaida yake.

"Ningefahamu ningeuliza?" alijitetea Bibi Khadija.

"Basi kama hujanifahamu kaa vyema unisikilize," alisema hayo huku akajiweka vizuri kitini, akaivuta kanzu yake akiiweka sawa. Akaiweka sawa kofia yake ungesema anataka kupiga picha. Kwa hakika yoyote ambaye angemwona kwa wakati huo basi asingeshindwa kuitambua furaha aliyokuwa nayo bwana huyu. Ungedhani amefika mwezini. "Nafikiri jana uliwaona wageni waliokuja kuzungumza nami?" Bwana Ahmed alivurumisha swali.

"Sikuwaona, nilisikia sauti zao tu" Bibi Khadija alieleza.

"Hata hivyo inatosha, na uwaone kwa misingi ipi? Na bora ulipokuwa hujawaona maana ungejitia kimbelembele kama umeitwa, maana nakujua miye wewe. Mimi siku zote ninakwambia kuwa, mwanamke sehemu yake ndani. Amestiriwa na kuhifadhiwa, si kila mtu mwenye haki ya kumwona. Lakini hadhi zenu hamzijui, mmetawaliwa na fikra potofu za kimagharibi nanyi mkaona huo ndio ustaarabu, kumbe mnadhalilishwa. Leo mwanamke amekuwa hana haya hata moja, macho makavu! Wakati haya ni vazi lake mwanamke amepambiwa nalo. Na uzuri wa mwanamke ni yule mwenye haya zake. Sasa wanapita vifua mbele na wakipigana vikumbo na wanaume eti wanataka haki sawa! Hivi nyinyi mnajua ni nini maana ya haki sawa? Mnakaa mkidhalilishwa huku mnachekelea, radhi roho zenu! Hivi lini nyinyi mlimwona mwanamme amebeba ujauzito kisha akanyonyesha ili kulinda haki sawa? Huu ni ujinga wenu wanawake, kazi zenu mzifanye na za watu mzifanye, haki sawa ipo wapi hapo? Na hizo kazi zenu kweli hamzifanyi, leo mtoto wa arubaini anatupwa nyumbani na mfanyakazi alee eti mama kaenda kutafuta maisha. Hivi ni nani aliyekwambieni kama maisha yamepotea? Huyu mwanamke kwa maamuzi haya tu basi nishamtoa thamani, maana wewe unakwenda kuisaka pesa ili uje umlipe mfanyakazi aleaye mtoto. Kwa nini usimlee mwenyewe mwanao akapata mapenzi yako, na umlee kwa malezi, sahihi ili kujenga taifa bora lijalo? Watoto wamekuwa hawana malezi kisa mama wapo *busy*. Akili zinazidi kuwa mbovu kwa kunyonyeshwa maziwa ya ng'ombe wakati mama kaenda na maziwa ya mtoto kazini. Ujinga mtupu! Mnawadhulumu watoto wetu tu, halafu mnasema haki sawa wakati hata haki za mtoto hamzijui! Bw Ahmed ghafla alionekana kukasirika.

"Heh! tobaaaaa! Yamekuwa hayo? Basi inatosha sema hayo uliyokusudia!" Bibi Khadija alimvunja mumewe, maana alijua fika angelimuacha aendelee basi ingezushwa mada mpya na iliyokusudiwa ingeachwa pembeni.

"Ah! mnakera bwana, lazima tuyatapike yanayotukereketa ama yatatunyima usingizi....Basi wale wageni wamekuja na ujumbe kutoka kwa Bwana Haroub Ali. Kutokana na ugonjwa, Bwana Haroub hakuweza kufika mwenyewe lakini alilokusudia limefika."

"Basi sema ulichokusudia naona unanizungusha tu. Ujumbe gani huo ulioletwa?" Bibi Khadija alihimiza.

"Bas! Ndio vilevile hubadiliki mwanamke wewe. Siku zote una haraka tu, yasije yakakufika yaliyomfika chura tu," alidakia Bwana Ahmed.

"He! Yamemkuta yepi tena chura?" aliuliza Bibi Khadija kwa mshangao.

"Sasa wewe unataka habari ya chura au ya Bwana Haroub?" alimaka Bwana Ahmed, maana yeye hakawii.

"Basi nimetubu nimetubu endelea," Bibi Khadija alisema taratibu.

"Enhee sasa huo ujumbe ulioletwa ni kuwa Bwana Haroub anataka tuchanganye nao damu. Maana tuunge nao udugu," Bwana Ahmed alizungumza sauti ya taratibu kama vile anachelea asije akasikia mtu mwengine. Kisha alimtazama mkewe ili aone ameupokeaje ujumbe huo. Bibi Khadija alionekana kushtushwa kidogo na khabari ile.

"Wamemtaka nani?" Hatimaye Bibi Khadija lilimtoka swali.

"Wewe unafikiri nani? Ni huyo huyo Layla.! Ni lipi shauri lako?" Asisubiri hata kujibiwa aliendelea, "Bwana Haroub ni mtu mzuri sana. Mimi ninamjua kwa miaka mingi tokea tulipokuwa wadogo. Yeye alikuwa mkubwa wetu kidogo, alikuwa akitupiga makonzi vizuri. Tulikuwa wote Kenya kabla hawakuhama. Wao waliondoka mapema kabla yetu." Kilimtoka kicheko kidogo akionesha kuwa amekumbuka zama za utoto wake. Baadaye kidogo tu alirejea kwenye hali yake ya mwanzo. Alipojiweka vizuri aligutushwa na mguno wa Bibi Khadija.

"Mmh!"

"Mbona unaguna?" Bwana Ahmed aliuliza.

"Usitake nicheke! Kwani huyo Bwana Haroub ndiye atakayemuoa Layla?" Naona upo kwenye kumsifu tu. Huyo mchumba mwenyewe unamjua?"

"Ndio namjua vizuri sana, si yule Hafidh mwenye duka la dhahabu pale Mkunazini. Hata wewe unaweza kumjua usiyekwisha kwenda kwa masonara kila leo. Ni mtoto mzuri tu," Bwana Ahmed alieleza.

"Sijakusudia kumjua kwa sura wala anafanya nini. Nakusudia tabia yake ikoje? Naona hujaitaja kabisaa. Sura ya mtu na mali zake hazisaidii kitu katika maisha ya ndoa ikiwa tabia yake mbaya! Hata mtu akiwa hapendezi, masikini vyote hivi huvioni ikiwa kama ndani ya nyumba kuna furaha, upendo na amani," Bibi Khadija alieleza hisia zake.

"Yote hayo nayajua Khadija," alisisitiza Bwana Ahmed.

"Ndio najua kama unajua lakini wajibu kukumbushana, maana ni suala la maisha ya mtoto wetu," Bibi Khadija alijitetea.

"Hafidh ni kijana mzuri, mstaarabu anajua kukaa na watu vizuri ana heshima kwa wakubwa na wadogo, ni kijana anayejituma, tena ni mkarimu sana. Kwa fikra yangu mimi naona Hafidh anafaa kuwa mkwe wetu. Je, ni lipi shauri lako? Nimekwita kusudi ili unisaidie mawazo," Bwana Ahmed alieleza.

"Naona huyo kijana umemsifu wee tosha yako. Umempandisha mpaka wingu la saba, vipi kuhusu nasaba yake? Najua hawatokuwa wote wema, lakini wengi wapi? Isiwe katika ukoo mzima aliyeongoka yeye tu," Bibi Khadija alionesha wasiwasi wake, huku akiwa amekamata kidevu chake kwa kiganja chake.

"Ha ha ha!" Bwana Ahmed kilimtoka kicheko, "Afadhali sasa mke wangu umepevuka. Unaweza kufikiria mpaka huko, si haba."

"Oh, ina maana siku zote hizo unaniona mtoto mdogo sina akili ama umenifanya zuzu?"

"Si zuzu kwa yakini, lakini zuzu mwerevu. Maana yake hufanyi uzuzu mtupu kuna mengine muhimu unafanya kama hili la leo," aliangua tena kicheko kipya.

"Oh, ama hukuwahi kunitukana kama leo, mie zuzu?" Bibi Khadija aliskitika.

"Aaaa sijakutukana nimekusifu, hapo tena ushukuru. Maana si zuzu moja kwa moja una uerevu kidogo, lakini si saaana! Hahahaa." Bwana Ahmed alicheka mpaka akainua miguu juu, kama mtu anayetaka kupaka hina.

"Basi nayaishe, tuendelee tuliyoyakusudia maana naona ushakuwa unaanza kunitukana," alishauri Bibi Khadija.

"Haya sema tulifikia wapi, maana mimi nakwambia ukweli unasema nakutukana, Lakini siku zote mtu hataki kuambiwa ukweli, maana unauma" Bwana Ahmed alisisitizia kauli yake.

"Oh, hayakwisha bado?" Bibi Khadija alisaili.

"Ndio nini kuniuliza hivyo kama vile unaonewa kumbe vile unaambiwa ukweli, ovyo! Haya sema tulipofikia maana nimeshasahau. Maana mwanamke wewe utanitia wazimu," Bwana Ahmed aliendeleza kejeli zake.

"He! Nitakutia wazimu, lakini bado sijakutia, wewe ushanitia wazimu kichwa tele," Bibi Khadija alidakia akionekana kukereka kwa kiasi fulani.

"Ha ha ha haaa!" Bwana Ahmed alikufa mbavu kwa kucheka na hata Bibi Khadija alishtushwa. "Ina maana sasa umeshakubali una wazimu enh? Ukweli siku zote haufichiki," aliendelea na dharau zake kama kawaida yake. Bibi Khadija ameshaizoea hali hii. Hatimaye, baada ya kutosheka na dharau zake alimtupia swali Bibi Khadija, "Basi bibie niambie ni lipi wazo lako kuhusu huyu kijana? Maana mtoto huyu ni wetu sote, siwezi kutoa shauri peke yangu!" Alianza lugha zake za kilaghai ili kumteka Bibi Khadija amrejeshe kwenye hali yake ya kawaida baada ya dharau zake ili wawe pamoja kwenye mazungumzo yao afanikishe atakayo. Yote haya yalitoka mdomoni tu, yalikuwa ni tofauti kabisa na yaliyomo moyoni mwake. Kwani yeye alishamkubali kabisa na hata Bibi Khadija angelipinga basi isingesaidia kitu. Angetumia kila hila mpaka akubali. Kwa muda wote huo waliokaa pamoja ulimtosha kabisa kuujua udhaifu wa mkewe, na aliutumia vyema kwa maslahi yake. Kwa hakika alikuwa anamchezea roho yake kwa vijiti tu, hana lolote analohitaji kwake ila kumpa taarifa tu kuwa mtoto wao ameposwa, basi! Hakutaka ushauri wala nasaha. Atakalo yeye ndio huwa. Siku zote hujifanya yeye ndiye mkamilifu.

"Wewe shauri lako nini?" Bibi Khadija aliuliza.

"Ningekuwa najua la kufanya ningekwita wewe hapa nikakueleza yote haya? Si ningekata shauri huko huko na wewe ningekuja kukupa taarifa tu!" Bwana Ahmed alizungumza kwa sauti ya juu kuonesha sasa ameshabadilika. Kwake yeye kubadilika ni mara moja, Hakawii hata kidogo, Hata huyo kinyonga ana afadhali. Bibi Khadija alishaizoea hali hii, naye kwa sauti ya upole alimjibu, "Mimi niseme nini wakati hata huyo kijana simjui yeye wala wazazi wake! Sasa vipi nitakata shauri tu? Wewe ndiye mwanamme, ni juu yako kumfatilia nyendo zake. Ukiridhika naye mimi sina neno, bali mwite mtoto umwulize juu ya shauri lake."

"Lakini nyinyi wanawake wazuri wa kufatilia mambo haya," Bwana Ahmed alisema.

"Basi mwambie mtoto mwenyewe. Naye ni mwanamke atajua la kufanya" Bibi Khadija aliendeleza malumbano.

"Aulizwe nani?" Bwana Ahmed alivamia. "Yeye ni mtoto wa kike tena yupo chini ya uangalizi wa wazazi wake, vipi atakuwa na haki ya kumchagua mume amtakaye? Wewe uliulizwa unamtaka nani? Usiniletee uchuro wako hapa! Haulizwi mtu hapa maadamu sisi wazazi wake tupo na tumeshamkubali basi. Yeye juu yake kukubali tu. Ah, mh, eti aulizwe! Aulizwe yeye kama nani?"

"Ahmed unakosea unaposema hivyo mtoto wa kike pia ana haki yake ya...."

"Haki yake? Haki ya nini? Usitake kunitibua sasa!"

"Si hivyo, Ahmed. Mbona unamnyima mtoto uhuru wake? Yeye ndiye atakae kwenda kuishi na huyo mume basi kwa nini umchagulie wewe? Kumbuka mume huyo ndiye atakae kwenda kuishi naye muda wote wa maisha yake yaliyobaki, ukifanya kosa hapa basi umeyaharibu maisha yake yote! Basi kwa nini hutaki kumpa furaha mwanao?"

"Sikiliza Khadija, hebu usilete upuuzi wako hapa! Sasa naona unajitia una mabavu ya ruhani kuwapandia watu vichwani! Umeanza lini kujua kusema wewe? Hata leo ukaja kunisomea risala yako hapa? Alah! Heshima imekwenda likizo? Unajua unazungumza na nani hapa? Au unafikiri unazungumza na Said hata uzungumze utakavyo, ndio?" Bwana Ahmed alizungumza kwa ghadhabu.

"Huko umekwenda mbali, mimi najaribu kukumbusha tu. Ukumbuke kuwa katika masharti ya ndoa, mojawapo ni kupatikane idhini ya mwanamke anayetaka kuolewa," Bibi Khadija alitoa maoni yake, akijaribu kujikaza kumtetea mwanawe.

"Usinifundishe mie. Hilo darasa ulilosoma kalirejee tena. Naona huna ulichokifahamu, mtoto mwanamwari idhini ipo kwa baba yake mpaka nife mimi ndio ataulizwa, alah! Eti unamnyima furaha." Alisema huku ameibana pua yake. "Huna haya wewe, unataka kuniambia wewe muda wote huo uliokaa na mimi hukuwa na furaha eti kwa sababu ulichaguliwa mume? Mbona unataka kuniletea tafrani sasa hivi, enh? Na nyie wanawake ndio maisha yote mnaoharibu watoto, eti apewe uhuru! Wewe unaujua uhuru? Mtoto mwanamke akishafikia umri tu aozeshwe, maana akija kukawizwa atatuletea aibu ndani ya nyumba! Sitaki kulea wajukuu wasiokuwa na baba. Na kabla siku hiyo haikufika tumpeleke kwa mumewe. Maana hawakawii kuvunda hawa, si wa kuaminiwa kabisaa! Na atakaa hapa kwetu mpaka lini? Ameshakuja kijana mzuri, sasa wewe unaanza kuniletea nuksi, Unafkiri kila mtu anaipata bahati aliyoipata yeye? Alah!" Bwana Ahmed sasa ameghadhibika kwelikweli. Alizungumza kwa ghadhabu mpaka kikamtoka kikohozi. Bibi Khadija alimsogezea glasi ya maji, lakini Bwana Ahmed na jeuri zake aliipiga mkono ikaanguka chini huku akaendelea na kikohozi chake. Hata alipokwisha alimtazama Bibi Khadija kwa macho makali pale aliposimama karibu yake. Amezubaa mdomo wazi na macho yamemtoka anaitazama gilasi ilipoangushwa.

"Unakistaajabia kitu gani hapo kilichokuwa kipya kwako? Kachukue tambara uje ufute hapo. Hizo ndizo kazi zenu wanawake usiniletee kidomodomo hapa, Timka upesi! Mwanamke mbaya huyu anataka kunitoa roho eti halafu ananipa maji! Yahifadhi uzuri hayo maji ili uje kuikosha maiti yangu hapo utakaponimaliza kabisa, loh!" Bw Ahmed aliipaza sauti yake ili imfikie Bibi Khadija, ambaye kwa wakati huo alishaondoka taratibu bila kusema neno lolote kuelekea jikoni.

"Yatakwisha lini haya yaa RaBibi Mwanamme huyu asiyestarabika, yaa Rabi muhifadhi Layla asije kupata mume kama huyu. Na sijui ndio wa aina moja? Naona kamng'ang'ania, ah inshallah Mungu atuhifadhi," Bibi Khadija alijisemea moyoni. Baada ya muda alirejea na tambara lake mkononi, akawa anafuta maji yaliyomwagika pale chini. Aliinua macho juu kumtazama Bwana Ahmed akamuona kapoa kidogo. Akajaribu kuzungumza kwa sauti ya taratibu huku akiendelea kupangusa maji, "Ahmed mbona unajikera kwa kitu kidogo tu. Mimi sijakusudia hivyo, unajua wakati wetu tofauti na wakati huu wa sasa hivi…."Bibi Khadija alisema huku akifuta maji.

"Bas, baas, nasema tena basi! Sitaki kusikia neno jengine likitoka kwenye domo lako!" Bwana Ahmed aliinuka kwa ghadhabu akielekea chumbani kwake. Bibi Khadija aliganda pale alipokuwepo, kanyweaaa kama kamwagiwa maji ya baridi. Macho yalimtoka ungesema kakwamwa na mwiba wa samaki kooni. Mboni kazielekeza kwa Bwana Ahmed zikimfuata kila hatua aliyopiga mpaka alipompotea kwenye upeo wa macho yake.

"Mmh, makubwa haya! Mwanamme huyu sijui lini atakuwa kama watu. Ah, haya! Ndiyo majaaliwa yetu wanawake. Hatuna uhuru wa chochote sie, tupo tu, tunaburuzwa tukiburuzwa tena, Kwani wanawake hawana haki ya kusikilizwa maoni yao? Hatuna haki ya kufikiri na kutoa mapendekezo yetu? Hatuna haki ya kuota na kufikiria maslahi yetu na familia zetu? Kwani mwanamke ni nani? Kiumbe tofauti na wao? Si katika wao sisi? Si binaadamu sisi? Basi kwa nini hatuna haki ya kuzungumza na tukasikilizwa? Kwani Layla si mwanangu mimi? Sina haki juu yake? Imekuwa kazi yangu kumbeba tumboni tu na kumnyonyesha? Mbona wakati wa utoto wake majukumu yote ya ulezi yalikuwa yangu? Mbona nilikuwa ninakesha naye peke yangu? Leo amekuwa mkubwa nimekuwa sina haki nae tena? Basi hata hili kubwa kwenye maisha yake nashindwa kutoa maoni yangu? Basi mimi nina hadhi gani ndani ya nyumba hii? Kweli mimi ni mke tena ni mama? Nafasi yangu ipo wapi? Ah haya! Yana mwisho! Na tunaomba uwe mwisho mwema," Bibi Khadija alijisemea peke yake pale ukumbini. Hii ndiyo ilikuwa kawaida yake kunung'unika peke yake angalau lipungue joto la roho. Amshtakie nani? Ikiwa huyo wa kumpelekea malalamiko yake ndiye anayemsugua roho!

Kama walivyo wanawake wengi wanaozilinda ndoa zao, naye pia Bibi Khadija pamoja na kuwa amekasirishwa na visa na maneno kutoka kwa mumewe na kunyimwa haki ya kueleza hisia zake wala kusikilizwa ushauri wake kama ni mzazi. Lakini kama ni mke roho yake haikuwa na amani kumwona mume wake kaghadhibika kiasi kile tena kwa sababu yake yeye. Aliona bora akubali kosa hata kama kosa lenyewe halipo. Aliona bora aombe radhi ili yaishe, ilimradi tu mumewe awe na furaha, furaha ya mumewe ndio furaha yake yeye na furaha ya nyumba. Alikuwa yupo tayari kufanya kila kitu ili furaha idumu kwa mumewe.

Bwana Ahmed aliondoka vile kusudi alijua wazi kuwa Bibi Khadija hatokuwa na mdomo tena, atakubaliana naye tu. Huu ndio ukweli kuhusu Bwana Ahmed. Mapenzi makubwa ya Bibi Khadija kwake na heshima aliyokuwa nayo juu yake ndiyo aliyoitumia kama silaha yake kupata yale atakayo. Masikini roho yake mwanamme huyu, hakujua kuwa mke huyu ni neema kubwa aliyopewa na muumba wake lakini alishindwa kuitumia neema ile. Kwa dunia ya sasa utampata wapi mwanammke kama huyu ambaye yupo tayari kuiharibu furaha yake yote ili aitengeneze furaha ya mtu mwengine? Mume, tena mume jeuri.

Bibi Khadija alimfata Bwana Ahmed chumbani, Bwana Ahmed alirudi na wakaendelea na mazungumzo na Khadija kuomba radhi.

Bibi Khadija alipoomba radhi na kuahidi kuwa atakuwa upande wake wa kulia katika jambo hilo, Bwana Ahmed alijiona anapaa kwa furaha. Sasa ameona kazi imeshakwisha kwani alijua kuwa akishakubali Bibi Khadija, kwa Layla hakuna kazi tena.

"Basi wewe nenda kazungumze na Layla mimi nawasubiri hao jamaa niwape jawabu lao," Bwana Ahmed alizungumza huku uso wake umechanua tabasamu kama waridi lichanuavyo asubuhi, akijiachia na kuegemea kochi huku mikono yake kaiweka juu ya mikono ya kochi. Furaha imemtawala utasema siye yeye yule aliyekuwa ananguruma kama simba aliyejeruhiwa. Alijiona kama shujaa aliyepata ushindi katika vita vinene.

Bibi Khadija alifuata maagizo aliyopewa na mumewe. Alimwita Layla faragha. Layla naye aliitikia wito, lakini alikuwa na hofu kubwa kwani haikuwa kawaida kuitwa peke yake faragha. Siku zote huwa wanaitwa wote wawili pamoja. Alijiuliza leo kimezidi nini? "Naam mama," aliitika Laila.

"Unafanya nini sasa?" Bibi Khadija alimuuliza.

"Natayarisha meza ya kulia," alijibu taratibu.

"Zahra anafanya nini?" Bibi Khadija aliendelea kuuliza.

"Yupo jikoni anapakua chakula," Layla aliarifu.

"Nenda kamwambie amalize kila kitu, halafu wewe njoo hapa nina mazungumzo na wewe." Bibi Khadija aliamuru. Layla aliondoka taratibu kwenda kutekeleza aliyoamrishwa. Baada ya muda kidogo Layla alirudi chumbani kwake, ambapo ndimo alipomuacha mama yake. Alipofika alisimama tu kama anaswalia maiti huku uso kauinamisha chini. Mama yake alimtazama kitambo, roho ilimuuma. Alimuona mwanawe bado mdogo, tokea lini mtoto kwa mama akakua? Siku zote huwa ni mtoto tu! Akagonga godoro kwa kiganja chake kidogo kidogo pale juu ya kitanda alipokuwa amekaa kumuashiria Layla aje kukaa pale karibu yake. Layla naye alijivuta taratibu akakaa pale alipoamriwa. Hofu ilimjaa moyoni.

"Layla mwanangu," Bibi Khadija alianzisha mazungumzo yake. Layla alipoinua uso kumtazama mama yake alikutana na macho ya huruma na upendo yanamuangalia.

"Miaka inakwenda mbio mbio utasema inafukuzwa. Juzi tu hapa nyumba yetu ilijawa na furaha ikaenea kila pembe ya nyumba, amani ikatanda kwenye mioyo yetu, baada ya kuzaliwa mtoto mzuri wa kike mwenye afya tele, tukamwita LAYLA kwa upendo. Jina zuri kama alivyo mwenyewe! Lakini sasa si mtoto tena ameshakuwa mwanamke," Bibi Khadija alinyamaza kidogo, akaendelea. "Na sisi tulikuwa hivyo hivyo, tumezaliwa, tukalelewa, tukawa wakubwa, tukaolewa kisha tena tukawa mama, mmh!" Aliguna kidogo, kisha, "Huo ndio mwisho wetu wanawake, ndio majaaliwa yetu." Alinyamaza tena kama anafikiria kitu. Muda wote huo Layla alinyamaza kimya kainamisha kichwa chini huku akifinya vidole vyake. Moyo ulimwenda mbio mpaka sasa hakujua nini maudhui. Mara Bibi Khadija alizuka, "Layla mwanangu, sisi wazazi wako tumekuzaa tukakulea kwa mapenzi makuu. Tukafanya kila tuwezalo kuhakikisha unakulia katika mazingira mazuri, lakini leo hii mwanangu umeshakuwa mkubwa wa kuwa na familia yako. Hii ni kawaida kwa kila mwanamke anapofikia umri." Layla sasa alianza kutetemeka kama aliyekuwa na degedege maana sasa ameshapata maana nzima ya kikao kile, lakini alinyamaza kimya asitie lake. Bibi Khadija aliendelea, "Sisi wazazi wako tunakupenda sana na siku zote tunataka tuwe pamoja nawe lakini haitowezekana kwa kuwa wewe ni mtoto wa kike. Na watoto wa kike siku zote kwa wazazi wake huwa ni wapita njia tu baadaye wenyewe wanakuja kumchukua." Bibi Khadija alisita kidogo akainamisha kichwa chake chini. Ilichukua sekunde kadhaa kisha alirudi tena, "Layla mwanangu," aliita Bibi Khadija.

"Naam," Layla aliitika kwa sauti ya kukwamakwama maana muda wote huo alikwa kimya, alijikohoza kidogo kuiweka sawa sauti yake.

"Jana ulikuja ujumbe kutoka kwa familia ya Bwana Haroub," Bi Khadiija alieleza kisha akanyamaza kidogo huku akimtazama Layla usoni. Alimwona alivyojiinamia akamwonea huruma lakini afanye nini na umri umeshafika tayari? "Ujumbe huo ni posa yako kwa Hafidh, mtoto wa tatu wa Bwana Haroub, unamjua?" alimalizia kwa swali. Layla alitingisha kichwa kuashiria kuwa hamjui. Bibi Khadija alishusha pumzi ndefu na kisha akamwuliza, "Sasa ni lipi shauri lako?" Layla alijibu taratibu "Chochote watakachoamua wazazi wangu ni sawa kwangu, kichungu ama kitamu."

"Layla!" Bibi Khadija aliita kwa sauti kavu yenye mshangao ndani yake, "Haya ni maisha yako mwanangu vipi utaacha uamuliwe na watu wengine?

"Watu wengine?" Nani watu wengine? Layla aliuliza kwa mshangao. "Wazazi wangu walionizaa wakanilea kwa mapenzi makubwa, wakanionesha haki na batil, wakanionesha njia nilipopotea eti leo wanakuwa watu wengine? Nina imani wazazi wangu hawatonitafutia baya wakanipa. Ingekuwa wanataka kufanya hivyo wangefanya hapo mwanzo nilipokuwa wa kugeuzwa huku na huko, sijui kujieleza hata ninapokuwa na haja ya kitu ishara yangu ilikuwa ni kilio tu. Kama ubaya wangeliuanza hapa, lakini juu ya kuwa hawakuifahamu lugha yangu walijitahidi mwisho wa uwezo wao kuitambua ni ipi shida yangu na kunipa kile ninachokihitaji. Basi iweje leo wanitafutie ubaya, au washindwe kulitambua lipi ninalohitaji?" Layla alizungumza mfululizo kwa sauti yake ileile ya upole. Bibi Khadija chozi lilimtoka, alimtazama kitambo. Hatimaye likamtoka neno, "Kwa kweli mwanangu umekuwa, Alhamdulilahi!" Alimkumbatia mwanawe huku machozi yakimtiririka.

Bibi Khadija hakuweza kumlazimisha mwanawe posa ile kama alivyoamriwa na mumewe kufanya hivyo. Katu haikuwa rahisi kufanya kitu hicho, alitaka shauri la Layla, lakini juu ya yote hayo alilitegemea jawabu lile. Layla hakujua kukataa chochote ambacho ataambiwa na wazazi wake tokea alipokuwa mtoto mpaka hapo alipofikia. Hata hili ambalo ni maamuzi makubwa katika maisha yake, aliliwacha kwa wazazi wake wamwamulie. Hata Bwana Ahmed alikazania maneno yake maana alishamsoma Layla. Alijua kuwa Layla atamtwaibisha na kumlainisha mama yake.

# 5

Baada ya kuzungumza na Bibi Khadija, Bwana Ahmed alimwita Said. Aliona kuwa kazi yake kwa Bibi Khadija imekwisha. Hakuona kitu kinachomzuia kupanga mipango ya harusi. Akampa khabari ile Said, lakini Said alistaajabu baada ya kupata khabari ile. Yeye alimjua sana huyo kijana ambaye hakuwa na sifa yoyote ya kuwa mfanyakazi wa Layla sikwambii awe mumewe. Kilichomstaajabisha zaidi ni kuwa baba yake amekwisha ikubali posa hii na kwa bahati mbaya hakuweza kumwambia chochote, maana Bwana huyu alikuwa haambiliki kitu.

Lakini Saidi alishindwa kuvumilia kunyamaza kimya na kuona harusi hii inasimama. Hakuona upungufu wowote kwa ndugu yake hata leo astahiki kupata mume kama huyu. Lakini vipi ataweza kumkabili baba yake ili amweleze aliyonayo moyoni? Hakuiona njia rahisi ya kufika huko, maana tokea hapo mwanzo hawakupewa njia hiyo, leo hii aitoe wapi? Roho ilimuuma sana Said. Kama ni kaka mkubwa wa familia hii alitakiwa kuilinda furaha ya ndugu zake. Siku zote alilidharau hili akawaachia jukumu hili wazazi wake kana kwamba yeye halimhusu, lakini leo hakuweza kuvumilia kumwona ndugu yake anataka kuingizwa kwenye shimo la moto ambapo hakustahiki kufanyiwa hivyo.

Said hakuwa na amani hata kidogo katika nafsi yake. Akili ilimzunguka vipi ataweza kumkwamua ndugu yake kwenye balaa linalotaka kumfika? Mwisho akaona hakuna njia nyengine ila kumkabili mama yake na kumweleza ukweli kuhusu Hafidh. Mwanzo alifikiria kumwambia moja kwa moja Layla lakini aliona itakuwa kazi bure, asingelimfahamu hata kidogo maana alikuwa na imani kubwa na wazazi wake. Said alikata shauri ya kuumwaga ukweli wote na alikuwa yuko tayari kwa kupokea lolote. Muhimu kwake yeye sasa ni usalama wa ndugu yake tu. Alivizia mama yake yuko peke yake na baba yake yuko nje.

"Mama nina mazungumzo na wewe," Said alimwambia mama yake.

"Enhe niambie," Bibi Khadija aliitikia.

"Sio hapa mama."

"Kumbe wapi?"

"Twende chumbani kwangu."

"He! Basi baadaye mimi nina kazi sasa hivi!"

"Mama ni muhimu sana, tena nataka tumalize kabla baba hajarudi."

"He! inshallah kheri, siri gani tena hiyo?"

"Twende basi ndio utapata kuijua."

"Haya tangulia ninakuja."

"Lakini usikawie."

"Sikawii, namaliza kukunja hizi nguo tu."

"Duuuh aaa, utamaliza baadaye njoo huku kwanza, baba atarudi sasa hivi. Utakuwa hupatikani tena. Kutwa upo chini ya miguu yake, mwisho utakanyagwa nakwambia!"

"Ushaanza maneno yako ya kijinga, haya twende."

"Sio maneno ya kijinga nakwambia kweli, akishakuja mumeo tu basi huonekani tena! Unageuka shuka yake."

"Usinichekeshe wewe mtoto. Ushasema mume wangu halafu unategemea nini?"

"Sasa na sisi watoto wako je?"

"He! Mwanzo mume eti, halafu ndio watoto."

"Oh, ndio unanipa kavu kavu, usiizimue hata kidogo?"

"Nikiizimua nitaitoa ladha eti! Subiri nawe uoe utayajua yote haya. Enhe na wewe utaniletea lini mkwe wangu?"

"Ah....mnh... karibuni tu Mungu akipenda"

"Kweli?"

"Una shaka?"

"Hata, lakini naona muda unakwenda sana."

"Usiwe na wasiwasi, nikiwa tayari wewe ndiye utakuwa mtu wa mwanzo kujua, sio yule mzee."

"We kuwa na heshima, baba yako yule!"

"Ya laiti ingekuwa mtu anachagua wazazi, nisingelimchagua kuwa baba yangu abadan."

"Na mimi nisingekuwa mama yako, maana mimi ndiye mke wa huyo adui yako!"

"Ewe! Bora ninyamaze, sijui kakufanya nini mzee huyu, upo tayari kuiacha dunia nzima kwa ajili yake, angalau na yeye angelikuwa hivyo kwako, Mungu atuhidi."

"Ninachohitaji mimi ni radhi za Mungu wangu."

"Hivyo sawa, lakini ninachohofia mimi usije ukapata maradhi baada ya hizo radhi. Kweli hukustahiki kupata mume kama huyu."

"Ama mtoto wewe sasa huna adabu kweli kweli! Vipi unathubutu kuniingilia ndani ya maisha ya ndoa yangu. Niliwahi kulalamika kitu kwako hata uone nina dhiki ndani ya ndoa yangu?"

"Hahaha usinifanye nikacheka. Kwani mambo ya humu ndani yanataka uhadithiwe? Sisi sasa ni watu wazima tunafahamu. Hakika huna raha humu ndani."

"Wewe mtoto sasa unavuka mipaka yako. Nani aliyekwambia kuwa sina raha humu ndani? Nimeridhika na maisha yangu na nampenda sana mume wangu."

"Basi nayaishe, nimetubu."

"Na baada ya leo sitaki kusikia upuuzi wako!" Bibi Khadija alikuwa anajibizana na mwanawe huku wakitembea tokea walipotoka kwenye chumba cha pasi mpaka kufikia chumbani kwa Said. Mabishano yao yalianza na maskhara, baadaye yalionekana kumchafua Bibi Khadija baada ya Said kumzungumzia vibaya mumewe. Bibi Khadija hakupenda kusikia chochote kibaya kinazungumzwa kuhusu mumewe, hata iwe kwa maskhara, na hata kama kinachozungumzwa ni kweli. Said hakupenda kabisa maisha anayoishi mama yake, maana alikuwa kama tambara bovu kwa baba yake. Humwambia apendavyo bila kujali kuwa anamtukana au anamdhalilisha, wakiwa wapo peke yao au mbele ya watoto. Mema yote ya mama yake yalikuwa ni upuuzi tu mbele ya Bwana huyu. Siyo Saidi tu, watoto wote wa Bibi Khadija hawakupendezewa na hali ile lakini wafanye nini?

Bibi Khadija amekasirika na alikuwa anatoka zake chumbani, "Mama mbona unatoka, hata hatukuzungumza?"

"Tuzungumze nini? Si umeshazungumza uliyotaka kuzungumza!" Bibi Khadija alijibu kwa ghadhabu.

"Samahani mama sijakusudia kukukera, kweli nataka kuzungumza na wewe mambo muhimu."

"Mambo gani?"

"Yanamhusu Layla."

Bibi Khadija aliposikia Layla alirudi ndani mbio. "Enhe Layla kakutwa na nini? Kwanza yuko wapi?" Anataka kutoka tena nje kumtazama Layla.

"Sasa unakwenda wapi? Rudi huku tuzungumze basi!" Bibi Khadija akakaa kitako juu ya kitanda moyo ukimwenda mbio pumzi juju.

"Enhe niambie Layla kakutwa na nini? Sema basi mbona upo kimya?"

"Hukunipa nafasi ya kuzungumza eti!"

"Haya zungumza basi usinichezee roho yangu," Bibi Khadija ameshakuwa na haraka iliyochanganyika na hofu.

"Layla hakufikwa na kitu...."

"Ila?" Bibi Khadija alirukia, akionekana mwenye shauku kubwa.

"Basi nipe nafasi nizungumze, nitakueleza kila kitu."

"Haya zungumza upesi upesi basi," Bibi Khadija aliharakiza, akionekana kukosa raha.

"Baba amenita na kunieleza kuwa Layla ameposwa. Hii ilikuwa iwe ni furaha kubwa kwetu sote. Na mimi kama ni kaka yake niwe mstari wa mbele katika kuishughulikia harusi yake mpaka isimame na hatimaye tumpeleke kwake."

"Bado sijafahamu umekusudia nini au wewe unaona kuna tatizo wapi?" Bibi Khadija alirukia tena.

"Bado sijamaliza, nisikilize vizuri. Jambo hili ni jambo la kheri kweli sikatai, na mimi nitafurahi kuona dada yangu anaolewa! Lakini na nani? Basi ndio aolewe tu kwa kuwa yeye ni mwanamke aliyeshafikia umri wa kuolewa?"

"Ina maana unakusudia kusema hujawafiki Layla kuolewa?" Bibi Khadija aliuliza.

"Sikusudii hivyo, ila ninachokusudia kuwa sijaafiki ni Layla kuolewa na Hafidh. Ingekuwa mwanaume mwengine wa maana mimi nisingekuwa na pingamizi lolote juu ya hili."

42

"Unamaanisha kuwa Hafidh siyo mwanaume wa maana?"

"Naam, ndio hivyo hivyo, hata hastahiki kuwa mume wa mtu. Leo hii tumtoe Layla tukampe yeye? Ni sawa na kumwingiza Layla katika kaburi wakati yu hai."

"Hebu subiri, lakini mbona baba yako kasema ni kijana mzuri tu."

"Mzuri wapi?"

"Na ubaya wake uko wapi?"

"Ubaya wake? Niulize uzuri wake uko wapi maana ana ubaya mtupu."

"Oh, ama mtoto wewe leo umekusudia shari. Ina maana unataka kuniambia baba yako akamtafute jihuni huko nje aje ampe mwanawe? Kwa kitu gani?"

"Mimi hilo sijui kama baba anamjua kweli huyo kijana ama anasainisha buku kwa kulitazama jalada! lake. Lakini mimi ninakuapia kuwa Hafidh ninamjua vizuri sana. Sisi vijana wa kiume tunajuana kama nyinyi wanawake mnavyojuana. Hakuna asiyemjua nani Hafidh, ni kijana muhuni ajabu. Mlevi, mtu wa madisco tena anapenda wanawake haram, hayo ndio maradhi yake makubwa! Haya niambie mwenyewe, kijana huyu anastahiki kuwa mume wa Layla?"

"Wewe mtoto haya unayoyasema ni ya kweli au?"

"Sasa mimi nizue yote haya ili iweje? Nina ugomvi na Layla? Hata ingekuwa hivyo basi singethubutu kufanya hivyo, Layla ndugu yangu mimi sitomtakia shari abadan."

"Sasa ina maana baba yako ndio mbaya anamtakia Layla mabaya? Kumbuka kama wewe ni kaka yake hutaki Layla limfike baya, basi baba yake ndio kabisa!"

"Ewe! Naona hatufahamiani. Huyo mumeo umemfanya walii kila afanyalo yeye ndio sawa, sisi wengine wapuuzi tu!"

"Sasa mnanichanganya, baba yako anasema hivi na wewe unasema hivi. Sasa mimi nikamate wapi, mmenigeuza mpira wa kona? Ah!"

"Sikiliza nikwambie, Layla ni mwanao pia, sio mtoto wa mzee Ahmed tu, nawe una haki ya kutoa uamuzi wako. Nakwambia Layla atakapopata shida wewe ndiye wa mwanzo utakayeathirika. Mimi nimeshafikisha ujumbe wangu, niliyotaka kusema nimeshayamaliza, sasa ni juu yako kuyafanyia kazi uone yapi ni ya kweli, yangu ama ya huyo mumeo kisha utajua lipi la kuamua. Lakini kumbuka tu kuwa mzee wangu anawaona watoto wa kike ni mzigo tu kwake. Si hasha sasa mzigo anauona mzito akataka kuutua asijali anautua wapi! Labda nikusaidie kidogo kwa kazi utakayoifanya. Hafidh anakaa mkunazini karibu na kanisa la mkunazini, lakini wewe hata usifike huko, wewe nenda mpaka darajani tu. Hapo mwulizie, hakuna mtu asiyemjua, Tena utastaajabiwa kumuulizia yeye na kama utapata nyumba yenye mwanamwari basi unaweza ukatukanwa wewe na ukoo wako. Lakini muhimu kuutambua ukweli! Sasa kazi kwako, mimi nimemaliza, au nione mdogo," Said alijitayarisha kuondoka, maana aliona hawafahamiani na mama yake.

Bibi Khadija alinyamaza kimya asiwe na la kujibu. Kwake yeye ilikuwa ni kazi nzito, hakujua akamate ya nani. Alimwamini sana mumewe hakuweza kumtilia shaka kwa yale afanyayo, na hakuweza kukataa moja kwa moja aliyoambiwa na Said maana hakuwahi kumdanganya. Alijua kuwa vijana wanajuana vizuri. Na ivumayo si ngoma tu, hata ubaya huvuma. Sasa afanye kama alivyoelekezwa na Said? Aliona hivyo sivyo, ni sawa na kumtilia shaka mumewe na jambo hilo halijawahi kumpitia hata kwenye ndoto zake mbaya. Lakini kwa upande mwengine alimfikiria Layla. Ikiwa ni kweli yale asemayo Said, je? Akili ilimzunguka! Mwisho aliona bora autafute ukweli tu, ndio suluhisho la yote hayo.

Ingawa Bibi Khadija aliamua kufatilia mwenyewe, maana la kuambiwa lina mtihani, lilizuka tatizo jengine. Vipi ataweza kufika Darajani kwenda kuupata ukweli? Aage vipi kwa mumewe mpaka amfahamu bila ya kuutambua ukweli? Kwani hakuthubutu kumwambia mumewe chochote kile alichoambiwa na Said. Alitaka mwanzo aujue ukweli upo wapi na kumwambia mumewe ni hatua ya mwisho, maana yeye asingekuwa tayari kupokea habari kibubusa tu, angetaka ushahidi kamili. Kila wazo lililomjia aliliona silo. Mtu aliyekuwa hakuzoea kudanganya humuwia vigumu siku anapotaka kufanya hivyo. Masikini Bibi Khadija hakujua afanye nini. Baada ya kutafakari sana lilimjia wazo, akaliona hilo ndio wazo mwafaka. Siku hiyo aliona mumewe anachelewa kurudi, kama si hivyo basi saa zimeganda. Alitaka kuuzua huo uongo wake ili apate kutoka maana nafsi yake haikuwa na amani tena kwa vile alikuwa na kiu ya kuutambua ukweli wa kumwelewa Hafidh.

Hatimaye muda ukafika wa Bwana Ahmed kurejea nyumbani. Naye Bibi Khadija akaanza maigizo yake, mwili kauregeza macho kayarembua. Ama mwanamke akitaka lake hashindwi na neno! Hata akamshitua Bwana Ahmed. Mwili wote aliuwachia, na sehemu za maungo akayasabilia macho ya Bwana Ahmed.

"Vipi mwenzangu mbona hivyo tena?" Bwana Ahmed aliuliza kwa mshangao.

"Ah, najisikia vibaya kweli," Bibi Khadija alimjibu kwa sauti ya unyonge.

"Imeanza wakati gani hali hiyo?" Bwana Ahmed alisaili, "Mbona asubuhi ulikuwa mzima?" Bwana Ahmed alionesha wasiwasi wake. Ilikuwa si rahisi kumdanganya bwana huyu, atakudodosa mpaka utakwama tu! Lakini Bibi Khadija alilitambua hili mapema akaweza kujiitayarisha vizuri kupambana na maswali yake bila kukwama.

"Baada ya kutoka wewe tu nikaanza kubadilika, ah ndiyo binaadamu, tunatumika! Hujui wakati gani utabadilika," Bibi Khadija alizidi kuishusha sauti yake chini kuonyesha udhaifu alionao. Bwana Ahmed alimtazama kwa macho makali na Bibi Khadija kuona hivyo ndio akazidi kujiachia. Bwana Ahmed kuona vile aliona kweli mkewe anaumwa. Masikini roho yake na ujanja wote alionao alishindwa kutambua hila za mwanamke.

"Basi jitayarishe twende hospitali," Bwana Ahmed aliamuru.

"Aa usijisumbue mimi nitakwenda tu mwenyewe hamna neno," Bibi Khadija alimrukia tu baada ya kuona njama yake inataka kufeli.

"We mwanamke una wazimu? Unataka kutoka peke yako na hali hiyo, ukija kuporomoka huko nje je?" Bibi Khadija akaona sasa mambo yanataka kuharibika, lakini naye hakukubali kushindwa, alijititimua.

"Aa nakusudia usijihangaishe, wacha mimi nitafatana na Said."

"Mimi sijihangaishi kwa sababu natoka sasa hivi nataka kwenda kwa Bwana Salum, ndio hapo hapo HANKIL."

"Basi wewe nenda huko kwa Bwana Salum na mimi nitakwenda hospital na Said," Bibi Khadija aling'ang'ania, akijaribu kutumia uwezo na maarifa yake yote ili asifeli.

"Ewe mwanamke mkaidi wewe! Mpaka unaumwa ukaidi unao, ukiambiwa kitu lazima utie lako! Hebu kajitayarishe usinicheleweshe mie," Bwana Ahmed aliamuru, Bibi Khadija kakaa kazubaa. "Au una lako wewe, maana wanawake nyie muna vitimbi mpaka huyo ibilisi anakupigieni saluti." Bibi Khadija kusikia hivyo aliruka akaona sasa atakamatwa.

"Astaghfirullah! Sasa unataka kuchuma dhambi za bure. Unifikirie na jambo ambalo nimeapa sitolifanya nikaikosa pepo," Bibi Khadija aliruka kimanga.

"Basi mbona hutaki nikupeleke mimi mumeo?"

"Sikiliza, tuwafundishe na watoto kutuhudumia eti! Leo una nguvu zako lakini kesho na mtondogoo nguvu huna tena, watoto watakuwa wameshazoea kutuhudumia. Wacha niende na Said."

"Na kweli, maneno yako juu ya mstari bora uende na Said, niko radhi wajifunze kuhudumia wazazi wao."

Bibi Khadija alijiona mshindi, alijishangiria kimoyomoyo.

# 6

Bibi Khadija alikwenda kumpanga Said, lakini haikuwa rahisi kwake. Nafsi yake bado ilimsuta, alihisi anamsaliti mumewe. Lakini kwa upande mwengine alijiona yupo sawa kwa kuwa alitaka kuyanusuru maisha ya mwanawe. Wakaipanga safari ya Darajani, Bibi Khadija maigizo yake hayakwishia hapo. Aliendelea nayo mpaka alipofika nje ili Bwana Ahmed asije kumtilia shaka. Maana mambo yote yangeharibika.

Baada ya swala ya laasiri tu, Bibi Khadija na Said waliongozana kuelekea Darajani. Walikwenda kimyakimya huku Bibi Khadija akiwa anatembea tu lakini akili yake haipo kabisa. Anakumbuka alivyomdanganya mumewe, alijiona msaliti mkubwa na nguvu kumuishia na akajiona hafai kuwa mke mwema. Lakini inapomjia usoni picha ya maisha ya Layla, hupata nguvu mpya na kujiona kuwa anatimiza wajibu wake wa kuwa mama bora.

Kutoka Malindi mpaka Darajani si mwendo mrefu. Hatimae walifika walipopakusudia. Bibi Khadija mapigo ya moyo yaliongezeka, pumzi aliziona nzito, nywele za utosini zilimsimama na woga ulimvaa. Said aliyaona yote haya, alijaribu kumpa moyo mama yake ili aweze kuikabili ile hali maana atakayo kwenda kuyasikia huko yanataka moyo madhubuti, ili kumzuia asibadili rai yake akataka kurudi nyumbani bila ya kufanya lile waliokusudia. Said alimwonesha wazi mama yake kuwa yupo pamoja naye bega kwa bega.

Kama ilivyokuwa kawaida ya mtaa huu wa Darajani, wakati wote ni wenye pirika. Watu walikwenda huko na wengine wakirudi huku, wafanyabiashara walitandaza biashara zao za kila namna. Zogo ndio lililotanda kwa wakati huo. Kelele za binaadamu mbali na za magari. Almuradi hapafahamiki, kelele moto mmoja. Lakini zogo lote hilo lilishindwa kupenya kwenye ngome za Bibi Khadija, akili yake ilikuwa haipo kabisa alitembea kwa mazoea tu. Hata ikapelekea kupigwa vikumbo na wenye haraka zao mara mbili tatu lakini hata hakuonekana kujali. Wakati huo wa laasiri watu huwa wameshaanza kupungua, tofauti na adhuhuri, lakini bado zogo lilishamiri mahala hapo, Hata hivyo halikumshughulisha Bibi Khadija kwa wakati huo kwani hakuwa na hata habari nalo.

"Ngo! ngo! ngo!," Said aliugonga mlango wa mbao uliokuwa mbele ya nyumba moja ndogo iliyokuwepo hapo Darajani. Baada ya muda kidogo alitokea mwanamke mmoja mtu mzima kiasi miaka sitini, aliyejitanda kanga juu na chini. Alikuwa ni mwanamke wa kiZanzibari mrefu, mwembamba, mwenye rangi ya maji ya kunde. Alisimama mlangoni kumtazama ni nani aliyegonga mlango. Mwanzo alistaajabu kuwaona, hakutegemea kupata wageni wale. Lakini kama ilivyo kawaida ya wazanzibari walio wengi, aliliachia tabasamu utasema anawajua tena alikuwa akiwasubiri watokeze. Ukweli wenyewe ndio kwanza alikuwa anaiona sura ya Bibi Khadija, basi angalau ya Said aliwahi kuiona mara mbili tatu, kwa vile shughuli za Said zilikuwa ni hapo hapo Darajani.

"Karibuni," aliwakaribisha vizuri.

"Ahsante, Assalam alaykum."

"Waalaikum salaam."

"Vipi hali yako?"

"Nashukuru vipi nanyi hali zenu?"

"Alhamdulilah."

"Karibuni."

"Ahsante. Nilikuwa naomba nikuulize kitu."

"Niulize tu."

"Nilikuwa namuulizia kijana mmoja anaitwa Hafidh, unamjua?"

"Huyu Hafidh kijogoo?"

Bibi Khadija alishtuka akamtazama Said kwa macho ya udadisi akitaka kujua ndiye huyo ama mwengine. Said alitingisha kichwa kuitikia kuwa ndiye huyo bila ya yule bibi kumuona. Bibi Khadija alishangaa, akamjibu "Ni Hafidh Haroub."

"Ndiye huyo huyo, si yule mwenye sonara Mkunazini?"

"Ndio."

"Sasa wewe ulikuwa unamuulizia wa nini?"

"Aaa…..mmh…..mimi ni mgeni wake nimetokea Mombasa Kenya, sasa simjui wala sijapata kumuona," Bibi Khadija alibabaika kidogo lakini aliupata uongo wa kumdanganya huyu bibi asijue hata kautolea wapi.

Alimgeukia Said, "He! Ina maana hata wewe humjui? Si rahisi hakuna asiyemjua kijana yule hasa ikiwa kwenu kuna wasichana! Hebu kwanza piteni ndani, hapa kijua kinachoma kweli." Aliwakaribisha ndani ya ukumbi mdogo tu wenye seti moja ya viti na kabati dogo lililobeba TV ndogo na majagi ya maua. Chini sakafuni pametandikwa zulia na ukutani palitundikwa saa ndogo pamoja na fremu kadhaa za picha za watu. Bila shaka ni picha za familia ya nyumba hii. Ni ukumbi mdogo tu wala haukuwa na kitu chochote cha thamani ambacho kingemshitua mtu roho yake, lakini ulikuwa unavutia macho ya mtu yoyote ambaye amebahatika kuuona ukumbi huu kutokana na namna vitu vilivyopangiliwa kwa umaridadi, na jinsi ukumbi huo unavyong'ara kwa usafi.

Bibi Khadija alipwesapwesa na kuzungusha macho yake kwenye ukumbi huu. Alistaajabishwa na vitu vya humu ndani vyote aliviona ni duni, alistaajabu kuona kumbe bado kuna watu wanaoishi katika maisha haya! Hakujua kumbe kuna zaidi ya huyu, ambaye bado ana hali nzuri mbele ya wengine. Bi Khadija hakuwa na desturi ya kwenda majumbani mwa watu, hivyo hakujua tofauti ya maisha baina ya watu hao. Lakini aliridhishwa sana na umaridadi wa ukumbi huu na akajisemea mwenyewe moyoni, "Ni kweli kabisa hakuna uhusiano wowote baina ya umasikini na uchafu, ni tabia ya mtu tu."

"Enhe, na wewe ndio unasema humjui Hafidh?" Yule mwanamke alimrushia swali Said. Said alishituka kidogo kwa vile hakulitegemea swali hili na hakujua vya kujibu. Bibi Khadija leo Mungu kampa nguvu, alidakia yeye utasema ndiye aliyeulizwa.

"Anamjua kwa sura tu, hajui chochote kuhusu yeye, na hizi siku mbili tatu hakuonana naye, ndio tukaona tumwulize kwa watu."

"Lakini si mnajua kuwa anaishi Mkunazini? Sasa mbona mmekuja Darajani kumwulizia?" aliwauliza swali la upekuzi na mwisho akaachia tabasamu akiwatazama mmoja baada ya mwengine kwa macho ya udadisi, kama vile anasubiri nani atamjibu. Bibi Khadija na Said walitazamana wasijue wajibu nini. Said aliona nyumba walioingia siyo. "Jawabu lake nalijua, mimi ni mkubwa zaidi yenu. Wewe nakuzaa na wewe ninakujukuu. Jua nimeliona mwanzo kabla yenu, kote huku nimepita na nyie mnarejea tu yale yaliyokwishafanywa, hakuna jipya," yule mwenyeji aliwaeleza baada ya kuwaona wamebabaika, na hapo ndipo alipozidi kuwababaisha. Aliachia tabasamu jengine. "Huyo kijana mnamjua vyema, kweli si kweli?" aliwarushia swali.

"Aaa……. Mmh……eeh" Bibi Khadija alibabaika tu asijue hata ajibu vipi, aliliona swali gumu kweli kweli. Said aliishia kumtazama mama yake tu na alimwona alivyobabaika lakini asiweze hata kumsaidia.

"Ni jambo la kawaida, Usitie hofu, sote ni wazazi, na hakuna Mzazi anayemtakia mtoto wake jambo baya, upo kwenye haki. Kama ni mzazi mwenye wasichana pia ninafahamu vizuri ni jinsi gani mama anavyokuwa kwa watoto wake wa kike. Hivyo usitie hofu umefika sehemu salama. Kama mwanamke mwenzangu, na ni mzazi mwenye watoto wa kike sitakuficha chochote kuhusu Hafidh." Alinyamaza kidogo akamtazama Bibi Khadija kwa sekunde kadhaa kisha macho yake akayaelekeza kwa Said. Aliwaona walivyobutuwaa wasiwe na hata la kusema. Aliachia tabasamu jengine. "Mimi naitwa Mwanawetu," alijitambulisha kwa wageni wake, baada ya kuwaona hawapo hadhir. Bibi Khadija alishtushwa, akazubaa alionekana kama hakufahamu alichoambiwa. Bibi Mwanawetu alirejea tena, "naitwa Mwanawetu"

"Mimi naitwa Khadija na huyu ni mwanangu, Said." Bibi Khadija hakuona tena sababu ya kudanganya.

Baada ya utambulisho huo mfupi, Bibi Mwanawakwetu aliinuka na kuwaomba radhi wageni wake ili wampe ruhusa kidogo. Baada ya muda kidogo alirudi na *tray* ndogo iliyobeba chupa ya kahawa na vikombe vitatu vilivyofudikizwa, pamoja na sahani ndogo iliyofunikwa na kitambaa kidogo cha rangi ya manjano. Kilikuwepo na kibakuli kidogo chenye maji ndani yake. Na kwenye mkono wa pili alibeba kistuli kidogo. Akakiweka kistuli hicho karibu na alipokaa Bibi Khadija na Said. Kisha akaiweka ile *tray* juu ya ile stuli na akavipindua vile vikombe vitatu vilivyokuwepo juu ya ile *tray*. Akainua ile chupa na akaimimina kahawa kwenye vikombe vyote vitatu. Halafu alikifungua kile kitambaa juu ya sahani na sasa kilionekana kilichohifadhiwa, ilikuwa ni visheti. Baadaye aliwakaribisha wageni wake. "Karibuni."

"Ahsante," waliitikia kwa pamoja. Bibi Khadija alitangulia kukosha mkono wake kwenye kile kibakuli na halafu akafuatia Said kila mmoja aliinua kisheti kimoja na kukitia mdomoni wakitafuna taratibu utasema wanahofia wasiyaumize meno yao, yapate raha kama unavyopata ulimi kwa ladha tamu ya kisheti. Naye Bibi Mwanawetu alichukua kikombe chake cha kahawa akatafuta nafasi yake akakaa.

Bibi Mwanawetu aliyaanzisha tena mazungumzo, "Hafidh ni kijana mtanashati, anayejipenda sana na ni mchapakazi sana. Alhamdulilah, Mungu kaiona jitihada yake na akamfungulia milango yake ya riziki kwa mapana. Labda tuseme ndio ujana au vipi? Hizo riziki alizoruzukiwa na Razzaki ndizo zilizomfanya kuwatia watu dhiki. Mtoto dunia kaibeba kichwani.... balaa lote analo yeye, kila mwenye mtoto wa kike hakuwa na amani. Kawaharibu watoto wote na wengine kawapa ujauzito, hakujali kabila la mtu wala umri wake, wote kwake walikuwa ni sawa tu alimuradi keshakuwa mwanammke tu basi. Inshallah Mungu amshinde. Ikiwa mtu dua zote za hidaya hazikumsaidia kitu basi maapizo stahili yake! Mtoto gani huyu! Astaghfirullah! Sasa nasikia eti baba yake anamtafutia mke aliyetulia, aliyetoka kwenye nyumba inayoheshimika.... eti labda mwanawe naye atatulia! Mh!" Bibi Mwanawetu alinyamaza kidogo akameza mate kisha akaendelea tena. "Mijitu mengine Bwana, ishaiona mitoto yao ilivyokuwa balaa ndio kwanza wanawatafutia watoto wazuri waliotulia. Hawayatizami maslahi ya watoto wa kike, wao wanatizama maslahi yao tu. Sijui Mungu atakwenda kuwahukumu vipi watu hawa!" Bibi Mwanawetu alizungmza mfululizo huku akionesha wazi chuki alizokuwa nazo juu ya kijana huyu.

"Na hayo mahoteli ya kitalii nayo, ndio sababu za ufuska wote wa mji huu. Kila mwenye balaa lake huenda kulifanyia huko. Kila mtu yupo huru kufanya atakalo. Wake za watu wamo humo, waume za watu wamo humo. Mpaka wanafunzi wa skuli wamo humo, sijui tunaelekea wapi sisi. Hizo kufuru zinazofanywa humo, Mungu atusalim salama. Basi bora zamani yalikuwepo mashamba, tulikuwa hatuyaoni yanayoendelea duniani. Lakini sasa yametapakaa mji mzima, kila chochoro. Unaona aibu hata kuwaangalia hao wanaoingia humo ndani. Kama si mke wa fulani basi ni mume wa fulani. Tena usiku giza tororo, tunapotoka kwenda kuchota maji tunapishana nao. Mara ngapi nishapishana na huyo jini mnyonya damu za watu wakiwa hai, Hafidh. Amelewa chakari akipita na sampuli za watu kila leo! Haya mimi sikuhadithiwa, nimeyashuhudia mwenyewe!

Wakati wote huo Bibi Khadija alinywea juu ya kiti na nguvu zote zilimuishia. Kaiwacha kahawa mpaka imepoa hana hata habari nayo. Kamkodolea macho Bibi Mwanawetu moja kwa moja. Bibi Mwanawetu aliendelea, "Mwanzo tulikuwa tunafahamu kila anayetembea kwa miguu mwili ni binaadamu. Sasa tumetambua kumbe kuna viumbe ni zaidi ya wanyama wenye maumbile kama binaadamu! Eee, mtoto ana balaa lote la dunia, leo ukamtafutie mtoto wa watu katulia kwao…. si uhuni huu! Ndio tuseme havijui vituko vya mtoto wake? Au ndio kidonda cha pua hakinuki? Basi si angemwachia amtafute muhuni mwenziwe angalau watawezana. Huyu anarudi saa nane usiku yule anaingia alfajiri. Huyu kaingia na bibi huyu na yule nae kaingia na bwana huyu, hahaha mambo haya! Ewe Mungu tuhifadhi," alicheka kicheko chake cha kejeli kisha alinyamaza kidogo, na kumtazama kwa macho ya udadisi Bibi Khadija. Alivyomuona kazubaa, alichukua kikombe chake cha kahawa akanywa mafunda mawili mfululizo kabla ya kuiweke chini. Aliendelea kumtazama Bibi Khadija kwa mtazamo uleule, "Unafikiri mengine nazua eenh?" Hatimae alimrushia swali, kabla hata ya kujibiwa, "Hii riziki ninayokunywa hapa na iwe sumu mwilini mwangu, kama nisemayo ni uzushi," akasema huku akiinua kikombe cha kahawa juu. "Na nizue nataka nini kwake?

Ila tumechoka na kijana huyu! Siyo kijana, kijini!" akakirudisha kikombe sehemu yake. Alinyamaza kimya kama vile alimpa nafasi Bibi Khadija.

Bibi Khadija alinyamaza asiwe na hata la kuuliza. Mwili wote umemnyongea, hana nguvu hata ya kujitingisha. Alitamani yote yale yawe ndoto. Lakini vipi ukweli unaweza kuwa ndoto? Mwili wote ulikufa ganzi, mdomo aliuona mzito, ulimi ndio haunyanyuki kabisaaa. Jasho lilianza kumiminika, akawa anaona tafrani si tafrani dhiki si dhiki, donge lilimkaa kooni. Ukweli kuhusu Hafidh haukuwa ni mshtuko tu kwa Bibi Khadija bali yalikuwa ni maradhi kabisaa. Hakutegemea kuyasikia yote hayo, juu ya kwamba leo ilikuwa ni kutafuta ushahidi tu, mengi ameshayasikia kwa Said. Labda alitegemea kuwa yalikuwa ni uzushi mtupu. Kiza kilitanda machoni mwake asione kitu. Hisia zake zikazima ziiiii, asihisi chochote!

Said baada ya kumuona mama yake kaganda hatingishiki, alijaribu kumuita, "Mama!" Kimya! Alipomtingisha, mwili wote ulijiachia na ukaangukia upande moja. Said aliruka "Mamaaaaa!" "Laa ilaha illa llah," Bibi Mwanawetu alimaka, akainuka upesiupesi, kanga katoa kichwani kaifunga kiunoni, akaenda kumtingisha Bibi Khadija. Bibi Khadija alikuwa hayupo kabisaaa!

"Hebu inuka kalete maji." Bibi Mwanawetu alimuamuru Said, ambaye alikurupuka asijue hata anakwenda wapi. Alijisahau kama yupo ugenini. Kila anapoona mlango tu hujichomeka, akaingia chumbani, mara uwani hata mwisho ndio akaliona jiko. Jikoni nako asikute maji kajiingiza msalani, kweupe. Kila mfereji anaoufungua hutoka pumzi tu badala ya maji. Sasa akawa anayatafuta mpaka chini ya mivungu. Yumo kwenye kuyasaka lakini asiambulie kitu, huku hofu ikizidi kumshika.

Bibi Mwanawetu alishughulika kumpepea akiyasubiri maji lakini asiyaone. Akaona kuendelea kukaa hapo si busara, bora ni kwenda kuyatafuta mwenyewe. Huyo aliyeagizwa haonekani yeye, wala hayo maji. Kufika uani alimwona Said yumo kashughulika, mara yumo uvungu huu mara kainua hichi. Naye Bibi Mwanawetu asimwulize kitu, akaongoza moja kwa moja mpaka kwenye pipa moja la maji. Alifungua akakuta maji yameshafikia robo, alichukua kata, akachota maji akaenda nayo mbio. Said kusikia vishindo aligeuka nyuma, akamwona Bibi Mwanawetu anakwenda mbio kata mkononi. Naye haraka akamfuata nyuma. Walimkuta yupo kwenye hali ile lile. Said alimwinua kichwa chake akamweka juu ya mapaja yake huku akimpepea. Bibi Mwanawetu akamrushia maji usoni, shuti wote walihamanika.

Baada ya muda kidogo, Bibi Khadija alipata fahamu. Aliyafungua macho yake taratibu akaikuta sura ya Said yenye majonzi. Alijaribu kuinua kichwa chake, kakunja uso akihisi kama kitu kizito kimemgonga kichwani mwake. Alijaribu kuinua mkono asiweze. Alihisi upande mzima wa kulia umekufa ganzi na sasa alionekana anataka kusema neno lakini asiipate hata herufi. Mwisho chozi lilimtoka ambalo alihisi linamuunguza. Said nguvu zilimwishia hakuyategemea yote hayo kutokea leo. Laiti kama angelijua haya yangelitokea basi asingemwambia chochote mama yake. Kweli mbele kiza. Sasa alijiona dhalimu nambari moja aliyeidhulumu nafsi ya mama yake. Lakini alijikaza kiume ili aweze kuzuia mambo yasizidi kuharibika kama itawezekana! Hatimaye alipata nguvu za kumuinua mama yake na akambeba kuelekea mlangoni kimyakimya hata asiage. "Sasa unampeleka wapi?" Said kama hasemeshwi yeye, huyoo alitokomea. Bibi Mwanawetu akaona hapa nisisubiri jawabu. Naye alikurupuka mbio, baibui aliliona lipo mbali, akatoka hivyo hivyo na kanga zake mbili, kaifungua ya kiunoni akajitanda kichwani. Kwa bahati aliwahi kuchukua ufunguo tu, na hiyo ndio bahati yake, maana angekuja kulala nje ama mlango uvunjwe. Akiondosha unyayo Said, basi wake unafata.

"TEKSIII" hilo ndio neno la mwanzo lililomtoka Said, huku akiipungia mkono TAXI iliyokuwa inapita barabarani. TAXI ikasimama ikawafuata walipo na sasa Bibi Mwanawetu alimsaidia Said kumwingiza Bibi Khadija ndani ya TAXI. Gari iliondoka, "ZMG," Said aliamuru.

"Samahani, ndio wapi huko?" Dereva alisaili.

"Vuga," Said alifahamisha.

"Anhaa, Vuga!" Dereva alionekana kupafahamu sasa.

"Ndio, tafadhali harakisha," Said alihimiza

"Sawa bosi, hamna shida Vipi, salama lakini?"

"Salama," Said alitoa jibu la mkato akionesha wazi kuwa hakutaka mazungumzo na mtu, aliyokuwa nayo yalimtosha. Dereva alimfahamu na hakumwuliza kitu tena. Waliendelea safari yao kimya kimya. Kila mmoja akipanga anayoyajua mwenyewe.

Dereva alifunga breki zake taratibu mbele ya mlango mkubwa wa mbao, mbele ya jumba kubwa la mawe liliopo mji mkongwe ndani ya mtaa wa Vuga. Juu ya lango hilo kulikuwa na bango kubwa lililoandikwa ZANZIBAR MEDICAL GROUP (ZMG). Zahma barabarani, magari nenda magari rudi, na hapa ukijitia ubabaifu unaweza ukazolewa mzima mzima.

Kwa vile gari lilifika mpaka mlangoni, ikawa ni wepesi kwao kumpeleka mgonjwa ndani kwa msaada wa wauguzi. Alipelekwa mbio mbio kwa daktari aliyekuwepo zamu. Alipoingizwa chumba cha daktari alilazwa juu ya kitanda na daktari akaamuru watu wote watoke nje. Hapo daktari alifanya uchunguzi wake.

Ndani ya jumba kubwa la kizamani lililojengwa kutumia mawe na chokaa, waliolijenga ni wazee wetu zama hizo, lakini mpaka hii leo lipo imara na bado, ilikuwa ni lenye kuvutia kwa miundo yake na nakshi zake. Juu ya meza ile kulikuwa na magazeti na vitabu ambavyo viliwekwa ili kuwapa fursa wateja kujiengezea maarifa, ingawa ni wachache waliofanya hivyo. Wengi waliishia kupiga soga na porojo labda kutokana na kuwa vitabu hivyo ni vya Kiingereza.

Ili kuzidi kupendezesha jengo hili, mpambaji alionekana kuwa alikuwa makini kweli kweli katika kufanikisha jumba hili libaki kuwa kwenye hadhi yake. Alivipanga vyema viti vyake vya mbao tena vya muundo uleule wa wazee wetu, bila ya kusahau meza yake ya mbao. Ili kulizidishia haiba jengo hili, palitundikwa fremu mbili tatu zenye picha za kuchora ambazo zilimvutia kila aliyezitazama. Aliyeangalia ilimjia picha kwa jinsi gani mpambaji wa jengo hili alivyokuwa mtunzaji mzuri wa utamaduni wake. Hakutaka kabisa kuudhalilisha utamaduni wake kwa kuutukuza utamaduni wa watu wengine. Milango yake pamoja na madirisha ni makubwa na ndio iliyozidisha uzuri wa jengo hili, na yote yalitengenezwa kwa kutumia mbao.

Hili ni jengo moja miongoni mwa majengo mengi ambayo yapo mji mkongwe ndani ya mji wa Zanzibar. Jengo hili kwa bahati yake limetumika kuwa ni hospitali ya binafsi na ikaonekana ni ya kipekee kutokana na mandhari yake. Sidhani kama kuna hospitali nyengine yenye mandhari kama haya au mfano wake katika mji wa Zanzbar. Lakini yote haya hayakumshughulisha Said kwa lolote. Akili yake haikufanya kazi sawasawa. Alikaa juu ya kiti kikubwa kilichokuwepo mbele ya mlango wa daktari. Macho yake kayagandisha mlangoni, akisubiri ufunguliwe tu avamie ndani. Aliona unachelewa kufunguliwa na alitamani aingie ndani lakini akaona si busara maadamu wameambiwa wasubiri, basi asubiri tu.

Pale kwenye kiti alionekana mwanamke kajitanda kanga juu na chini akiwa kakishika kichwa kwa mikono miwili utasema anachelea kisije kumdondoka. Hivyo alivyokaa ungesema sanamu la kuchongwa, hafurukuti. Watu wawili hawa walikaa juu ya benchi moja lakini hawakusemeshana hata kwi, utadhani labda wamekutana hapo hapo. Kumbe ndio walewale Said na Bibi Mwanawetu waliotokea darajani pamoja. Kila mmoja ana lake kichwani. Mara Said alikumbuka kuwa hakutaarifu kwao yaliyomfika mama yake, na wazo likamjia ampigie simu baba yake amjulishe. Akaingiza mkono wake wa kuume ndani ya mfuko wake wa suruali na akautoa ukiwa umeshika simu ndogo ya mkononi. Akabonyeza vitufye kadhaa kisha akaiweka sikioni. Kabla simu haikuanza kuita aliona isingekuwa busara kupiga simu wakati huo kabla ya daktari hajasema chochote. Mzee wake asingemfahamu, akawahi kuikata.

Mara aliuona mlango wa daktari unafunguliwa. Daktari alikuwa kasimama mlangoni na kabla hakusema chochote Said alimfwata haraka, kutaka kuijua hali ya mama yake.

"Wewe ndio mwenye huyu mgonjwa?" Daktari aliuliza.

"Ndiyo," Said alijibu haraka haraka.

"Pita ndani," Daktari aliamuru. Said alipita ndani na kuelekea moja kwa moja kwenye kitanda alicholazwa mama yake.

"Unajisikiaje sasa?"

Hakumjibu kitu, alitabasamu tu. Mara daktari aliingia na mwuguzi humo chumbani. Yule mwuguzi alikuwa anasukuma kiti maalum chenye magurudumu, kwa ajili ya wagonjwa wasioweza kutembea wenyewe kutokana na ugonjwa wao. Said alishtuka kidogo kuona hivyo. Naye daktari alimtambua akamshika bega, "Usihofu kijana, ni jambo la kawaida tu. Tunamsaidia kupunguza mwendo tu, karibu ukae."

"Munampeleka wapi?" Said aliuliza kwa hofu.

"Anapelekwa juu wodini, kwa ajili ya kuwekewa dripu," Daktari alimjibu taratibu. "Karibu ukae basi, tupate kuzungumza." Said alikaa juu ya kiti kilicho karibu ya daktari, akionekana kama mbabaifu.

"Unahusiana vipi na huyu mgonjwa?"

"Ni mama yangu."

"Unaitwa nani vile kijana?"

"Said".

Said moyo ulikuwa unamwenda mbio na akamwona daktari anauliza maswali yasiyokuwa ya msingi, alimvamia tu na swali, "Vipi hali ya mama?"

Daktari alitabasamu kabla ya kumwambia chochote, "Hali yake si mbaya sana, ni presha tu ilikuwa juu sana. Ni vizuri mumemuwahisha hospitali mapema, Tunategemea, apendapo Mungu, baada ya kuwekewa dripu hali yake itakuwa nzuri zaidi."

"Atakuwa mzima kabisa?" Said aliuliza kwa hofu.

"Ndio, ondoa shaka kijana kila kitu kitakuwa sawa. Je, imeshawahi kumtokea hali kama hii kabla?"

"Hata! Hii ndio mara yake ya kwanza."

"Wewe unafikiri ni kitu gani kilichompelekea kuwa hivi leo?"

"Ilikuwa ni ghafla tu. Tulikuwa tunazungumza na mara yeye akaanza kubadilika."

"Una uhakika? Ama kuna kitu unaficha? Mimi ni daktari nipo hapa kuwasaidia watu, na sio mwandishi wa habari za udaku kupekua ya watu na yao kuyakalia. Nieleze kila kitu ili nipate kujua nini cha kufanya na vipi nitaweza kumsaidia mgonjwa."

"Aaa....mnh....enh.... hayo mazungumzo yalimpelekea kuwa hivyo."

"Mmmh, vyema! Nilitaka ujue tu kuwa ni kitu gani kilichompelekea kuwa vile, ili uweze kuiweka hali hiyo mbali naye na kumnusuru asifikie kwenye hali hii. Kwa usalama wa afya yake, mazungumzo yaliyozungumzwa leo hakikisha hayazungumzwi tena mbele yake. Umenifahamu vizuri?" alizungumza huku akimkazia macho.

"Mmmh!" Said alishusha pumzi ndefu kabla ya kujibu, "Ndiyo, nitajitahidi."

"Sio utajitahidi, uhakikishe kabisa mazungumzo hayo hayasikii tena. Said kumbuka uzima wa mama yako upo mikononi mwako. Ukifanya masihara anaweza akapata kiharusi."

Said alishtuka, macho yamemtoka pima, na moyo ulizidi kasi. Jasho jembamba lilimtoka akiwa kazubaa pale juu ya kiti. Aligutushwa tena na sauti ya daktari, "Na si habari hii tu, ni habari yoyote ambayo unahisi zinaweza kumshitua basi mweke mbali nazo." Mara alivuta cheti kimoja miongoni mwa vyeti vingi vilivyokuwepo pale juu ya meza yake. Kwa muda akawa anaandika, "Utamchukulia hizi dawa ambazo zitamsaidia sana kuirejesha hali yake. Na anahitaji muda mwingi wa kupumzika." Akamkabidhi Said kile cheti. Said akiwa bado kazubaa alikipokea cheti taratibu. "Sasa unaweza kwenda kumwangalia mgonjwa wako. Yupo juu chumba namba tano." Said aliinuka akampa daktari mkono.

"Ahsante sana Dr."

"Karibu sana."

Bibi Mwanawetu alibaki nje akitazama ushahidi tu, mwili wote baridi. Ghafla alimwona Bibi Khadija anatolewa chumba cha daktari, akiburutwa na kiti cha magurudumu. Alimfwata mabio nyumanyuma mpaka naye akafika alipopelekwa Bibi Khadija. Wakawa wapo wote. Mwuguzi alimwamuru Bibi Mwanawetu asubiri nje ili yeye aendelee na kazi. Naye bila ya ubishi alikwenda kusubiri nje na akakaa juu ya kiti kimoja cha mbao miongoni mwa viti vilivyokuwepo katika ukumbi huo. Alivuta gazeti moja lililokuwapo juu ya meza iliyokuwepo karibu na viti hivyo na akawa anatizama picha tu hana msomaji. Baada ya muda kidogo alimwona mwuguzi akitoka na zana zake, akamwashiria kupita ndani.

"Pole sana mwanangu, inshallah Mwenyezi Mungu atakuvua na balaa," Bibi Mwanawetu alimwambia Bibi Khadija huku akimpapasa kichwa chake kama vile mama anavyombembeleza mwanawe alale. Bibi Khadija hakujibu kitu bali aliachia tabasamu.

Ukitoka nje ya jengo hili pembeni kidogo ya lango kubwa la kuingila hospitalini kuna kijilango kidogo cha mbao. Ukiingia tu utakutana na ngazi za mbao zinazokupeleka juu wodini. Said alizipanda kwa fujo ngazi hizo utasema hatofika huko juu ama alikuwa anakimbizwa na mnyama mkali. Alipofika juu alihema mfululizo, moja kwa moja mpaka chumba namba tano. Akamwona Bibi Mwanawetu kapoa juu ya kiti kilichokuwepo karibu ya kitanda cha mgonjwa ndani ya chumba hicho. Hata alisahau kama alikuja naye. Akatembea kwa mwendo wa taratibu mpaka karibu na kitanda kisha akakaa ubavuni mwa mama yake.

"Unajisikiaje sasa?"

"Afadhali sana, Alhamdulilah."

Ghafla simu ya Said iliita. Assalamu alaykum, Said alitoa salamu baada ya kuipokea simu.

"Mpo wapi nyinyi saa zote hizo?" Sauti ya upande wa pili ilianza kufoka hata kabla hakuitikia hiyo salamu, utasema haimuhusu.

"Ah mmh….. mama kapata kitanda….,

"Mimi habari ya kupata kitanda hainihusu. Awe kapata kitanda ama godoro, kwani mwanzo alikuwa hana? Alah!"

"Si hivyo, ninakusudia kuwa amelazwa."

"Alah! Amelazwa kwani mwenyewe hawezi kujilaza?!"

"E mmh!"

"Hebu mpe simu mama yako nizungumze naye." Bila ya kujibu chochote aliimpa simu mama yake.

"Assalamu alaykum."

Kama ilivyokuwa mwanzo, hakujibu salamu, alianza kufoka "Wewe mwanamke hebu wacha kujidekeza! Kinachokuuma kitu gani hata ulazwe hospitali? Unataka kushughulisha watu tu! Unataka watu wote waache kazi zao wakushughulikie wewe. Enyi wanawake mna vituko nyinyi! Nataka murudi sasa hivi, msiniletee wazimu wenu mimi, alah." Bwana Ahmed alianza jeuri zake hata asitake kuuliza hali ya mgonjwa inaendeleaje.

"Ahmed, nitarudi baadaye kidogo, maana sasa nimewekewa dripu nasubiri imalizike."

"Wewe mwanamke usinichafue sasa hivi! Ninakwambia nataka urudi sasa hivi mimi hizo habari za kuwekewa dripu sizitambui. Mwambie huyo aliyekuweka akutoe. Kama unataka kulazwa vitanda vipo huku chungu mzima. Na ndio maana ukawa hutaki kufuatana na mimi kumbe mna yenu mnayotaka kufanya, ulijua kama mimi nisingeukubali upuuzi huu! Nyie wanawake siku zote mnataka kufungiwa ndani tu, mkipewa ruhusa kidogo tu basi mnafanya batra."

"Lakini Ahmed…."

"Bas…. sitaki kusikia chochote nataka murudi tu!" tii tii tii tii, simu ikakatwa, Bibi Khadija alizubaa na simu yake sikioni, jasho jembamba lilimtoka. Haki yake Bibi Khadija kuchuruzikwa na jasho baada ya kuzungumza na Bwana Ahmed. Kwa yakini yoyote yule angeliisikia sauti ya Bwana huyu anapofoka basi kama uko madhubuti na ukaweza kujikaza basi kijasho kitakutoka kwa mbali. Na kama roho yako dhaifu basi ungejiona unaadhirika hivihivi mtu mzima. Ukakiona choo kidogo hicho kinachuruzika miguuni kama vile mito inavochuruzika kwenye michirizi yake na ikatawanyika kila moja na njia yake.

"Vipi?" Said alimshitua mama yake baada ya kumwona amezubaa macho yamemtoka.

"Amesema turudi sasa hivi."

"Eti? Wallahi huyu mzee ana wazimu, si bure."

"Basi mwite huyo nesi aje kuitoa dripu."

"Kha! Ina maana nawe ndio unamsikiliza? Atakuua!"

"Hata nikifa haitokuwa kwa sababu yake yeye ila umri wangu utakuwa umeshakwisha."

"Hii twaa yako tena imezidi."

60

"Said!" Bibi Khadija aliita kwa ukali sasa, huku akionekana ameshabadilika. "Nenda kamwite nesi sasa hivi, inuka!" Said aliinuka taratibu kwa mwendo wa kujilazimisha. "Kila siku zikienda mbele mtoto wewe unatovukwa na adabu, umegeuka mung'unye unaharibikia ukubwani? Kila ukiambiwa neno lazima ubishane. Adabu gani hii? Utasema hujalelewa!" Bibi Khadija alisema yote haya si kwa kutaka, ila dhiki aliyonayo moyoni na alitamani apasuke. Haikuwa kawaida yake kabisa kuwafokea watoto wake. Sasa mambo yamebadilika kila kitu kilimtia dhiki.

Wakati wote huo Bibi Mwanawetu alinyamaza kimya shavu mkononi, akitazama kasheshe, asitie lake wala asiinuke akawaachia ukumbi wenyewe. Alikaa juu ya kiti utasema kagandishwa hafurukuti. Kupwesa alikuwa anapwesa mara moja moja tu kwa dakika nzima maana hakutaka kupitwa na kitu hata kiwe kidogo. Bibi Khadija sasa alikumbuka kuwa kulikuwa na mtu mwengine mule chumbani. Akageuza uso kumtazama na kuachia tabasamu bandia. Naye Bibi Mwanawetu alimrejeshea tabasamu.

"Mama ahsante sana kwa msaada wako tokea mwanzo hadi sasa, nakushukuru sana. Sasa unaweza kwenda kupumzika, mimi natoka sasa hivi. Mume wangu anakuja kunipitia."

Bibi Mwanawetu alimtazama kitambo kwa macho ya huruma na tabasamu limebakia hafifu, huku akijisemea moyoni. "Sisi masikini tunalia na maisha kwa umasikini wetu, tukajiona hatuna raha ya maisha, tukafikiria kuwa matajiri ndio wenye raha na ndio wenye kuujua utamu wa maisha na ladha ya dunia. Kumbe kinyume, bora ya sisi masikini hatuna kitu lakini tuna utu. Loh, ya leo kali. Mtu anaumwa kalazwa, asiseme aje kumwona lakini amwambie arudi nyumbani hata asitake kuijua hali yake. Ama hawa nao wamezidi. Basi huyu mwanamke na utajiri wake wote ana raha gani? Alhamdulilah," ilimtoka kwa sauti bila ya kutegemea.

"Vipi mbona unashukuru?"

"Nashukuru nimezaliwa na Waswahili. Labda na miye yangenikuta kama yaliyokukuta wewe!"

Bibi Khadija alishtuka akauliza tena labda hakufahamu vizuri.

"Enh?"

Bibi Mwanawetu alibabaika hakukusudia kusema yote yale, hivyo akabadilisha maneno.

"Aa …. Nakwambia kuwa nashukuru Mungu kuwa sasa hujambo vizuri hata ukaweza kutoka hospitali, si haba. Nakuombea Mungu azidi kukuafu." Bibi Khadija alinyamaza kimya asimjibu kitu.

Alichukizwa lakini alistahamili. "Haya kwaheri inshallah Mungu atakuafu."

"Ahsante." Bibi Khadija alishukuru.

Baada ya muda kidogo Said alirudi pamoja na mwuguzii, wakapishana na Bibi Mwanawetu mlangoni wakati wao wanaingia yeye anatoka.

"Kwa heri, uguza pole."

"Karibu," Said alimjibu kwa mkato tu maana wasiwasi ulikuwa umejaa tele kichwani. Said akasogea nyuma ili kumpisha muuguzi, akaongoza moja kwa moja mpaka kwa Bibi Khadija. Aliangalia dripu akaiona inakwenda sawa sawa ingawa pole pole.

"Mbona kila kitu kipo sawa, tatizo lipo wapi mama?" Yule muuguzi alimuuliza Bibi Khadija kwa upole. Alikuwa kijana wa kike mdogo tu ambaye alionekana mstaarabu sana kutokana na lugha pamoja na mavazi yake nadhifu. Alionekana kutojua alichoitiwa. Said alikwenda kumwita tu bila ya kumwambia chochote.

"Nilikuwa nataka uje kunitoa hii dripu."

"He! Mbona bado haikumaliza? Hata nusu haikufika sasa vipi tuitoe?"

"Haina haja kusubiri mpaka imalize, iliyoingia inatosha, sasa sijambo vizuri," Bibi Khadija akaanza kujiinua ili akae kitako. Muuguzi alimwahi akamrejesha katika hali ya mwanzo.

"Mama usifanye hivyo utajiumiza. Wacha dripu imalize kisha itatolewa, si muda mrefu itakwisha."

"Mimi siwezi kustahamili tena bora nitoe," Bibi Khadija aling'anga'nia, huku akikumbuka amri ya Bwana Ahmed.

"Basi ngoja nikamwite daktari."

"Kwani yeye ndiye aliyeniwekea?"

"Hajakuweka yeye lakini imewekwa kwa amri yake na haitotolewa mpaka kwa amri yake!" Sasa mwuguzi alionesha ukakamavu na hakutaka kabisa maskhara na kazi yake. Alitoka mule chumbani akashuka chini kuonana na daktari.

Bibi Khadija na hasira zake bila kumsubiri daktari wala mwuguzi, alitaka kuinyofoa mwenyewe, sindano iliyochomekwa kwenye kiganja chake ili kuruhusu kuiingiza dawa iliyowekwa kwenye drip inayoingia kwenye mwili wake kupitia mishipa yake ya damu. Said alishtuka akamwahi kabla hakuwahi kufanya hatari anayotaka kuifanya.

"Mama unafanya nini?"

"Wewe unaona ninafanya nini?"

"Unajua kama unachotaka kufanya ni hatari?"

"Sasa mimi nifanye nini na wao hawataki kuiondoa?"

"Subiri kidogo basi tumwone yule nesi ataamua nini?"

"Aamue nini?" anazungumza huku anajaribu kuzibandua zile plasta zilizobandikwa ili kuizuia ile sindano kwenye kiganja chake.

"Wacha nikuambie kitu. Hapo utakapokuja kukosea kuzitoa hizo plasta na ukaanza kutokwa damu kwa wingi, ujue kuwa daktari hatohusika na hilo na huenda asikuangalie kabisa. Sasa wewe huoni hilo kama ni balaa?" Said alijaribu kumtia hofu mama yake ili arudishe moyo kwa vile sasa alionekana hafahamu kitu, kawa mkali hasikii la mtu. Kisa? Mumewe kamwambia arudi sasa hivi! Said alifanikiwa kiasi, Bibi Khadija aliacha kuibandua ile plasta akawa anamtazama Said, kisha akakunja uso. "Kweli enh....?" Sasa alionekana kumfahamu Said kidogo, akajilaza taratibu juu ya kitanda chali, kajinyoosha sawasawa, kimyaa, macho yake kayaelekeza darini anayaangalia maboriti. "Mhh!" Said alishusha pumzi kidogo akaegemeza kichwa chake ukutani akashukuru moyoni kuwa sasa mama yake ametulia kidogo. Kasimama karibu na mlango kaegemea ukuta mikono kaiweka mifukoni. Mguu wake wa kushoto kauegemeza juu ya mguu wa kulia. Sasa alionekana kapoa roho yake kidogo tokea alipotoka darajani. Shuti alikuwa kamahanika hajui hata afanyalo. Akili ilimruka akaonekana kama mwehu.

Daktari aliingia chumbani humo kwa mwendo wa haraka haraka na mwuguzi yuko nyuma, hata ikamshtua Said kidogo.

"Vipi mama?" alivamia na swali.

"Nataka kutolewa dripu."

"Kwa nini unataka hivyo?"

"Nimechoka kukaa hapa nataka kurudi nyumbani."

"Basi subiri iishe hii halafu utapewa ruhusa."

"Aa, mimi nataka itolewe sasa hivi, nataka kurudi nyumbani," Bibi Khadija alinga'ng'ania.

"Sasa kwa nini hutaki kusubiri hata kidogo angalau iimalize drip hii tu.... au umeona kitu hakijakufurahisha? Au umeambiwa neno halijakupendeza? Kuwa huru, niambie kitu gani kinakutaabisha." Daktari alizungumza naye kwa lugha ya kubembeleza ili aweze kumteka mgonjwa wake na hatimaye alitambue tatizo lake ajue vipi amsaidie. Lakini Masikini hapa kagonga mwamba. Huyo anayembembeleza ameshazisahau kitambo lugha hizi hata sasa hazimwathiri tena. Kang'ang'ania msimamo wake ule ule anataka kurudi nyumbani.

"Hakuna chochote kilichonikera ila mimi sitaki tu kubaki hapa, nataka kurudi nyumbani."

"Sasa vipi utarudi nyumbani na hali hii. Mimi nakuomba baki kidogo angalau imalize drip hii tu. Nakuahidi baada ya hapo utapata ruhusa."

"Mimi nasema nataka kutoka sasa hivi wewe unaniambia mpaka imalize dripu?" Daktari kaona hapa sasa kazi ipo. Mwanamke kakurupuka anataka kutoka. Aliona sasa bora amwelekee mwanaume mwenziwe labda watafahamiana lugha.

"Said, kwani tatizo nini?"

"Hamna chochote ila mama hawezi kuwa mbali na nyumba yake kwa muda mrefu," hakuwa na la kusema aliona bora adanganye. Vipi angeweza kusema kuwa baba yake mwenye akili timamu kaamuru warudi. Aliona ingekuwa kichekesho, na kama angekuwepo mwandishi wa udaku karibu yao basi ingekuwa ndio kapata habari ya kupamba gazeti lake.

"Hahaha!" daktari kilimtoka kicheko. "Ina maana unataka kukatisha matibabu yako kwa ajili hiyo tu? Stahamili kidogo itamaliza sasa hivi." Daktari alianza kupiga hatua anataka kuondoka, Lakini hata mguu wake haukufika chini, aliisikia sauti kali inampitikia kwenye masikio yake, "Naitoa mwenyewe." Kugeuka nyuma, Bibi Khadija alikuwa amekaa kitako sasa anataka kuinyofoa ile sindano.

"Subiri," daktari aliamuru kwa sauti ya ukali, kisha akazubaa kwa kitambo akimwangalia kwa macho ya udadisi. Bibi Khadija baada ya kusika sauti ile alishtuka kidogo akaiacha ile sindano na akauinua uso wake kumwangalia daktari. Wakakutana macho kwa macho. Bibi Khadija akayateremsha macho yake chini. Daktari aliendelea kumwangalia kwa kitambo kisha akamwuliza, "Sababu ni hii tu ama kuna nyengine?" Bibi Khadija alinyamaza kimya asijibu kitu.

"Nakuuliza wewe, mbona hujibu?" Daktari alimuuliza tena baada ya kuona hakupata jibu, na hapo tena ikawa kimya hakujibu kitu.

"Basi sikiliza nikwambie, sitakuachia ufanye mambo ya kipuuzi katika hospitali hii. Kama ulikuwa unataka kufa basi kwa nini ukaja hospitali hukukaa huko huko mpaka ukafa? Unataka ulete ujinga wako hapa litokee la kutokea halafu hao watu wako watujie waseme tumefanya sisi kwa ujinga na uzembe wetu! Basi hayo ndio mnayotaka nyinyi muwatukanishe na kuwadhalilisha madaktari na hospitali zao! Sivyo kabisa mnavyofanya, sisi tunajitahidi kadri ya uwezo wetu kusaidia watu lakini kwa nini nyinyi mnataka kutuangamiza? Unajua kama mimi nimeacha foleni ya wagonjwa huko chini wananisubiri? Lakini nimekuja kwako kwa kujihimu ili nijue ni tatizo gani lililojitokeza nami niwahi kulitatua kabla halikuwa kubwa. Lakini badala yake unakuja kuniletea upuuzi tu! Hivi kwa nini mnashindwa kuwa na hisia za kibinaadamu enh?"

Bibi Khadija alinyamaza kimya uso kauinamisha chini huku anavifinya vidole vyake. Kidogo sasa alionekana kufahamu, maana hizi ndizo lugha ambazo amezizoea kuzisikia, sio za kubembelezwa. Said alibaki palepale alipo akiwa kimya asitie lake akijitazamia mambo tu. Naye daktari bila ya kusubiri kuambiwa chochote aliondoka kwa ghadhabu chumbani mule. Said na mama yake wakabaki wanatazamana tu. Kimya kimetawala. Mara ilisikilikana mlio wa simu. Said aliingiza mkono mfukoni mwake na kuutoa na simu. Akaangalia juu ya kioo akaona jina la baba yake. Aliinua uso kumwangalia mama yake bila ya kumwambia chochote. Akaiangalia tena simu yake kisha akashusha pumzi ndefu, kwa ujasiri mkubwa akaikata simu kisha akaizima kabisa.

Bwana Ahmed hasira zilimshika, sharubu zilimsimama, pua kaitanua akawa anatoa mapumzi kama ng'ombe mkali. Mikono kaifunga kwa nyuma anatembea kwa mwendo wa haraka haraka. Anakwenda huku akirudi huku. Kutwa alikuwa anatupia macho ukutani akiangalia saa zilivyokwenda bila ya kumwona Said wala mama yake.

"Wamekwenda wapi hawa toka saa zile? Mimi nilihisi kama kuna kitu, maana Khadija alitafuta kila njia asiweze kutoka na mimi. Kumbe alikuwa ana lake, subiri warudi watashika adabu zao! Sijawa kizee wa hivyo hata wakanitania mimi. Hakuna kiumbe wa ajabu ulimwengu huu kama mwanamke bwana! Nani kasema mwanamke dhaifu? Mwanamke akitaka lake hashindwi na kitu, leo mimi Ahmed nadanganywa hivihivi nimebaki ndani namsubiri bibie. Umri wangu wote huu na madevu niliyonayo leo nadanganywa na mwanamke, kweli Ahmed kesha! ha ha ha!" Alijisemea peke yake hapo ukumbini na mwishowe kikamtoka kicheko cha hasira.

"Na huyu naye mwana wa hizaya, nimempigia simu akaikata, akaona kufanya hivyo haitoshi, kaizima kabisa. Ah! Kwani mtoto wa nani yule? Wangu mwenyewe! Ha ha ha! Na mimi nimekaa hapa nasubiri nini? Bora niwafuate hukohuko." Akakurupuka mabio, Alipofika mlangoni akapiga breki za mbuzi, "Ninakwenda wapi mimi? Kwani wapo hospitali gani? Duh! nilisahau hata kuwauliza!" Alirudi ndani, shingo yote kaipinda na kichwa kakining'iniza chini kama kondoo. Sasa alijihisi anapasuka kwa hasira.

Kila alivyokaa, Bwana Ahmed alihisi anakosa amani na hasira zinazidi kupanda kila akikumbuka jinsi alivyozidiwa akili. Akaona kuendelea kubaki nyumbani angeliweza kupasua mishipa ya kichwa kwa msukumo mkali wa damu uliosababishwa na hasira kuu alizonanazo. Aliona si busara kuendelea kubaki nyumbani hapo na kuzidi kupalilia hasira, Aliamua atoke aende barazani kwa wazee wenziwe akabadilishe mawazo kidogo hata kama haikuwa kawaida yake kufanya hivyo. Alihisi akifanya hivyo atapungukiwa na fikra potofu alizonazo atakaposikia habari nyengine tofauti zinazojadiliwa barazani na wazee wenziwe.

Bwana Ahmed hakuwa mpenzi wa mabaraza kama walivyo wazee wa rika lake. Hata akitoka ili kupata hewa safi basi hupendelea kukaa peke yake na si kuchanganyika na wenziwe. Hii inatokana kuwa mara nyingi huwa hapendezwi na mada zinazozungumzwa barazani. Kwani mara nyingi huwa zinazungumzwa habari za siasa, naye hapo huwa ndio ugomvi wake, Hapendi kabisa kusikia habari hizo.

Lakini siku hiyo aliona bora hayo, ili akili yake irudi sehemu yake na kuweza kufanya kazi yake sawasawa, kwani angeliacha iendelee kupambanua yale yaliyomkabili, basi ingekuwa ni rahisi kwake kudata. Bora nusu shari kuliko shari kamili.

# 7

Msichana mweupe mrefu, sura yake iling'ara kama mwezi. Ungemwona sura yake, mwenendo wake, basi usingekuwa na sababu ya kuuliza ni mtoto wa nani. Bibi Khadija alijizaa. Ni kijana mdogo tu mwenye umri wa miaka ishirini na moja lakini moyo wake ulikuwa mkubwa sana. Alikuwa ni maridhia, mpole na mwenye imani. Moyo wake uling'ara kama ulivyong'ara uso wake.

Huyu ndiye Layla Bint Ahmed, binti wa pili wa familia hii. Ukitaka tuanze kuzitaja sifa zake tunaweza tukamaliza umri wetu na bado tusizimalize. Waliosema mtoto akirithi hurithi mara mbili hawakukosea. Ila kwa Layla yeye itakuwa mara nne. Alifanya kila awezalo ili kuhakikisha kuwa familia yake inabaki kwenye furaha. Haikuwa rahisi kufanya hivyo lakini alijitahidi sana. Hakufanya kitu chochote kwa ajili ya nafsi yake bali yote aliyoyafanya ni kwa ajili ya kuifurahisha familia yake.

Layla ndiye aliyekuwa waridi lisilo miba mbele ya mama yake. Mama yake ndiye aliyekuwa mtetezi wake mbele ya ndugu zake. Alikuwa tayari kutoa kila kitu chake kwa ajili ya ndugu zake. Alikuwa anaonewa sana na Zahra ambaye alimnyang'anya kila kitu, ila yeye hajali. Mama yake hakupendezwa na tabia hii ya Zahra lakini alipojaribu kumrudi, Layla alimzuia, akidai kampa kwa hiari yake, anapovaa Zahra huwa ndio amevaa yeye. Na Zahra naye hata roho haimsuti na aliendelea na tabia yake ileile ya kutaka kila kizuri awe nacho yeye.

Layla na Zahra walipendana sana kiasi kwamba wakati wote walikuwa pamoja. Tokea walipokuwa wadogo mpaka wakati huo, hata ikamfanya mtu asitambue kama Layla mkubwa wa Zahra kwa miaka mitatu, utasema ni mapacha tu. Ungemwona Layla usingekuwa na haja ya kumtafuta Zahra, na utakapomwona Zahra usipate tabu ya kumwulizia Layla. Siku zote, pahala popote, wakati wowote, kwenye hali yoyote, Layla na Zahra wapo pamoja. Hata watu wakisema ukiona zinduna na ambari ipo nyuma. Ingawa cha kushangaza, Walikuwepo wote pamoja wakati wote lakini Layla na Zahra walikuwa tofauti kabisa - tokea sura zao hadi tabia zao. Labda kikubwa kilichowaunganisha wakafanana ni hizo damu zao.

Layla hakuwa msemaji sana. Labda ndio sababu iliyopelekea akili yake kupata muda mzuri wa kupumzika na kufanya kazi zake vizuri zaidi. Alikuwa na ufahamu mzuri sana darasani, matokeo yake ya kidato cha nne yalikuwa ni mazuri mno. Hata hivyo haikuwa sababu ya kumfanya Bwana Ahmed kumwachia aendelee na masomo yake. Hivyo alibaki ndani na kumsaidia mama yake kazi za nyumbani. Tofauti na Zahra, baada ya kuona Layla na jitihada zake zote mwishowe ameishia jikoni kukanda unga, Zahra aliwaachia kamba kabisa wacha kuiregeza katika masomo yake. Kwani tokea hapo mwanzo hakuwa mpenzi hivyo. Sisemi kama alikuwa na akili nzito darasani, hasha lillah!. Hata baada ya kupuuzia masomo yake alifanikiwa kupata cheti cha kidato cha nne. Angalau amepata uthibitisho kama alifika kidato cha nne.

*\*\*\*\*\*\*\*\*\*\*\*\*\*\*

Baada ya kumaliza mazungumzo na mama yake, Layla alibaki chumbani mwake kimya, wakati huo mama yake ameshatoka chumbani humo. Hakutaka hata kuyakumbuka yale mazungumzo. Aliinuka akalifungua kabati lake la nguo lililopangika vizuri. Kila kitu kimepangwa kwenye sehemu yake vizuri. Hata ungekuwa mgeni basi usingekuwa na kazi ya kutafuta hiki kipo wapi na kile kipo wapi. Kila kitu kilionekana wazi kutokana na nidhamu ya upangaji wa kabati hili. Lakini cha kustaajabisha, Layla baada ya kulifungua kabati hili alizoa kila kitu, akavimwaga juu ya kitanda akaanza kuvipanga upya. Mara Zahra aliingia chumbani.

"He! Na mwanamke wewe utapata maradhi ya wasiwasi. Mungu akuhifadhi. Hilo kabati linapangwa mara ngapi?" Layla, kama alikuwa hasemeshwi yeye, aliendelea na kazi yake kimyakimya. Zahra alipoona hajibiwi kitu, alisogea mpaka kwenye kitanda na kukaa. Kama kawaida yake, alianza kupekurapekura akiona kinachomvutia akichukue. Hakupata kitu, aliishia kuvigusagusa tu. Apate nini na kila kitu keshabeba yeye? "Sasa kama ulikuwa na hamu ya kupanga kabati si ungelipanga langu?" Mara akaacha kupekura baada ya kuona kimya kimezidi, "Mbona hivyo, unaumwa?"

"Hata!," Layla ndio saa hiyo aliinua uso kumwangalia Zahra, maana tokea aingie chumbani humo hakumtazama kabisa. Hakutaka kumwambia kitu Zahra maana alimjua vizuri ndugu yake. Hakuwa na subira hata kidogo. Lakini asipomwambia yeye akamwambie nani? Kama ilivyo kawaida, si Layla wala Zahra, wote hawakuwa na siri miongoni mwao. Kila mmoja wao humwambia mwenziwe kila kilichokuwemo moyoni mwake. Mwanzo aliona uzito lakini baadaye hakuona sababu ya kuficha. Hata hivyo, nafsi yake ilimzuia akabaki kimya.

"Eh, nawe siku hizi unajifundisha kutia pozi? Naona husemi neno, unanitazama tu. Si haba angalau nawe utaonekana kama mwanamke." Zahra alitania, akainuka akazifungua nywele zake refu, akafika mpaka kwenye kioo cha meza ya kujipambia (dressing table) akawa anazititimua akizirusharusha. Akachukua kitana akaanza kuzichana. Basi hii ndiyo kazi ya kijana huyu, kutwa yupo kwenye kioo. Kama hachani nywele basi anaupekua uso wake. Uso huu ushapakwa liwa, ushasuguliwa limau, ushapakazwa asali na bado hapo kuna mafuta ya uso yanamsubiri. Almuradi yupo anahangaika nao. Hakutaka kuona kidoto kwenye uso wake, sikwambii tena upele. Keshamaliza kila kitu. Na si uso tu, kila kiungo cha mwili wake alikishughulikia kisawasawa, tokea utosi mpaka unyayo. Mara utamsikia "Ah nywele zangu siku hizi zinakatika." Basi atatia mafuta haya, shampoo hii, mara "Nyazo zangu zimekuwa ngumu," basi hapo utamwona kashughulika kuisugua. Mara "Nimeanza kunenepa hata hii nguo hainipendezi tena." Utamwona huyo yumo mazoezini. Almuradi kila siku atazuka na jipya, kama si hili basi lile. Wakati wote alionekana maridadi, lakini kama utabahatika kukaa naye walau siku moja basi utatia shaka kidogo, utasema labda atakuwa amechanganyikiwa kidogo, kwa jinsi anavyojipeleleza.

Hakuwa na tabia ya kuweka kitu rohoni, kila kitu alisema wazi. Hakujali vipi atakipokea msikilizaji. Hakupenda kujikera hata kidogo. Naye ni mtu pekee ambaye aliweza kumkabili Bwana Ahmed. Chochote kinachoamuliwa ndani ya nyumba basi yeye ndiye anayekiwakilisha kwa baba yake. Hata baba yake akiikataa rai yao basi huthubutu kujibizana naye mpaka aujue mwisho wake, ama atimuliwe kwa makelele ama apate anachokihitaji. Na mara nyingi huwa anatimuliwa kwa makelele lakini hakomi. Siku nyengine atarudi tena. Mpaka baba yake akamgeuza jina akamwita "Mjakazi wao." Pia alikuwa msemaji sana ambaye akianza kusema unaweza ukaondoka bila ya kuaga.

Huyu kidogo unaweza ukasema kachukua tabia ya baba yake lakini ilijificha kidogo. Maana baba yake aliweza kumvunja asije juu na hata hivyo ilijionesha kidogo. Bwana Ahmed kelele afanye yeye tu, lakini hakutaka yoyote ndani ya nyumba apandishe sauti juu ya mwenziwe. Sauti yake yeye tu ndiyo iwe juu basi. Na hapo ndipo walipochafuana Zahra na baba yake. Zahra hakuwa na moyo wa kustahamili. Kitu kidogo tu kilimtia ghadhabu. Basi hapo tena ataanza kufoka kama ana wazimu. Hakujali anamfokea nani atasema chochote kinachomtoka mdomoni. Tabia hii ilimuudhi sana baba yake na alijaribu sana kumkanya lakini haikusaidia kitu. Kama mara mbili tatu alimkosea kumpiga kibao. Atatubu siku moja na siku nyengine atafanya yaleyale. Hakuweza kabisa kuzizuia ghadhabu zake, ilikuwa ndio tabia yake iliyomo ndani ya damu yake.

Yote hayo, lakini, yeye alikuwa si mtoto wa Bwana Ahmed peke yake. Naye pia ni mtoto wa Bibi Khadija, pia alikuwa ni mwanamke mwenye roho ya imani anayependa sana familia yake, na zaidi ya wote ni mama yake na dada yake Layla. Zahra hakuweza kuiona familia yake ina tatizo, yeye ndiye atakayekuwa yupo bega kwa bega mpaka alione tatizo limetatuka. Anapofoka kwa hasira huwa analitoa joto lake la roho tu, basi! Na baada ya muda anapotulia huwa ndio yameshakwisha. Yeye tatizo lake hakutaka kitu kimkerekete kwenye roho yake tu. Akishakitoa kile kinachomkereketa rohoni, huwa baridi hata ukasahau kama ndiye yeye yule aliyekuwa anafoka muda mfupi uliopita.

Kama ilivyokuwa tabia zake, na sura yake pia ilikuwa tofauti na wenziwe. Hakufanana na mama yake wala baba yake. Aliichukua sura ya mtu wa zamani aliyekuwepo kwenye ulimwengu huu, aliyeishi vya kuishi na ulipomalizika muda wake akarejea alipotoka mwanzo miaka mingi iliyopita. Ikawa hapa duniani kaacha historia kama alikuwepo mtu huyo kutokana na kizazi alichokiacha. Sasa imerudi tena sura yake lakini kwa nafsi nyengine. Na hii ni ile sura ya Bibi Sharifa, Mungu amrahamu, mama yake Bwana Ahmed. Alipozaliwa Zahra alikuwa mweupe kupita kiasi na nywele zake hazikuwa nyeusi kama wenziwe waliomtangulia. Zilikuwa nyekundu kama mpunga wa cheju, na mboni zake za rangi ya kahawia iliyofifia. Hata Bwana Ahmed ukamjaa wasiwasi akafikiria amepata albino. Lakini kila alivyokuwa mkubwa, taratibu rangi yake ikawa inakaa sawa mpaka sasa ikawa ndio inajitokeza kabisa sura ya Bibi Sharifa, maana hakubakisha kitu, vyote vya Bibi Sharifa, utasema kazaliwa tena! Hapo sasa ndio akawa kipenzi kikubwa cha Bwana Ahmed, hakuna asiyejua. alimwona mama yake karudi kwa njia ya mwanawe. Lakini sasa....! Ujuba wake ndio uliomponza Zahra.

***************

Baada ya kumaliza kuchana nywele zake akaupekua uso wake kama kawaida yake. Hakuona kilichozidi, na ndio ukawa usalama wa huo uso. Maana ungelijionesha kidoto tu, ungeshika adabu yake. Ungelisuguliwa hata na *steel wool* maana hakubakisha kitu ambacho hajatia kwenye uso huu. Aliporidhika na uso, sasa akaanza kuyachunguza meno yake. Ama huyu kioo hakijamcheza, kimemtia wazimu kabisa!

Muda wote huo Layla aliendelea na kazi yake kimyakimya, baadaye aliuinua uso wake akamtazama Zahra na akamwona alivyoshughulika na meno yake. Akamtazama kwa muda kidogo kisha likamtoka tabasamu hata akasahau aliyonayo.

"Sasa wewe unaniambia mimi nitafanya maradhi ya wasiwasi, wewe utafanya nini?" Layla alimrushia Zahra swali la uchokozi.

Zahra aliacha kuyachunguza meno yake, akageuka nyuma kumtazama Layla, Akatabasamu, kisha akamjibu, "Aa haya si maradhi ila ni ustaarabu tu. Sasa wewe unataka mwanamke kama mimi tena bado Bint Ahmed, nashindwa kutabasamu mbele za watu kwa raha vijino manjano? Kweli haki hiyo? Mwanamke unatakiwa uwe huru kila mahala, lakini wewe hufahamu kitu, na sijui utakuja kufahamu lini."

"Ah mambo yako mimi siyawezi." Layla alieleza.

Walizungumza lakini Zahra alikuwa anamtazama Layla kwa mashaka kwani alihisi kitu. Alihisi kuwa Layla hakuwa katika hali yake ya kawaida. Kuna kitu kilimsumbua lakini hataki kukisema. Na hii ilikuwa sifa moja ya Zahra: humgundua mtu mara moja anapokuwa hayupo hadhir kabla ya mtu mwengine yoyote. Na haikuwa kwa mtu tu, hata ndani ya nyumba panapotokea mabadiliko yoyote, basi yeye ndiye wa mwanzo kugundua. Alisogea taratibu mpaka karibu na kitanda cha Layla akakaa karibu yake. "Layla, una nini?" Zahra aliuliza taratibu maana sasa alishaingiwa na hofu, kwa sababu haikuwa kawaida ya Layla kumficha kitu Zahra. Alikuwa hasubiri hata kuulizwa, humwita mwenyewe akamwambia kila kilichomo moyoni mwake. Na hivyo ndivyo ilivyokuwa kwa Zahra. Sasa leo limezidi lipi hata awe kimya hivyo hata aulizwe asijibu? Haki yake Zahra kupata wasiwasi. Alimtazama kwa macho ya huruma, "Mbona hivyo? Niambie basi una nini, unajua kama unanipa wasiwasi?" Layla mdomo wake unataka kusema lakini nafsi yake inamzuia. Akainuka ghafla.

"Nimesema sina kitu." Akaongoza moja kwa moja mpaka kwenye *dressing table*, akawa anapangapanga vitu vilivyokuwepo mezani hapo, yote hayo alitaka kuyakwepa macho ya Zahra akazua la kufanya.

"Dakika moja tu uliyokuwa hapa umevuruga kila kitu, sijui utastaarabika lini, huishi kuchafua. Unajua kujisafisha wewe tu lakini vitu vyako vyote rafurafu," Layla alijaribu kubadilisha mazungumzo lakini Zahra hakukubali kupotezwa malengo.

"Usijidai kubadilisha mada, mimi nitapanga hapo, wewe niambie kinachokusumbua."

"Wewe unaliona hili dogo? Mimi nipange wewe uje uvuruge, unafikiri mazuri hayo? Wewe sasa mwanamke mzima hapo ulipo, basi huwezi hata kuweka sawa vitu vyako?" Anasema huku anapanga vitu, hamwangalii mtu. Si kupanga kwa yakini bali alikuwa anachukua hichi akahamisha huku na kile akihamisha kule ungesema anacheza dama. Zahra alimtazama tu.

"Bora ingekuwa kila mtu ana chumba chake, labda nawe ungestaarabika. Usingekuwa unanitegemea mimi, sasa unaona kila kitu Layla atafanya. Sasa mimi nikiondoka, je nani atakufanyia?" Layla sasa alikuwa anazungumza bila hata ya kupima anachokizungumza.

"Uondoke uende wapi?" Sasa hili swali la Zahra lilimgutusha akageuka nyuma kumtazama Zahra akakutana na macho ya udadisi huku uso umekunjwa. Akaelekea mbele haraka kuyakwepa macho yale. Alijikaza asije akababaika. Zahra akaona sasa hapakaliki tena bora ainuke amfuate hukohuko. Alipofika karibu yake alimshika bega akamgeuza upande wake wakatazamana macho kwa macho. Layla aligeuza macho yake akaangalia upande. Zahra alimwangalia vile alivyo sasa akawa ana asilimia mia kuwa kuna kitu kimefichwa katika moyo wa Layla.

"Kuna mtu amesema kitu kimekukera? Tafadhali niambie."

"Hakuna," Layla alijibu huku kaukunja uso.

"Sasa kuna nini, mbona husemi? Unajua unaniumiza sasa?" Sasa sauti ya Zahra imeshabadilika na ilianza kupanda juu. Layla kuona hivyo aliukamata mkono wa Zahra akamvuta mpaka kwenye mlango akaufunga kwa ndani. Kisha akamvuta tena karibu na kitanda akamkalisha, naye pia akakaa. Zahra kanyamaza kimya anafuata tu.

"Zahra nakwambia kitu lakini naomba kiishie hapa hapa. Kwanza naomba uniahidi." Zahra alimtazama kwa kitambo kisha alimjibu, "Sawa nakuahidi." Layla alifanya hivyo kusudi ili kumzuia Zahra asije akafanya fujo. Kwani alijua hakika asingeyawafiki hayo anayotaka kumwambia, na ndio maana alikuwa mzito kumwambia. Hatimaye alimhadithia kila kitu, na Zahra alitulia akamsikiliza kwa makini. Hakutaka kupitwa na hata neno moja.

Alipomaliza tu Zahra alirukia, "Mabrouk!" Layla alimtazama, hakumjibu. Alijua kuwa mabrouk ile haikuwa ya kheri. Zahra aliinuka kwa ghadhabu. "Mpaka lini utaacha watu wayachezee maisha yako enh? Basi mpaka hili dada yangu huwezi ukajitetea?" Zahra alizungumza kwa ghadhabu lakini alijitahidi sauti yake isipande juu.

"Lakini, Zahra, mimi nimekubali kwa hiari yangu hakunilazimisha mtu."

"Ha! ha! ha!, eti kwa hiari yangu. Wewe una hiari! Wewe kazi yako kuburutwa tu, basi! Na ndio maana ukawa hutaki kuniambia kwa sababu unajua fika sitakubaliana nayo."

"Na kwa nini usikubaliane nayo, kwani unaolewa wewe?"

"Si kama ninaolewa mimi, lakini sitokuwa tayari kuona unayaharibu maisha yako wakati mimi nipo nakutazama tu."

"Zahra! Mimi niyaharibu maisha yangu kwa kuolewa?"

"Si kwa kuolewa, ila huyo anayekuoa."

"Ana nini?'

"Najuaje mimi, nikuulize wewe shemeji yangu yukoje?"

"Ama mwanamke wewe unakua mwili tu, akili zipo pale pale."

"Huyo mimi ama wewe? Hivi wewe ndio upo tayari hasa kuolewa na huyo nani sijui?"

"Na kwa nini nimkatae wakati wazazi wangu wameshamwafiki tayari?"

"Kwa nini umkatae, enh? Masikini, huijui sababu! Huyo mchumba mwenyewe umeshamwona au unamjua?"

"Simjui ila baba anamjua."

"Huyo baba yako ndiye atakayekwenda kukaa naye?"

"Hata kama hatokwenda kukaa naye lakini hatonitafutia mtu mbaya anipe."

"Hilo mimi sijui, ninachotaka kukitambua ni hichi. Upo tayari kumsahau Hassan, na kuolewa na ...."

"Hassan! Nani Hassan?"

"Oh, sasa umekuwa humjui Hassan, enh? Basi wacha mimi nitakukumbusha Hassan...."

"Basi Zahra, sitaki kusikia kitu tena. Mimi ndio nimeshaamua kuwa nitaolewa na huyo huyo aliyechaguliwa na wazazi wangu."

"Layla usijidangaye...."

"Nimesema sitaki kusikia kitu tena." Layla aliinuka akatoka chumbani, alimwacha Zahra kabutwaa.

Zahra tokea wakati huo hakuwa na raha tena. Alikaa akiwaza akiwazua vipi ataweza kumsaidia Layla kwani alijua fika kuwa Layla hakuwa na furaha na posa hii. Kaikubali tu ili kuwaridhisha wazazi wake. Na hii ndiyo tabia ya Layla, ambaye hakujali kabisa masilahi yake. Akaona bora akamweleze mama yake labda yeye angejua nini cha kufanya. Baadaye alikumbuka kuwa ameweka ahadi kuwa yatakwisha hapo hapo. Hakuweza kuivunja ahadi hiyo. Sasa nini afanye? Akili ilimzunguka.

Akashuka chini kumtafuta mama yake apate kumdodosa apate kuitaja posa ya Layla angalau naye apate nafasi ya kutia lake. Hakuiona njia nyengine zaidi ya hii. Kamaliza nyumba nzima hakumwona. Akamtafuta Layla mpaka akachoka na mwisho akaenda chumbani kwao akafikiri labda atakuwa amerudi huko, nako hakumkuta. "Alah, hawa watu leo wote wamekwenda wapi?" Mara akakumbuka labda yupo chumbani kwa Said. Wakati anakwenda huko alipitiliza mlango wa chumbani mwa wazazi wake na akasikia sauti za watu zinazungumza. Sauti ya baba yake haikumpa tabu lakini ya pili ilimbidi awe makini ili aweze kuitambua. Kwani ukija kwa ghafla tu huwezi kuitambua mara moja ni sauti ya Bibi Khadija ama ya Layla. Sauti zao zilifanana sana. Mwishowe aliitambua kuwa ni Layla kwani hakuisikia sauti nyengine. Akajiuliza mwenyewe, "Mama yupo wapi?" Akashuka tena chini akamtafuta kote asimwone. Alistaajabu sana kwa vile haikuwa kawaida yake kutoka bila ya kutoa taarifa. Akapanda juu tena kumfuata Said amwulize labda atakuwa anajua chochote. Kufika chumba kwa Said naye hayumo. Alizidi kushangaa kwani kwa wakati huo Said alitakiwa awe nyumbani, amekwenda wapi?

Bibi Khadija, baada ya kupewa ruhusa tu, alijitayarisha kutoka maana aliogopa Bwana Ahmed asije akabadilika akamzuia asitoke tena. Basi hapo tena alisahau kutoa taarifa ya kuwa anatoka, hakujua mtu isipokuwa Bwana Ahmed tu. Zahra wasiwasi ulimzidi na likamjia wazo ampigie simu Said. Simu ya Said imezimwa. "*Wapo wapi hawa? Wapo pamoja, ama? Imekuaje watoke hata wasiseme? Na mimi wakati wanatoka nilikuwa wapi hata nisiwaone wanatoka? He, ya leo makubwa! Hii nyumba inakwenda vipi sasa?*" Haya ni baadhi ya maswali aliyokuwa anajiuliza Zahra. Basi hii ndiyo kawaida yake! jambo dogo tu hulikuza likawa hilo. Akajitia wasi wasi, akalichokora mpaka alijue nje ndani. Akarudi chumbani kwake na akajitupa kitandani. Akaendelea kujiuliza maswali yake yaliyokuwa hayana majibu, hata ya Layla aliyasahau kwa muda. Kabaki anagaragara juu ya kitanda mara ghafla mlango ulifunguliwa! "Chakula tayari, shuka uje ule." Layla alitaarifu hali ya kuwa kasimama pale pale mlangoni asipige hatua hata moja ndani. Alipomaliza aliyotaka kusema akaurudisha mlango na hata kabla hakuwahi kufanya hivyo, Zahra alimwahi.

"Mama yupo wapi?"

"Yupo hospitali."

"Kuna nini?"

"Anaumwa. Kapata kitanda."

"Eti?" Zahra alikaa kitako kwa mshituko. "Mama kapata kitanda basi hamna mtu aliyejali kuniambia? Anaumwa na nini?"

"Mimi pia nilikuwa sijui, baba ndio kwanza ananiambia sasa. Sijui anaumwa na nini, Alipoondoka hapa alisema hajisikii vizuri tu."

"Hata kama hiyo habari umeipata sasa kwa nini basi usiniambie mpaka nimekuuliza?"

"Nilikuona hupo kwenye hali nzuri sikutaka kukuzidishia."

"Nipo kwenye hali gani?"

"Basi na yaishe, nimekosa, inuka uende ukale."

"Nikale nini? Mama hajulikani hata hali aliyonayo unaniambia habari ya kula! Kalazwa hospitali gani?"

"Hata sijui, baba naye hajui, Said hakusema."

"Ya salaam! Hii ndio nyumba. Mtu kalazwa hajulikani anaumwa na nini wala kalazwa hospitali gani, hahaha! Ukisikia kali ya mwaka ndio hii. Na huyo mzee ndani ndio anajiita mume, hajui chochote kuhusu mkewe! Eti Said hakusema. Ha ha ha! Hebu nicheke miye." Layla alinyamaza kimya akimtazama tu, maana alijua kuwa akianza kushindana naye hawatomaliza sasa. Bora amwache aseme yeye tu, akichoka atanyamaza. Na hivyo ndivyo ilivyokuwa. Alipomaliza akajilaza tena kitandani.

"Sasa mbona umelala, inuka twende ukale."

"Nikale nini na wewe! Hebu usinitibue. Basi nyumba hii wanajua kula tu! Kula tu hapa, alhamdulilah! Maisha sio kula tu! Ukitoka nibanie huo mlango." Akajigeuza upande wa pili akachukua mto akajifunika nao kichwani. Layla akaingia ndani akamfwata Zahra alipo, na kukaa karibu yake.

"Zahra" Layla aliita. Zahra akajigeuza upande mwengine akampa Layla mgongo. Layla aliendelea akijua kuwa amesikika, "Kweli uliyosema kuwa maisha sio kula tu, lakini kumbuka hakuna maisha bila kula. Sasa wewe utakaa na njaa mpaka saa ngapi? Hatujui mama atarudi saa ngapi. Sote tuna wasiwasi lakini tufanye nini. Said simu yake ameizima, je, wapi tutapata habari zao? Ghafla Zahra aliurusha mto akakaa kitako.

"Unaweza kunipa mapumziko kidogo? Eti Said kaizima simu wapi tutapata habari yake? Yote kayataka huyu mzee.

"Zahra!"

"Zahra nini? Wacha niseme! Huyu ni baba yetu tu, lakini si kila kitu anachofanya yeye ni sawa. Hapa nina uhakika kafanya kitu mpaka Said kaizima simu. Basi hata mwenyewe hupimi? Vipi watoke bila ya taarifa, kisha basi asiseme anajisikia vipi wala asiitaje hospitali wanayokwenda. Mtu afuatane na mgonjwa kweli kisha azime simu…. Asitake kueleza chochote kuhusu maendeleo ya mgonjwa? Wewe inakuingia akilini kweli? Hata tuseme simu yake imekwisha chaji basi anashindwa kufanya maarifa yoyote ili aweze kutupatia taarifa? Niambie sasa? Mbona upo kimya? Balaa lote la nyumba hii analileta huyu mzee na ukali wake usiokuwa na kipimo! Yeye anaona anatengeneza kumbe ndio anaharibu.

"Zahraaaa!" ilisikika sauti ya radi, kila aliyeisikia sauti hii ilibidi agande kidogo mwili wote. Baada ya muda, fahamu iliporudi kila mmoja aligeuza shingo yake ili kuyaruhusu macho yake kuona ni nani aliyoitoa sauti hiyo waliyoisikia barabara kupitia masikio yao na kugonga vyema katika bongo zao. Si kwamba ilikuwa ni ngeni sauti hii, la hasha! Ila hawakuitegemea kwa wakati huu. Alikuwa ni Bwana Ahmed amesimama mlangoni. Alionekana alikisikia vyema kilichokuwa kinazungumzwa kwa jinsi alivyotuna pale mlangoni huku pumzi zikimtoka mbili mbili, uso ulikuwa umembadilika rangi.

Wakati alipoingia ndani Layla alisahau kuubana mlango, hivyo ilikuwa rahisi kwa Bwana Ahmed kukisikia kile kilichokuwa kinazungumzwa wakati alipokuwa anapitiliza njia. Naye huyo Zahra asiyejua kuzungumza taratibu. Bwana Ahmed alipoyasikia mazungumzo yao wakati alipokuwa anapita aliamua asimame asikilize vizuri. Labda masikio yake yalimdanganya. Mpaka alipohakikisha kuwa yale anayoyasikia ndiyo yaliyozungumzwa hakuweza kustahamili tena. Ilimtoka ile sauti yake ya radi ambayo ukiisikia shurti unywele wa utosi usimame. Hasira zilizidi, mwili wote ulitetemeka kwa ghadhabu aliyonayo. Ya Bibi Khadija na Said hayajesha, naye huyu kayaleta mapya. Bw Ahmed alisimama hapo kwa sekunde kadhaa, macho yamemtoka. Kisha aliingia ndani kwa ghadhabu moja kwa moja mpaka kwa Zahra. Aliunyanyua mkono wake wa kuume akataka kumrushia nao Zahra wa uso. Zahra aliwahi kuuona akajaribu kuukwepa, lakini Bwana Ahmed alibadilisha wazo lake kabla mkono wake haukutua kwenye shavu la Zahra, aliuzuia njiani.

"Mtoto mbaya kwelikweli wewe! Na nikifa wewe ndiye utakayekuwa umenitoa roho yangu. Maana huyo Izraili unamwona anakawia! Shetani mkubwa wewe! Unathubutu kunikalia kitako mimi ukasema upendavyo? Mtoto gani wewe hasbiyallah! Lohh! Paka wa kirumi we! Tabia gani ulizonazo wewe Utasema umeokotwa! na wewe ndio unawaharibu wenzio humu ndani, kazi yako kueneza chuki tu. Said alikuwa baridi wewe ndiye uliyemcharua. Ukaona haitoshi sasa unamuandama na Layla! Kama mimi nipo hai nakwambia Wallahi hutoshinda vitimbi vyako. Bora nikose mtoto mmoja lakini niilinde familia yangu na upotofu! Chunga sana ulimi wako ama utakuja kujuta kwa unayoyasema. Leo iwe mwanzo na ndio iwe mwisho, mpuuzi mkubwa we! Usitake kuniundia matabaka kwenye nyumba yangu. Baki na imani yako peke yako usitafute wafuasi." Bwana Ahmed alikasirika na anabwata moja kwa moja. Layla na Zahra walinyamaza kimya nyuso wameziinamisha chini. Bwana Ahmed akaondoka kwa ghadhabu kama alivyokuja. Zahra alitaka kusema kitu, Layla alimuwahi na kumzuia, kwa bahati Zahra alifahamu.

## 8

Bibi Khadiija aliona bora asalimu amri kwa usalama wake. Lakini hana raha hata chembe. Akili yake yote ipo kwa Bwana Ahmed. Atakwenda kumjibu nini mpaka amfahamu? Akaiona dripu haiendi kabisa. Kila alipoitazama ndio mashaka yake yalipozidi. Masikini hakujua hata afanye nini. Kila alipojipa moyo humjia sura ya Bwana Ahmed na hasira zake, hapo tena akili yake huwa haifanyi kazi tena, humruka kabisaa.

Said tokea alipokaa juu ya kiti, hakuinuka. Hakutaka kumwacha hata dakika tano maana hakujua atakuja kufanya manyago gani! Mpaka mwisho alisinzia hapo hapo, kajichokea roho yake. Lakini aliona bora hayo. Baada ya muda kidogo kupita, roho ilimsuta baada ya kukumbuka kuwa alimkatia baba yake simu kisha tena akaizima. Likamjia wazo kuwa aiwashe kisha ampigie baba yake ili amfahamishe yaliyotokea. Lakini baada ya kukaa na kufikiria kidogo aliona si wazo la busara kufanya hivyo. Alijua fika kuwa asingelimfahamu hata kidogo kwa sababu angelishikilia msimamo wake ule ule. Maana kauli yake siku zote hairudi nyuma. Asemalo yeye siku zote huwa kama maandiko matakatifu, halibadiliki. Sasa afanye nini? Akaona bora nusu shari kuliko shari kamili. Kwa sasa aliona hakuna kilicho muhimu kuliko afya ya mama yake. Wazo la kupiga simu likafutika kabisa. Watakwenda kuelewana huko huko.

***************

Kila dakika ilipokwisha na ikafuata nyengine ndio wasiwasi wa wasichana hawa ulivyozidi. Muda wote huo wamebaki wakitazama mlangoni huku wakiisubiri simu. Wamebaki wakidhani labda sasa hivi. Layla na Zahra usiku mzima hawakupata usingizi. Walikuwa wanazisubiri habari za mama yao, lakini Masikini watoto hawa mpaka wakati huo hawana walichokipata. Hakuna mmoja aliyemsemesha mwenziwe muda wote huo, wote kimya wamejiinamia.

Kriii kriiii kriii simu ya mezani iliita. Layla na Zahra walikurupuka mabio kuikimbilia simu wakijua sasa Said amewakumbuka. Zahra aliwahi kuuinua mkono wa simu.

"Assalam alaykum."

"Walaykum salam," sauti ya upande wa pili ilijibu.

"Naomba kuzungumza na inspekta Haroub."

"Samahani umekosea namba," Zahra aliijibu sauti ya upande wa pili akiwa amenywea.

"Kwani hapo si kituo cha polisi?"

"Hapa jela sio kituoni," Zahra alijibu kwa hasira kisha akaubwata mkono wa simu.

Layla ilimbidi acheke kidogo "Sasa hizo hasira zako ndio ummalizie yeye?"

"Mimi nimeshamwambia amekosea namba, yeye ananiletea mambo ya kipuuzi. Watu wana tafrani zao hapa, yeye analeta mambo ya kijingajinga hapa, alah! Na hakujua muda wa kukosea namba isipokuwa saa hizi watu wanasubiri simu muhimu." Shuti Zahra kakasirika, utasema huyo aliyepiga simu kafanya kusudi.

Huko chumbani nako Bwana Ahmed usingizi ulikuwa umemruka. Alikuwa anakizunguka chumba chote utasema labda anakizingua. Bado hasira hazikumshuka, aliona hakuna siku mbaya kama siku hiyo. Hata baada ya kwenda barazani kwa wazee wenziwe hakuona nafuu yoyote, mada iliyokuwa inajadiliwa ilimzidisha wadudu wa kichwa. Aliona bora aondoke kabla hakupigana na mtu, alirudi nyumbani na tafrani zake kichwani. Hakufikiria hata siku moja kuwa Said angeweza kumfanyia kitu kama kile. Hii ni dharau ya hali ya juu. Vipi kathubutu kutenda kitu kama kile? Kuna nini leo kilichozidi hata Said athubutu kuvunja amri zake afanye atakavyo yeye? Acha Said, Bibi Khadija leo....? Baada miaka ishirini na tano ya utii, leo anamwendea kinyume? Zahra kipenzi chake kamwekea bunge anamjadili. Basi siku gani mbaya kwa Bwana Ahmed zaidi ya hii?

***************

Kwa hakika usiku wa leo hakuna aliyekuwa na raha. Kila mmoja alikuwa na dhiki kwa upande wake. Labda kwa Salah asiyejua kinachoendelea. Aliyetimuliwa akalale, eti kesho skuli. Yeye pekee ndiye usiku wake uliopita kwa amani. Alipomulizia mama yake yupo wapi alijibiwa kwa swali jingine. "Unataka kunyonya?" Zahra, kama kawaida yake, chaujuba. Akiwa amekasirika usije kumuuliza hata hali. Utapewa lako utafute pa kujifukia usipaone. Maneno yake kama bomu. Hakujali anajibu nini wala anamjibu nani na wakati gani. Linalomtoka ndio hilo hilo tu.

Salah aliondoka kimya kimya baada ya kupata bomu lake. Mdomo kauvuta nusra uanguke chini. "Bui," Lalya alimwita Salah kwa deko. Salah alisimama pale alipofika asitingishike na hata asigeuke nyuma kumtazama aliyemwita. Kabaki vilevile kichwa kakiinamisha chini, mdomo kauvuta. Lakini sasa kajiregeza kwa deko. "Njoo habiby," Layla alimwamuru kwa upole. Hapo naye akajivuta taratibu, akamfwata Layla alipo. "Babu zima ovyooo!" Zahra aliendelea na kejeli zake. Akainuka huyoo, katokomea. Maana aliona anachefuliwa roho. Layla hakujali, ameshayazoea. "Sikia, sasa wewe nenda kalale kesho skuli asubuhi. Mama leo atakawia kurudi, kaenda hospitali."

"Anaumwa na nini?"

"Homa tu kidogo."

"Mmmhhh," akalizidisha deko lake. "Mimi sitaki kwenda skuli kesho."

"Kwa nini?" Aliuliza kwa mshangao.

"Ah, kila siku mikwaju tu, mimi nishachoka. Kesho kipindi cha mwanzo hesabu. Mwalimu anapiga kama kachanganyikiwa. Ukikosa hesabu moja tu utajuta. Halafu bora angekuwa anasomesha tunamfahamu. Hatufahamu chochote, sio peke yangu, darasa zima hatumfahamu. Halafu unanitegemea kama atatupa kazi tutazifanya sawa?"

"Kama hamfahamu ni juu yenu kumwambia. Kwani yeye ni wajibu wake kusomesha wanafunzi mpaka wafahamu."

"Hata ukimwambia hajali. Anasema hili somo si la vilaza kama sisi. Sisi tunakwenda kujaza darasa tu."

"Basi kama wewe hujafahamu, njoo niulize mimi ama Zahra tutakufahamisha ulipokwama." Alimweleza kwa upole.

"Sio hesabu tu, kila kitu mimi sifahamu!"

"Kwa nini? Hakuna hata somo moja unalolipenda?"

"Ningekuwa ninafahamu hayo masomo ndio ningekuwa na uchaguzi wa masomo niyapendayo."

"Sasa kwa nini hufahamu?"

"Kwa sababu tokea mwalimu anaanza kufundisha mpaka anamaliza anazungumza Kiswahili, lakini *notes* anazotupa ni za Kizungu. Hata nikitaka kufanya marejeo sifahamu kitu. Na pia mtihani huja kwa Kizungu, basi vipi mimi nitaweza kujibu? Kwanza hata sikufahamu swali limeuliza nini, basi nitajuaje jawabu Lake?"

"Jitahidi utaweza. Ama nimwambie baba akutafutie mwalimu akusaidie kwenye *English* na hesabu, utafanya vizuri kwenye masomo yako." Layla alishauri.

"Heh, hayo ya skuli yameshanitosha, wewe unataka kunitafutia na mengine?"

"Sasa utafanyaje? Lazima uhangaike kwani kupata elimu sio rahisi. Na anayejitahidi ndiye anayefanikiwa." Alimweleza kwa upole.

"Siyo lazima kusoma, anayesoma anategemea aje kupata kazi nzuri ili aendeleze maisha yake. Sisi tuna biashara inakwenda vizuri tu. Na maisha yetu ni mazuri kuliko ya hao wanaoitwa wasomi."

"Khah! Sikufikiria kama una dhana potofu kama hizo! Kuwa na elimu yenye manufaaa ni utajiri bora kuliko kumiliki mali, Elimu ni nuru na vazi la ubora na heshima kwa mwenye nayo. Elimu haiishi, humfwata mtu kila aendapo na humsaidia kila inapohitajika. Basi vipi mali inaweza kushika nafasi ya elimu? Soma si kwa ajili ya kupata mali ila kuja kuiongoza hiyo mali na kuwa chini ya twaa yako. Elimu hufungua milango ya hekima na busara. Soma ili uje kuwa mtu mbele ya watu. Utabeba heshima kwenye jamii yako."

"Mwenye mali pia hubeba heshima," Salah alitoa wazo lake.

"Heshima ya mwenye mali hubebwa na mali yake, siku mali ikianguka huanguka na heshima yake. Elimu haifilisiki ila huzidi utukufu wake, basi vipi mwenye elimu atapotezeya heshima yake wakati ameibeba elimu kichwani mwake. Hata akitajwa baada ya kifo chake bado huheshimiwa na kutukuzwa kwa elimu na maarifa yake," Layla alimweleza.

"Sawa nitajitahidi," hatimaye alikubaliana na Layla lakini alionekana kama anamwondosha njiani.

Layla alililfahamu hilo, "Sio utajitahidi, usome na ukabiliane na kila kipingamizi ama uzito unaokupitikia mbele yako maana utukufu hauji kwa urahisi. Elimu humtukuza aliyeibeba basi usifikiri kama upatikanaji wake utakuwa ni lelemama. Ujipinde, ujitume ndio hapo utakapoupata utukufu."

"Basi twende pamoja tukalale."

"Aa, wewe nenda mimi nipo hapa namsubiri mama."

"Aa, twende Bwana," Salah alizidi deko. Sasa akawa anamvuta Layla mkono. Layla aliinuka na kumfuata.

Salah kwa Layla alikuwa hakui. Siku zote yeye ni mtoto tu. Alimdekeza sana kupita kiasi, hata mwenyewe Salah alilijua hilo. Kila atakacho apewe. Kila asemalo afanyiwe. Zahra alichukia sana tabia hii. Kila siku alikuwa akimpigia makelele Layla ili aache kumdekeza Salah, lakini hakusikia. "Wewe huyu ni mtoto wa kiume mwache akazane. Hilo dekezo linamwaribu. Sasa ameshakuwa mkubwa. Mwangalie, sasa mtoto wa miaka kumi na moja. Hilo deko lake utasema mtoto wa miaka mitatu! Anachefua roho." Zahra ndio wimbo wake huu ambao Layla hakuutilia maanani.

Salah kwa deko alilokuwa nalo kiasi kwamba hakuweza hata kucheza na wenziwe wenye rika kama lake. Akianguka tu, huyo mbio kwao na vilio. Sikwambii akipigwa tena, ndio inakuwa balaa kabisa. Hufungua mdomo utasema kawa. Akipigiwa kelele na baba yake, hununa siku tatu baada ya kilio. Hapo tena huwa hali hanywi mpaka abembelezwe. Kisa? Eti kagombwa! Amluradi kaoza ananuka kwa deko.

Huyu ndiye kitinda mimba, Salah. Unaweza kumwita mboni ya Layla. Kwa tambo lake ungeweza kusema ni kijana wa miaka kumi na tano, lakini kwa akili zake utasaema mtoto wa miaka mitatu. Deko moto mmoja!. Mpaka akili zake zimedumaa na hakuweza kufikiria chochote kwa akili yake mpaka asaidiwe mawazo. Hata nguo ya kuvaa alisubiri Layla amtolee. Huko darasani ndio kabisa, hafai. Yote deko ndilo lililomlemaza Salah, siku zote hujiona mtoto tu na kila kitu alisubiri kufanyiwa. Layla naye humfanyia kila atakalo. Naye hapo Salah ndio hufanya inda. Chakula kitapikwa kipakuliwe basi yeye atakikataa na atataka chakula chengine kabisa. Layla huacha kula akainuka amwandalie Salah chakula apendacho. Bwana Ahmed hupiga kelele kwani hakuipenda tabia hii hata kidogo. Lakini Layla alijua vipi vya kumtuliza baba yake.

Mpaka umri huu, hakuna aliyeweza kuitambua sura ya Salah imekwenda kwa nani. Imebaki kuwa labda pengine. Tambo lake lilikuwa kubwa kuliko umri wake. Alikuwa ndiye wa mwisho kuzaliwa lakini alionekana kuwafunika wote kwa umbo lake lakini akili zake aliziacha magotini. Bwana Ahmed hakutegemea chochote kwa Salah. Hakuweza kumtafautisha na watoto wake wa kike. Hakutegemea kama ipo siku moja Salah atakuja kufanya kitu cha maana katika umri wake. Imani yake yote aliipeleka kwa Said. Alimwamini zaidi ya anavyojiamini mwenyewe. Lakini hakutaka kulionesha hilo kwa mtu mwengine yoyote. Alichukia kujishusha hadhi mbele ya mtu mwengine. Kwake yeye ni sawa na kujidhalilisha.

## 9

Usiku wote Zahra aliishia kugaragara tu. Akili yake ilikuwa inamzunguka kwa mambo mawili. Moja la mama yake, la pili la Layla. La mama yake aliliona lina nafuu kidogo maana alikuwepo Said ubavuni mwake. Lakini Layla je? Ana nani? Huyo Layla mwenyewe hakujua hata kujitetea, kila aambiwalo huitikia hewallah. Hajulikani anachokipenda wala kinachomchukiza. Kuhusu hii posa ya Hafidh, Zahra hakuiwafiki hata kidogo maana ana uhakika kuwa Layla aliitikia tu. Aliona ni bora kuitafuta njia ya kumnusuru dada yake.

Layla naye kwa upande wake alibaki macho makavu huku akitafakari mustakbali wa maisha yake. Hakujua wapi pa kushika. Lakini hakuweza kufanya chochote, ilimbidi aridhie kile kilichoamuliwa. Alijua huo ndio wajibu wake. Lakini hakujiona kuwa ana furaha hata kidogo na maamuzi haya, tofauti na maamuzi mengine yanayotolewa juu yake. Alibaki njia panda sasa, hakujua maamuzi yake yapo sawa ama la. Sasa kichwa kikaanza kumgonga. Hakikuweza kufanya kazi tena. Maana kimepewa kazi zaidi ya uwezo wake. Moyo nao ukaanza kumwuma, akihisi kama mtu anauminya kwa nguvu sana. Aliinuka ghafla akakaa kitako.

Zahra ndio kwanza anagutuka kuwa hakukesha peke yake baada ya kumwona Layla amekaa kitako. Alijua fika kuwa kitako kile hakikuwa cha kutoka usingizini. Na kama ni hivyo basi itakuwa ameota ndoto mbaya sana. Hakumwuliza kitu ila alibaki anamtazama tu, kupitia mwangaza hafifu uliokuwepo chumbani humo. Layla aliinuka taratibu, kwa kunyatia, ili asije kumwamsha Zahra. Hakujua kama naye yuko macho. Alitoka kabisa chumbani na baada ya muda kidogo akarejea tena. Kwa mwendo ule ule wa kunyatia alijivuta mpaka lilipo sanduku la kuhifadhia mswala na nguo za kuswalia. Akaswali rakaa zake mbili, na kuomba dua zake. Kisha akawasha taa yake ndogo, na kuchukua kitabu kitakatifu, Quran, akawa anaipitia aya moja baada ya nyengine. Baada ya kuwaza sana aliona hapati chochote cha maana zaidi ya kujiumiza tu. Aliona sasa hakuna njia nyengine ila kumwelekea Mungu wake ili apate ufumbuzi wa tatizo lake. Kwani YEYE ndiye pekee mwenye uwezo wa kutatua matatizo yote, kama utamtegemea kwa moyo mmoja.

Baada ya muda kidogo, alirudi kitandani mwake baada ya kuizima taa. Zahra alibaki kimya akimtazama hatua moja baada ya nyengine. Roho yake ilizidi kumwuma, alijua kuwa sasa Layla amezidiwa. Alimjua Layla vizuri, hakutaka kufundishwa. Layla alipofikia mahala ambapo hawezi tena kufanya kitu au anapokuwa na dhiki sana, basi moja kwa moja anamwelekea Mungu. Ndio maana Zahra aliumia sana. Maana alijua sasa Layla maji yameshamfika shingoni. Lakini alibaki vile vile juu ya kitanda chake, hata ikamfanya Layla aamini kuwa amelala usingizi mzito.

Layla aliendelea kugaragara kwenye kitanda chake. Aliona hakupambazuki, usiku ulikuwa mrefu sana siku hiyo, Leo kwa mara ya kwanza anaifikiria nafsi yake akayasahau aliyonayo mama yake. Mwisho alishuka juu ya kitanda chake. Aliwasha taa kubwa, akaelekea moja kwa moja mpaka kwenye kitanda cha Zahra. Akaanza kumtingisha huku akimwita akidhani amelala usingizi mzito. "Zahra.....Zahra!"

Zahra naye alijidai eti amelala, alijinyongoa mwili wake kisha akaitikia kivivu. "Mmmh" Kisha akajigeuza upande wa pili kama vile yupo kwenye usingizi mzito.

"Zahra, inuka basi," Layla aliendelea kumwamsha akiamini kuwa amelala.

Zahra sasa alijidai kufungua macho taratibu. "Mmh unasemaje? Umepata habari ya mama?" akijidai kuuliza huku akiendelea kujinyoosha.

"Hata! Sikupata habari yoyote."

"Kumbe nini tena usiku huu?"

"Hebu kaa kitako kwanza nikwambie." Zahra aliinuka akakaa kitako. Walikuwa wanazungumza kwa sauti za chini kabisa, sauti za kunong'ona.

"Zahra kweli usemayo, sina furaha na posa hii," Layla alipasua jipu. Zahra alishtuka, hakutegemea kuwa atamwambia hayo.

Aliganda vilevile huku kamkazia macho Layla. "Ndio, Zahra," Layla aliitilia mkazo kauli yake baada ya kumwona Zahra amezubaa, akaendelea. "Lakini hakuna sababu ya kukataa, Zahra!"

"Na kwa nini isiwepo?" Hatimaye Zahra alimwuliza. "Layla wewe ndiye unayeolewa una haki ya kuchagua mwanamme umtakae. Kwa sababu huyo ndiye utakaekwenda kuishi nae maisha yako yote yaliyobakia. Basi ukikosea kumchagua mume sahihi ndio umeshayaharibu maisha yako yote."

"Sasa wewe unafikiri nifanye nini?"

"Hakuna njia nyengine ila useme ukweli tu."

"Ukweli upi?"

"Kuhusu Hassan."

"Zahraaa! Hassan ameshapita tayari."

"Sio kweli, wewe unafikiri ni kwa nini huna furaha na posa hii? Wakati hata huyo mwanamme humjui. Ungesema labda umewahi kumwona, ukamtia walakin. Na huna unachokisikia isipokuwa sifa zake tu, eti ni kijana mzuri, tajiri, anatoka kwenye ukoo mzuri. Basi nawe usiwe na hamu hata ya kutaka kumuona ila ikunyime raha tu. Yote haya ni kwa sababu moyoni mwako yupo mtu tayari, hakuna nafasi ya mtu mwengine. Na huyo mtu ni Hassan tu!" Zahra alieleza hisia zake.

"Zahra, acha wazimu wako. Unafikiri ninamkumbuka Hassan tena? Basi ameshapita tayari. Kama kweli angekuwa wangu, basi ndoa yetu ingesimama. Leo ningekuwa nipo kwangu na pengine nina mtoto tayari." Lalya alitabasamu kisha akainamisha kichwa chake chini.

"Layla ndugu yangu, usitake kuukwepa ukweli. Ukitaka usitake ukweli unabaki pale pale kuwa bado una hisia kwa Hassan. Tena Masikini mwanaume wa watu hakuoa mpaka leo, pengine anakusubiri bado."

"Ulijuaje kama hakuoa bado?"

"Ninawasiliana naye."

"Ha! Kweli? Anasema nini?'

"Ha ha ha! Nilijua tu kama utanirukia hivyo, na mimi nimefanya kusudi kutaka kukuhakikishia kuwa bado Hassan yupo moyoni mwako. Na ingekuwa umemsahau kweli, basi usingeruka hivyo. Ukweli wenyewe, sina mawasiliano naye. Nifanye hivyo nataka nini? Kwanza sina simu na nje sitoki peke yangu, huyo Hassan ninawasiliana naye vipi? Huachi?" Layla aliinama kidogo akiona aibu kwa jinsi alivyomvamia Zahra.

"Basi, habari za Hassan tuziache. Turudi tukalale, usiku mkubwa sana," Layla alitoa rai.

"Tulale nini sasa? Alfajiri sasa hivi itaingia."

"Wewe usiniambie! Kwani saa hivi ni saa ngapi?" Layla hakuamini alichoambiwa. Aliuinua uso wake juu na akaelekeza macho yake kwenye saa iliyotundikwa ukutani. Akaiona imeshatimu saa kumi na robo alfajiri. "Duh! Kumbe saa nyingi"

"Sasa wewe umeamua nini?" Zahra aliuanzisha tena mdahalo.

"Kuhusu nini?"

"Nawe usijitie ubabaifu, kwani tulikuwa tunazungumza nini sasa hivi?"

"Ah! Zahra unataka niamue nini tena? Ndiye huyohuyo Hafidh. Labda ndio majaaliwa yangu."

"Majaaliwa yako vipi? Kumbuka Layla, huyo Hafidh yeye hakujui wala wewe humjui. Unafikiri kweli naye Hafidh ameridhika na chaguo la wazazi wake? Acha nikwambie kitu, wakati wa kutafutiwa wachumba sasa umeshakwisha. Kila mtu siku hizi anatafuta mwenza wake mwenyewe. Unafikiri Hafidh atakuwa hana mtu wake, asubiri wazazi wake wamchagulie? Wazazi wetu ndio hawa! Wagumu wa kufahamu, kila kitu wanataka wafanye kwa amri zao tu, wala hawataki kujua nini watoto wao wanahitaji. Pengine ameshamchagua mwenza wake kampeleka kwao. Na wazazi, kama kawaida yao, wamemkataa. Wakataka wamtafutie wanaomtaka wao. Huu ndio ustaarabu wa siku hizi. Na hii usifikiri inamalizikia hapo. Ataoa chaguo la wazazi wake, lakini usifikiri utatulia roho yako. Hata mwaka humalizi unaletewa mwenzio. Na ukileta ujuba utaambiwa wewe mke wa wazazi wangu, huyu ndiye chaguo langu, unalo? Sasa wewe huna furaha na yeye hana raha. Sasa ndoa ya nini? Kumbuka kuwa Hassan kakupenda mwenyewe hakulazimishwa na yoyote. Na kwa kuyathibitisha hayo amekuja nyumbani kukuposa…. basi kwa nini uliache penzi la kweli uling'ang'anie hili lisilokuwa na mashiko?"

"Zahra, kusema ni rahisi sana kushinda kutenda. Unafikiri mimi nifanye nini? Hebu ichukue nafasi yangu ujiweke wewe, ungelifanya nini? Jambo hili si rahisi kama unavyofikiria."

"Na si gumu kama unavyolichukulia. Ni kujiamini tu na uwe na msimamo na maamuzi yako. Lakini lazima uwe makini kwa unachokizungumza na ujue namna ya kujitetea, kwa maana uwe na ufasaha wa kuzungumza. Sijui wazee wetu ni wagumu wa kufahamu, ama hawataki kufahamu! Hata sijui! Ninajua kuwa utakumbana na upinzani mkubwa juu ya jambo hili, kwani siku zote wanataka waletewe posa chini ya mikono yao. Imani zao huwaambia kuwa hiyo ndiyo hadhi na heshima ya mwanamke, posa aipokee baba yake. Mwanamke kumchagua mchumba mwenyewe ni kashfa kubwa kwa familia. Wao hutafsiri kuwa ni uhuni uliopitiliza. Lakini hili jambo si kweli, si kila mtu lazima afanye uhuni ndio amchague mume amtakaye. Mimi ninaona huu ni utawala wa kifikra tu, kila mtu ana hisia zake. Basi kwa nini mume nichaguliwe, nani anajua nini ninachokihitaji mimi? Hata wazazi wangu hawakijui! Kama mzazi anajua nini hasa anachohitaji mwanawe basi mimi ninaapa wazazi wake mama wasingeiona sifa hata moja ya kumwozesha binti yao wa pekee Ahmed Bin Said. Hizi ni mila tu wanazorithishana kizazi hadi kizazi. Lakini maisha hubadilika, vile walivyoishi wao tofauti na tunavyoishi sisi kwa wakati huu. Zamani wao watoto wanawake wanafichwa chini ya mivungu. Hawatoki ndani wamegeuzwa vizingiti. Basi vipi atajua nje yupo nani? Yoyote atakayeletewa ni sawa kwake. Akiwa kijana ama mzee hakuna tofauti, almuradi kaolewa. Hakuna anayejali hisia ya mtoto wa kike. Sasa maisha yamebadilika, watoto wa kike wanatoka nje, wanakutana na watu tofauti. Ameshaona watu na khulka zao. Ameshaviona vinavyompendeza na kumchukiza. Basi nani atakuwa na haki ya kumchagulia atakavyo yeye bila kujali nini anachokihitaji mtoto wa kike? Ninachokusisitiza, usije ukatetereka juu ya maamuzi yako baada ya sauti ya Bwana Ahmed kupanda juu. Kumbuka hakuna atakayekusaidia kwenye matatizo ya ndoa yako ila mwenyewe nafsi yako. Unamwona mama yako anahangaika nayo peke yake, hao wazazi wake waliomchagulia mume wako wapi? Basi usiruhusu matatizo kabla ya furaha yako. Nami nakuahidi kuwa nitakuwa upande wako wa kulia."

"Sasa wewe unanishauri nifanye nini?"

"Si nimeshakwambia kuwa useme ukweli tu. Ukweli siku zote unashinda."

"Basi nitajaribu. Akirudi mama nitamweleza kila kitu." Sasa Layla alikubali shauri la Zahra.

Adhana ya alfajiri ndio iliyowakatisha mazungumzo ya mabinti hawa. Sasa kila mmoja aliinuka kujitayarisha na swala ya alfajiri. Baadaye washughulike na shughuli zao za kila siku. Layla alijisikia mwepesi sana baada ya kuzungumza na Zahra. Naye Zahra alijiona ameutua mzigo mzito baada ya kulitoa dukuduku lake alilolibeba moyoni mwake. Siku mpya imeanza na matumaini mapya.

## 10

Ilikuwa ni siku yenye mandhari ya kupendeza. Hakukuwepo jua la kuunguza wala baridi ya kutetemesha. Watu walikuwa wakipita na kupituka, wakiendelea na harakati zao. Wakati huo ndani ya mtaa wa Vuga mbele ya jengo la hospitali ya ZMG, walionekana mama mmoja wa makamo pamoja na kijana wa kiume wakipanda Teksi iliyosimama karibu na lango kuu la kuingilia hospitalini hapo. Ulikuwa ni mwendo wa kimya kimya na waliongozana mmoja mbele, mwengine nyuma. Mwanammke yule aliufungua mlango wa nyuma akajiingiza taratibu baada ya kukaa sawa ndani ya gari. Yule kijana aliyekuwa naye aliubana mlango, kisha naye akaongoza mbele na akakaa kiti cha mbele karibu na dereva.

"Malindi, barabara ya Bwawani," yule kijana kule mbele alimwamuru dereva. "Sawa bosi," dereva aliitikia. Sasa hapakusikilizana sauti ya mtu yoyote, ila sauti ya radio tu. Ilikuwa ikitoa sauti ya mwimbaji mashuhuri wa Zanzibar, Bibi Fatma Bint Mbaraka au Bibi Kidude kama wengi walivyozoea kumwita. Lakini wateja hawa hawakuonekana kuyashughulikia hayo mashairi ambayo yaliyokuwa yanaghaniwa na msanii huyo mkongwe. Ila dereva tu alionekana kulewa na sauti ya mwimbaji huyo, kutokana na kuyumbayumba kwake, akiufatisha muziki unavyokwenda.

Wateja hawa kila mmoja alionekana kuwa na lake kichwani. Kijana alikuwa ameuweka mkono wake kwenye dirisha, akitafuna kidole chake cha gumba. Lakini hata asihisi kuwa anatafuna kidole. Uso wake kauekekeza nje, lakini hakioni kitu. Alikuwa hayupo kabisaa! Naye huyo aliyekaa kiti cha nyuma, ndio kashika tama kabisa, uso kauinamisha chini, naye hayupo. Wote hawa wanatafakari jinsi ya kwenda kujieleza huko wanakokwenda.

Gari sasa ilikuwa inakanyaga barabara ya Bwawani, lakini hakuna mwenye habari hiyo. Kila mmoja ana lake.

"Sehemu gani?" Sasa ndio kwanza wanagutushwa na sauti ya dereva. Walipwesapwesa na kuona wameshafika tayari.

"Kona hiyo ya pili," Said alijibu. Dereva aliuzungusha usukani na kwa mwendo wa taratibu akalipindisha gari na kulisogeza mpaka karibu na guzo. Akalizima. Baada ya kuteremka na kumlipa dereva ujira wake, walikatiza vichochoro viwili vitatu kabla ya kuukabili mlango wa mbao ulionakishiwa kwa nakshi nzuri za kupendeza. Mbele ya nyumba yenye ghorofa moja. Sasa mioyo yao ilizidi midundo yake, kila mmoja aliuona mwili wote baridi. Miguu sasa ilikuwa mizito haitaki tena kunyanyuka. Haikuweza kupiga walau hatua moja. Sasa wakawa wanatazamana, wakisemezana kwa macho tu, wakiashiriana, tangulia wewe, tangulia wewe.

Mwisho kijana aliupata ujasiri asijue hata umetokea wapi. Akaukabili mlango na kuingiza mkono mfukoni ili atoe ufunguo, lakini mara alighairi. Akagonga kengele iliyopo karibu na mlango. Ilichukua muda kidogo mpaka kufunguliwa mlango. Alikuwa ni kijana mdogo wa kiume aliyeufungua mlango.

"Mama", aliita kwa shangwe baada ya kuufungua mlango na kukimbilia kumkumbatia kwa nguvu. Ungesema watu hawa hawakuonana kwa miaka sasa. Sauti ile iliwashitua waliokuwemo humo ndani nao walikimbila mlangoni, kuhakikisha kile walichokisikia.

Ila mtu mmoja tu hakuonekana kushtushwa wala kujali ujio huo, Yeye aliendelea kubaki pale pale alipokuwepo mwanzo juu. ya kochi kaupandisha mguu wa kushoto juu ya mguu wa kulia. Kisha akawa anautingisha taratibu na kikombe chake cha kahawa mkononi. Baada ya kusalimiana sasa waliingia ndani kwa mwendo wa taratibu ungesema wanachelea wasije wakamwamsha mtoto mlizi aliyelala. Mara wakashtushwa na sauti yenye lafudhi za dharau. "Ahlan sayyid wa sayyidah! Karibuni watukufu. Sogeeni sogeeni, wapisheni watukufu wa nyumba hii wapite, wakae wapumzike. Wamechoka sana, si maskhara kukesha na kazi usiku wote." Wote walisimama tuli utasema wamegandishwa huku wakikodoa macho tu.

"Mama, wewe nenda kapumzike ndani. Mimi nitazungumza naye," kijana alizungumza kwa sauti ya ukakamavu.

"Acha nizungumze na mume wangu, nyinyi pandeni juu."

"Nimekwambia kapumzike, mimi nitazungumza na baba yangu. Wanaume wanapozungumza, wanawake mnatakiwa mbaki ndani. Panda juu wewe na wanao." Ama kijana huyu sijui ujasiri huu kautoa wapi! Alizungumza huku macho kayatoa, kamkazia mzazi wake wa kiume.

"Ha ha ha! Leo kweli! Wapishe wanaume wazungumze! Sasa ndani ya nyumba hii kumekuwa kuna wanaume wa kungurumisha sauti zao. Vyema mwanangu, nimefurahishwa na ujasiri wako. Leo umethubutu kuzungumza huku ukinitazama usoni! *Bravo!* Sasa umekuwa mwanaume kweli." Alikuwa anazungumza huku akimzunguka kijana wake akimwangalia kutoka juu hadi chini. Naye kasimama vilevile hata hatingishiki.

Wote hapo walizubaa midomo wazi, wakiangalia tamasha. Baada ya kuridhika na uchunguzi wake, Bwana huyu sasa alisimama mbele ya uso wa kijana wake, karibu kabisa hata ikamfanya mmoja ahisi pumzi za mwenziwe. Na kila mmoja wao alitoa pumzi nzito zilizosababisha kutanuka tundu za pua. Lakini leo huyu kijana alionekana kadhamiria. Hakutereleka na kitu chochote. Alibaki kasimama vile vile, macho kayakaza.

"Kweli ndani ya usiku mmoja yanaweza yakatokea mengi. Hebu niambieni kitu gani kilichokupa ujasiri hivi ndani ya usiku mmoja?" Kijana alinyamaza kimya, akamtazama tu kwa macho yaleyale.

"Said! Nazungumza na wewe ama sanamu?" Said alibaki kuwa kimya. "Said? .... oh samahani nilisahau, kuwa wanaume wanapozungumza, wanawake wanakuwa ndani. Haya akina mama tuachieni ukumbi Wanaume tunataka kuzungumza." Bibi Khadija na wanawe wamebaki wanatazamana, wakijionea vioja vya mtu na baba yake. Nao kimya kimya waliondoka wakapanda juu baada ya kutolewa amri na mwenye amri.

Naye Bwana Ahmed alirudi kukaa kitako pale alipokaa mwanzo akamtazama Said, akamwona kabaki vile vile kama alivyokuwa mwanzo. Hatingishiki, ila mboni zake tu ndio zilizozunguka. "Unataka kupiga picha? Hebu kaa kitako usinichimbe mimi.

Umejisimamisha kama unaswalia maiti? Kaa useme unayotaka kusema"

Said akakaa juu ya kochi linalokabiliana na kochi alilokaa baba yake. Wakawa wanatazamana uso kwa uso. Kwa yakini, Bwana Ahmed alishtushwa na ujasiri aliokuwa nao Said. Vipi leo Said anaweza kuzungumza nae huku anamwangalia usoni? Tena si kumwangalia tu, na kumkazia macho juu. Lakini hakutaka kuuonesha mshtuko wake. Alijikaza akaonekana kama vile hakuna kitu kilichomshughulisha.

"Enhe sasa zungumza. Mbona upo kimya unanitazama tu? Usiku mmoja tu, umeshanisahau? Ama usiku yametokea mengi." Said alibaki anamtazama tu. Kwa hakika hakujua aanze wapi. Leo ndio mara yake ya kwanza kumkabili baba yake akataka kuzungumza aliyonayo moyoni. Hivyo haikuwa rahisi hata kidogo. Ilikuwa shughuli nzito. Na nguvu zote alizokuja nazo lakini kamwe hakusahau kuwa Bwana huyu ndiye yule yule Bwana Ahmed wa siku zote. Hivyo ilimbidi atulie kidogo ili aweze kuipanga hiyo sentensi yake ya mwanzo atakayoianza, ili aweze kutiririka vizuri kwa hizo sentensi zinazofata asije akakwama njiani. Maana njia yenyewe ilionekana ni ya mashaka matupu.

"Vipi? Udume wako ulikuwa mbele ya wanawake tu? Mbele ya mwanamme mwenzio naona umepoooa. Hahahah!" Bwana Ahmed alijiinua kwenye kochi lake akataka kuondoka baada ya kuona Said kazubaa tu hasemi kitu. "Ndio nataka kushangaa Said wangu huyuhuyu leo awe ana ujasiri wa kuzungumza mbele yangu? Imeanza lini? Huna lolote unanipotezea muda wangu tu......

"Sasa unakwenda wapi? Ama unataka kukikimbia hicho ninachotaka kukuambia?"

"Oooh! Ha ha ha! Eti nikimbie! Ahmed gani huyo? Mimi mwanamme kamili bwana, siterereshwi na vitu vidogo namna hiyo! Eti leo unaniambia nataka kukimbia?! Mimi nipo tayari kukabili chochote. Wewe ndio huna la kusema. Ulijitia ujabari pale mbele ya wanawake tu. Huna lolote! Mtoto wangu mwenyewe, unataka unifundishe nini? Usijali yanatokea haya katika umri kama wako. Vizuri, lazima ujikakamaze mtoto wa kiume mbele ya wanawake ili uheshimiwe. Bila hivyo watakupandia kichwani. Umejitahidi, unao mwelekeo, zidisha jitihada tu, ha ha ha." Huyoo akaanza kutokomea.

Said hasira zilimzidi. "Baba!" Said alimwita baba yake kwa sauti ya juu, hata ilimfanya Bwana Ahmed asimame kwa sekunde kadhaa baada ya kuisikia sauti ile kabla ya kugeuka nyuma. Alimtazama kwa kitambo. Alimwona huyu si mwanawe Said, ni mtu mwengine kabisa lakini amekuja kwa sura ya Said. Alishtuka! Said hakuwa hivi, vipi kabadilika kwa usiku mmoja?

"Tafadhali kaa tuzungumze, usijikwepeshe," Said alizungumza kwa ujasiri mkubwa. Bwana Ahmed taratibu alirudi alipotoka huku macho yake kayagandisha usoni mwa Said. Said naye aliyagandisha macho yake usoni mwa baba yake bila kuyashusha chini hata kwa sekunde. Bwana Ahmed hapo ndipo alipozidi kuganda. Hakuitegemea siku kama hii itafika. Akakaa kitako juu ya kochi lake na wote wakawa wanatazamana kama mapaka shume.

"Nisikilize ninayotaka kukuambia hata kama huna haja nayo," Said alianza mazungumzo yake kwa sauti kavu alionekana anajiamini. Bwana Ahmed katulia kimya anamtazama tu. Ama leo anajionea miujiza kwa macho yake mawili. "Kitendo ulichokifanya si cha kibinaadamu hata kidogo." Said alizungumza kwa hasira alionekana kama kasahau anazungumza na nani. Akaendelea na sauti yake ile ile. "Hukutaka hata kujua vipi hali ya mkeo kama vile haikuhusu. Basi unaambiwa kuwa kapata kitanda, unaleta maneno ya dharau? Unajua alikuwa ana hali gani?" Sasa sauti ya Said ilianza kushuka chini ikawa inatetemeka kama mtu anataka kulia. "Hii ni miujiza ya Mungu kumuona yupo hapa mbele yako….

"He! He! He! he! subiri kwanza! Unakusudia kuniambia nini? Mimi ndiye niliyeisababisha? Watu wote wanaumwa. Leo aumwe yeye ndio iwe balaa. Mimi ninaumwa mara ngapi, najikaza tu. Yeye anajidekeza sana, haya ndio mambo yao wanawake. Wewe hujawajua bado."

"Lini utakuwa na imani na mkeo?"

"Ama wewe mtoto huna adabu kweli kweli. Mimi sina imani?"

"Na ungekuwa nayo, usingethubutu kumwamuru mama arudi wakati uleule, hata usitake kujua hali yake. Lakini kwa nini unafanya hivi? Au kwa kuwa mama anakusikiliza kwa kila neno unalomwambia? Basi nawe kwa nini husomi kutoka kwake angalau ukamsikiliza walau kwa uchache? Enh?"

"Oh! Ananisikiliza kwa kila nisemalo! Yasalam! Ya laiti ingelikuwa hivyo! Mbona jana nilipomwambia arudi, naye hakurudi? Usiniletee upuuzi wako hapa!" Bwana Ahmed naye sasa sauti ilikuwa juu.

"Masikini," Said alitingisha kichwa "Ya laiti ungelimwona vipi alivyofanya ghasia hospitali baada ya kupokea amri yako, usingelisema hivyo."

"Mbona tena hamkurudi?"

"Ni kwa sababu ya daktari alimzuia, kwa ajili ya maslahi ya maisha yake. Lakini wewe sijui lini utayafahamu haya."

"Ina maana aliona bora kuyasikiliza maneno ya daktari kushinda yangu? Ama sasa amezidi!"

"Baba?!"

"Sio baba! Wewe bado mtoto mdogo hujui kitu. Hawa madaktari ndivyo walivyo. Kazi yao kukuza mambo. Kitu kidogo tu hukifanya kikawa hicho! Wakwandikie madawa chungu mzima, wakupe na kitanda yote haya wanataka pesa tu. Kwani hapa tuna madaktari ama wafanyabiashara? Na wapuuzi kama nyinyi kila mnachoambiwa mfuate tu. Mtaliwa pesa zenu mpaka mtoke mvi."

"Wewe sema upendavyo, lakini mimi ndiye niliyekuwepo hospitali na nikaona vipi hali ya mama ilivyokuwa. Hizo habari za kuliwa pesa mimi sizijui. Nini pesa mbele afya ya mtu?"

"Ama wewe mtoto sana bado, usinipotezee muda wangu. Nataka kwenda dukani sasa."

"Ya salam! Hutaki hata kujua kaambiwa nini hospitali? Imekuwa biashara yako muhimu kushinda afya za watu wako?"

"Sikiliza Said, mimi kukaa hapa nikakusikiliza usemayo, haina maana kwamba ndio useme utakavyo. Kumbuka mimi ni nani kwako. Mwanzo nilidhani umeshakuwa mkubwa tayari, unataka kuzungumza ya maana kumbe unaniletea upuuzi mtupu. Nipishe mie, nina mengi ya kufanya. Najua nini nifanye wapi na kwa muda gani. Usinifundishe mie, ala!"

Bwana Ahmed aliondoka kwa ghadhabu, lakini kabla hata ya kufika pahala alizuiliwa na sauti kavu ya kiume.

"Sikiliza baba, yote haya unafanya kwa sababu wewe ni mume wa Khadija bint Najash. Unamfanyia upendavyo, lakini kumbuka mwanamke huyu si mke wa Ahmed Bin Said peke yake bali pia ni mama wa Said bin Ahmed. Sasa nisikilize, Mimi kama ni mtoto wa Khadija bint Najash. Kabla ya mimi kuja duniani niliishi ndani ya mwili wake kwa muda wa miezi tisa. Alifanya kila awezalo ili kuhakikisha kuwa nabaki salama na kukua vizuri ndani ya tumbo lake. Wala hakujali usumbufu alioupata kwa miezi yote hiyo. Alikuwa ana imani kubwa kuwa atapata mtoto mzuri mwenye afya. Alijiepusha kwa kila lenye dhara ili kunihifadhi mimi. Basi nakuapia kwa yule anayemlinda na kumkuza mtoto tumboni mwa mama yake, kwa juhudi yote aliyoichukua mama yangu kunihifadhi katika maisha yangu tumboni, basi nami nachukua juhudi yangu kumlinda kwa maisha yangu yote ya duniani."

"Mnh!" Bwana Ahmed alitoa mguno kisha akatabasamu. Akavuta hatua taratibu kumwelekea Said. Said wakati huo alisimama, huku mwili wote unatetemeka kwa hasira. Bwana Ahmed alimshika bega lake la kushoto kisha alitulia kwa kitambo akimtazama.

"Said! Hebu niambie kipi kimetokea, mbona upo hivi?" Bwana Ahmed sasa alizungumza kwa sauti ya chini, ameshakuwa na wasiwasi. Said aliendelea kushusha mapumzi tu kwa hasira na hakujibu kitu. Bwana Ahmed alimvuta mkono akamkalisha juu ya kiti, naye akakaa karibu yake. "Said, hebu zungumza, kuna kitu gani?"

Said aliinuka kwa ghadhabu, "Hakuna kitu kilichotokea." Akaanza kuondoka. Mara ghafla kama aliyekumbuka kitu, alisimama, bila hata kugeuka nyuma. "Kama bado ipo imani iliyobaki kwa mkeo, basi jitahidi kumwepusha na mambo ambayo yatamkera au kumpa mshtuko ili kuinusuru afya yake." Kisha huyo, katafuta njia.

"Saiiid" Bwana Ahmed aliita kwa hasira, naye sasa ameshabadilika. Hakujua nini kinamwenda kwenye kichwa Said. Said, kama vile alikuwa ana tatizo la kusikia, hakugeuka, Huyo akatokomea. Sasa Bwana Ahmed nafsi ilimsuta. Kuna nini? Lakini, kama ilivyokuwa kawaida yake, alijifanya kama hakujali na alitoka nje kwa hasira.

Said alipanda juu, akafululiza mpaka chumbani kwa mama yake. Alimkuta mama yake amejinyoosha juu ya kitanda huku anasinzia. Upande mmoja yupo Layla kaishika mikono yake anaikanda taratibu, na upande wa pili yupo Zahra anamkanda miguu. Nafsi yake ilipata amani. Naye alisogea taratibu akavuta kiti akakaa. Kimyaaa, hakuna aliyemsemesha mwenziwe. Mpaka Bibi Khadija usingizi ukamvaa sawasawa. Layla alilivuta shuka akamfunika sawasawa. Kisha wote kwa pamoja walitoka chumbani humo, wakamwacha apumzike.

Said aliwaita ndugu zake chumbani kwake. Layla na Zahra walibaki wanatazamana tu kwa wasiwasi baada ya kumwona Said kanyamaza kimya. Kichwa kakiinamisha chini huku kavishikilia viganja vyake. Hatimaye aliinua uso juu akawatazama ndugu zake kwa zamu. "Alikwambieni kitu gani mama?"

"Hakusema kitu chochote," Zahra alijibu kwa wasiwasi.

"Sasa nilichokuwa nataka kukuambieni ni kuwa mama presha yake ilipanda sana hata ilimpelekea kupoteza fahamu. Dr. ameshauri kuwa asipate mshtuko wa aina yoyote wala asisikie habari yoyote ambayo itamshitua. Ni muhimu zingatieni sana, hasa wewe Zahra na mdomo wako huo usiojua kuchuja. Unavujisha kila kitu, chunga sana." Zahra na Layla wamebaki kutazamana tu.

"Kwani ilikuwaje?" Zahra alitaka ufafanuzi zaidi. Said kabla ya kujibu alimwangalia Layla kwanza. Akakutana na macho ya udadisi yenye kutaka ufafanuzi juu ya mambo mengi. Alimeza mate machungu. Roho ilimwuma kwelikweli. Lakini kwa sasa hakuona kuwa ni busara kusema kitu mbele ya Layla. Aliyonayo juu ya hali ya mama yake kwa sasa yalimtosha, hakutaka kumwongezea mengine.

"Ah! Kichwa tu kilianza kumwuma kama maskhara tu. Tumetoka hapa alikuwa hajambo, ghafla tu kazidiwa, Kumbe ni *pressure* ilikuwa juu sana. Kawekewa *drip*, imemsaidia si haba," Said alijaribu kuuficha ukweli.

"Lakini kabla ya hapo mama hakuwa ana tatizo la *pressure*," Layla alionesha wasiwasi wake.

"Binadamu si siku zote utakuwa hivyo ulivyo. Maadam umeumbwa basi lazima utumike. Mungu anatukumbuka." Said alijaribu kuyafumba mambo ili wasije wakatilia shaka.

"Na kwa nyumba hii ustaajabu kumwona mtu akiwa mzima na si ukimwona mgonjwa. Haki yake mtu kuumwa. Tena bado yeye kajitihidi mpaka kafika leo. Ningelikwa mimi sasa ningekuwa historia. Maana ningelishalipata *pressure*, sukari, moyo na wazimu juu. Tena hapo unakaa duniani unasubiri nini?" Zahra, kama kawaida yake, alisema lote lililomo moyoni mwake.

"Zahra! Si kila kitu kinakuwa kama unavyofikiria wewe. Maradhi yameumbwa, na tumeumbiwa sisi binaadamu. Kila mtu kitamfika kile alichoandikiwa tu, hivyo usimlaumu mtu yoyote ni mipango ya Mungu," Layla alimkosoa Zahra kwani alishamfahamu kuwa lawama zimepelekwa kwa mzazi wake.

Zahra hakukubaliana naye. "Kweli usemayo lakini kila kitu kina sababu zake. Na balaa lote la humu ndani linaletwa na huyu mzee. Ukubali usikubali lakini siku zote mtu hawezi kuubadilisha ukweli hata ukiwa unaumiza kwa kiasi gani."

"Sasa wewe siku zote lawama unampa yeye tu. Sasa kwa hili la leo yeye kahusika vipi jamani? Mbona hata yeye hiyo *pressure* anayo siku nyingi?" Layla aliuliza kwa sauti ya unyonge. Said matumbo yalimkatika na alihisi kitu cha ncha kali kinapenya kwenye moyo wake. Lakini alinyamaza kimya asichangie kitu, alibaki akitafuna meno kwa hasira.

"Nakwambia matatizo yote anayaleta yeye humu ndani, mbona hunifahamu? Hiyo *pressure* yake kaitafuta mwenyewe kwa mahasira yake ya kipuuzi." Zahra aliung'ang'ania msimamo wake ule ule.

"Sasa wewe Zahra…."

"Bwana we, huu si ukumbi wa malumbano. Subirini mufike chumbani mwenu ndio mfanye fujo, sio humu. Mimi nimekuiteni kukujulisheni tu hali ya mama, ili tuweze kushirikiana katika kuhakikisha kuwa hapati mshituko tena, sawa?" Said aliyakatisha malumbano ya Zahra na Layla kusudi. Hakuweza tena kuyasikiliza. Roho yake ilizidi kumwuma kila anapomwona Layla anapomtetea baba yake. Hakuweza kustahamili.

"Sasa mnaweza kwenda, nataka kupumzika nimechoka sana. Lakini zingatieni niliyokuambieni."

"Sawa," waliitikia kwa pamoja huku wakitoka chumbani humo.

Said aliona kitanda kinamchomachoma, hakulaliki. Kichwa chake sasa kilikuwa hakifanyi kazi tena. Kilikuwa kimebebeshwa mzigo sio wa kiwango chake. Kutokana na mzigo mzito wa mawazo uliozidi uwezo wake, kichwa sasa kilianza kutoa maumivu makali. Sasa aliamini kuwa kidole kimoja katu hakiwezi kuvunja chawa. Kila alivyojaribu kutafuta ufumbuzi wa matatizo haya, hakuona mbele. Kila njia anayoitafuta aliona giza tu limetanda na hakuna hata mwonzi mmoja wa nuru. Hakuna njia nyengine sasa ila kumweleza ukweli wote Zahra. Labda yeye anaweza kutafuta ufumbuzi, lakini alisitasita. Alimjua Zahra vyema. Hakujua kuweka kitu moyoni na Said akaona inaweza kuharibu mambo zaidi badala ya kuyatengeneza. Aliyemwamini zaidi alikuwa ni mama yake na ambaye kwa sasa hakuweza kuzungumza naye kitu. Na mwengine ni Layla. Huyo ndio kabisa hakuthubutu kumwambia hata neno moja kwa sasa. Sasa aliebaki ni mtu mmoja tu, naye ni Bwana Ahmed.

## 11

"Eti sasa itakuwaje?" Zahra alimwuliza Layla taratibu. Zahra aliuvunja ukimya uliotanda kwa kipindi sasa, tokea waliporudi kutoka chumbani mwa Said. Alimuuliza Layla taratibu.

"Kitu gani?" Layla naye akarudisha swali.

"Si hiyo habari ya Hassan?" Zahra alifahamisha.

"Ama wewe una wazimu kweli kweli. Mama anaumwa, wewe ndio kwanza unamkumbuka Hassan?"

"Najua kuwa anaumwa ndio maana nikakuuliza. Ingelikuwa ni mzima nisingekuwa na haja ya kukuuliza kitu. Kila kitu kingekwenda kama kilivyopangwa."

"Zahra! Kwa sasa msahau kabisa Hassan."

"Una wazimu? Lazima tuitafute njia ili hili lifanikiwe."

"Zahra ndugu yangu, usiwe mtoto hivyo. Huwezi kulazimisha kitu ambacho Mungu hataki kiwe."

"Una uhakika kuwa Mungu hataki ndoa hii isimame?"

"Sina uhakika huo lakini dalili zinaonesha. Wakati mwengine Mungu hukufahamisha jambo kwa ishara, na kama mtambuzi basi utazitambua ishara zake."

"He! Makubwa ya leo! Ina maana wewe umeziona hizo ishara na ukazitambua?"

"Zahra. Hebu angalia mwenyewe, Hassan amekuwa na nia kabisa ya kunioa. Akaleta ujumbe wake wa posa. Nini kimetokea? Sasa tumetafuta njia ya kumrudisha tena. Ona sasa mama anaumwa tena anatakiwa asipate mshtuko. Unafikiri hii maana yake nini?"

"Ama sasa unataka kunifanyia vioja. Hayo ndio yanayokufanya uamini kuwa ndicho kizuizi cha kuizuia ndoa hii?"

"Zahra. hili si jambo la maskhara kama unavyofikiria. Vipi tutaweza kumwambia mama habari hii naye ni mgonjwa? Siwezi kuhatarisha maisha yake kwa jambo hili. Hafidh ndiye mume niliyeandikiwa kuwa naye, na si Hassan."

"Sikiliza Layla, kuwa na msimamo madhubuti kwa maamuzi yako. Katu usirudi nyuma unapotoa kauli yako. Kila kitu kinawezekana. Hoja uwe na imani thabiti kwa kile unachokitenda. Usimame imara usiteteshwe na kitu chochote. Hakuna njia iliyokuwa rahisi, kila kitu kina mitihani yake. Nawe amini kuwa huu ni mtihani wa penzi lako. Jitahidi ushinde."

"Mh! Nimekuelewa. Lakini kusema ni rahisi sana, kazi ipo kwenye utekelezaji."

"Hakuna kazi rahisi ndugu yangu. Ukitaka cha mvunguni sharti uiname. Wewe sema tu kama upo tayari. Mimi kama kawaida yangu nipo upande wako wa kulia. Nitakusaidia kila hatua, nakuahidi." Sasa Layla hakusema kitu. Alibaki kimya akimwangalia Zahra usoni. Naye Zahra kamkodolea macho anasubiri jawabu. "Mbona husemi kitu sasa, ala?" Zahra aliona anachelewa kujibiwa.

"Niseme nini sasa?"

"Sema kama upo tayari, ama?" Kabla ya Layla kujibu kitu walishtushwa na sauti ya mlango ukigongwa.

"Naniii?" Layla alimwuliza mgongaji mlango.

"Said," Sauti nje ilijibu.

"Pita," Layla aliamuru.

Said alifungua mlango, akasimama pale pale mlangoni. "Huyo mzuri wao yupo humu?" Said aliuliza kwa maskhara.

"Nipoooo! Niende wapi? Naogopa kuhusudika mtoto wa watu. Bora nijifiche ndani," naye Zahra alimjibu kwa maskhara.

"Ama mwanamke huyu kioo kimemcheza vibaya! Nakuogopea ndugu yangu usije kupata wazimu tu. La, nimekosea usije ukazidi."

"Oh, ina maana huo wazimu ninao sasa?"

"Ama kwani hujijui?"

"Ah! Layla unamsikia kaka yako huyo?"

"Huyo Layla ndio sheha ama balozi wa nyumba kumi? Hebu inuka, njoo huku acha uvivu mtoto wa kike. Wewe wakati wote umo kwenye kugaragara tu kama chatu."

"Hebu niachie raha zangu."

"Na kama hizo ndio raha basi bora dhiki. We mtu kutwa umo kwenye kioo. Ukitoka hapo ugaregare kitandani, basi! Hebu njoo huku."

"Kwani nawe unataka nini, huachi nikapumzika?"

"E! upumzike umefanya kazi gani? Huachi wewe! Njoo unipigie pasi huko."

"Oh! Tizama mwanamme huyu alivyokuwa hana haya. Eti apigiwe pasi. Wewe imekushinda nini?"

"Zahra! Inuka," Layla alimwamuru Zahra.

"Mmh, na wanaume wa nyumba hii wanavyojidekeza! Sio wanavyojidekeza,wanavyodekezwa! Mtu mpaka pasi apigiwe. Hebu fanya uoe nasi tupumzike."

"Upumzike? Tena unishukuru mimi nakupa kozi kabisa. Nawe ukienda kwako uwe umeshazoea kazi. Sio kujitazama kwenye kioo tu. Tena nataka nikupe habari kabisa, kama ndio unasubiri nioe upumzike, umechelewa. Mimi sioi mpaka nyote mtoke humu ndani. Tunaanza Layla, halafu zamu yako."

"Wazo lako si baya. Bora tutoke kwanza halafu ndio aingie mwanamke mwengine humu ndani."

"Tena ningekuwa na uwezo ningekutoa wewe mwanzo, maana roho itakuuma ukija kuona kuna wazuri zaidi yako."

"Hebu kanipe hiyo nguo nipige pasi. Naona sasa ushakuwa unatafuta muhali."

"Ha ha ha! Nimemgusa ndipo. Usijali, mambo ya kawaida tu hayo. Juu ya mjuzi kuna mjuzi zaidi, na juu ya mzuri kuna mzuri zaidi."

"Hebu nipishe na ndoto zako za macho wazi, na huyo mzuri akutake wewe?"

"He! Unanitazama kwa wasiwasi? Unanionaje kwani?"

"Ndio wanavyokuzuzua huko nje?"

"Hebu twende ukanipigie pasi. Mtu akitaka kubishana na wewe sharti atie nia kwanza."

"Umeanza wewe. Tulikuwa kimya ndani. Umejileta mwenyewe, hujaitwa."

"Hebu twende na uvivu wako huo."

"Si bora niache huku huku? Maana nikija nao huko nitashindwa kupiga pasi."

"Ewe!" Said alitoka ndani akabana na mlango. Aliwaacha Layla na Zahra wakiangua vicheko.

Alipofika chumba cha pasi alimkuta Said ameshafika akiwa amekaa kitako anamsubiri. Kuangalia mezani hakuona nguo inayotaka kupigwa pasi. Said, baada ya kumwona Zahra, aliinuka akamvuta mkono na akamburuta mpaka chumbani kwake bila ya kumsemesha chochote.

"Zahra, kuna kitu muhimu nataka tuzungumze."

"Kuhusu nini? Na hiyo nguo ya kupiga pasi je?"

"Ah, ile ilikuwa ni sababu tu ya kukutoa mule chumbani. Mazungumzo haya sitaki ayasikie Layla kwanza."

"Mbona unanitisha. Kuna nini?"

"Mazungumzo haya yanamhusu Layla."

"Haya basi niambie."

Said alimweleza kila kitu Zahra bila kumficha hata kitu kimoja. Zahra alibaki mdomo wazi, nguvu zote zilimwishia. Kabaki ametoa macho tu hana la kusema.

"Ina maana mzee hayajui yote haya?"

"Mmh! Nyie huyu mzee bado hamjamtambua. Mzee wetu tu, lakini ah! Mungu atuhifadhi tusije tukakufuru. Mungu amhidi yeye pamoja na sisi"

"Ina maana unataka kusema kuwa anayajua yote haya?"

"Sina uhakika lakini inawezekana pia."

"Kwa nini unasema hivyo?"

"Hakuna kilicho na thamani katika ulimwengu huu kwa mzee huyu kama pesa. Hakuna! Anaweza kufanya chochote mbele ya pesa na wala asigeuke nyuma. Hafidh ana pesa kama benki hakuna asiyemjua. Ni kijana mdogo tu, lakini Mungu kamfungulia milango ya riziki. Hafidh ana kila kitu isipokuwa utu, kwa sababu utu haununuliwi. Naye mzee ikiwa anajua vitimbi vya Hafidh ama havijui, hilo yeye halimuhusu. Yeye anachokiona kwa sasa ni mali tu ya Hafidh na si kitu kingine."

"Lakini Said, mimi sifikirii kuwa baba anavijua vitimbi vya Hafidh, kisha kwa vicheko amtoe mwanawe eti kwa ajili ya pesa."

"Mmh! Nyinyi watoto wa kike hamkai naye huyu mzee ndio maana hamkumtambua bado. Mimi ndiye ninayekaa naye namjua vizuri sana. Nimekaa naye dukani miaka mingapi, kabla ya kulifungua duka langu. Wacha hiyo habari ya duka, lazima zitatajwa pesa maana ndio biashara yenyewe. Unajua kaniambia nini mama alipolazwa hospitali? Eti madaktari wanataka pesa tu. Hajali hata uzima wa mtu, yeye anachokiona ni hasara tu kutumia pesa. Hizo pesa anazozikusanya kila siku sijui anategemea atakwenda kuzitumia wapi. Halafu tizama, hata hakutaka kujua hali ya mkewe. Katoka, kaenda dukani. Anaona duka ni bora kushinda chochote kwa sababu linamuingizia pesa. Akienda kumjulia hali mama atapata kiasi gani? Sijui anafikiria hizo pesa zitamfikisha wapi!" Said alizungumza kwa uchungu. "Na leo ndio anafika kumwangamiza mwanawe kwa ajili ya pesa. Kweli pesa ni chanzo cha kila balaa katika ulimwengu."

"Sasa tufanye nini? Layla ataangamia, hastahiki kuwa na mume kama huyu."

"Hilo ndio niliokuitia hapa. Mimi nimekwama. Sasa tuunganishe vichwa vyetu tujue nini cha kufanya."

Zahra alinyamaza kimya kwa kitambo kabla ya kuzuka na swali. "Said nikwambie kitu?"

"Kitu gani?" Naye alirudisha swali baada ya kuzinduliwa kutoka kwenye mawazo yake na swali la Zahra.

"Unamkumbuka Hassan?" Zahra aliuliza kwa sauti ya chini iliyojaa wasiwasi.

"Hassan? Ndio nani?"

"Yule aliyeleta posa mara ile ya mwanzo."

"Posa ya Layla?"

"Ndio."

"Mbona sijamkumbuka bado?"

"Yule mwenye daladala."

"Anha Yule! Ha ha ha! Mwanamme ana mikasa yule! Kafanya nini tena?"

"Mimi nahisi tunaweza kuivunja posa hii kwa kumtumia yeye."

"Kivipi?"

"Tumfwate ili tumwombe arudishe posa tena."

"Ha ha haa! Ama wewe una wazimu kweli kweli. Layla aolewe na mwendesha daladala? Ama umemchoka mwenzio vibaya! Ha ha ha! Zahra we umenimaliza."

"Kwani mwendesha dala dala ana nini?"

"Zahra, *be serious*. Hii ni kwa ajili ya maisha ya Layla."

*"Of course* nipo *serious*. Hata Layla mwenyewe yupo tayari kuolewa na Hassan."

"Unasema?"

"Ndio."

"Ulijuaje?"

"Mwenyewe kasema."

"Una uhakika?"

"Ndio. Tena tulikuwa tunataka kumwambia mama, ila kabla ya kufanya hivyo mama ndio kaumwa."

"Wewe! Unasema kweli?"

"Nimekudanganya lini hata leo usiniamini?"

Said kabaki kazubaa. Hakufahamu chochote. Alijionea mazonge tu huku akili ikimzunguka. Kabla ya kumaliza hili linakuja jengine jipya.

"Hebu nifahamishe vizuri, naona sifahamu kitu. Layla anajua Hassan anafanya kazi gani?"

"Ndio anajua."

"Inaonesha kuwa Layla anamjua Hassan vizuri, kwa sababu ninavyokumbuka mimi ilipokuja posa hii Layla hakuambiwa kitu. Mzee aliikataa hapohapo bila ya kuhusishwa mtu yoyote. Leo vipi Layla amtambue jina lake na kazi anayoifanya, hata mimi niliyekuwepo wakati maneno hayo yanazungumzwa nimeshasahau kila kitu. Eti kuna nini hapa kinachoendelea? Na usijaribu kunificha, nina uhakika unajua kila kitu." Sasa Zahra alijiona amejitia kitanzi kwa tai yake mwenyewe. Alijuta kwa nini alimtaja Hassan wakati huu. Hakujua jinsi ya kujikwamua. Damu ya Said ilichemka baada ya dakika kadhaa kupita bila ya kupata jawabu. "Zahra si nakuuliza wewe? Usinitibue." Sasa Said ameshalivaa jokho la Bwana Ahmed. Sauti imeshabadilika na huku uso kaukunja.

Na hichi ndicho kitu anachokichukia Zahra katika maisha yake. Hakupenda mtu ampandishie sauti juu, hakupenda kukaripiwa hata kidogo. Naye sasa yashampanda ya kwao. Woga wote kauacha pembeni, jeuri ya kike imemvaa.

"Ndiye anamjua vizuri kabla ya kuleta posa, yeye mwenyewe ndio aliyemfahamisha nyumbani."

"Eti unasema nini?" Said alisimama kwa ghadhabu, macho kayatoa pima!

"Umenisikia sawa sawa."

Ghafla Said aliona nguvu zote zimemwishia. Aliuachia mwili ukajibwaga juu ya kiti kama gunia la mbatata. Taratibu mwili na akili zilirudi mahala pake. "Ina maana sasa mmeshakuwa mnatafuta mabwana huko nje mkawaleta humu ndani, ndio?"

"Sio kama tunatafuta maBwana..."

"Nyamaza! Kenge we! Mnaleta mambo ya kipuuzi humu ndani kisha unajitia kidomodomo juu bado? Katika umri wenu wote mliwahi kumwona nani kafanya ujinga huo mlioufanya nyinyi? Na bahati yenu nzuri. Hiyo dua mliyoiomba muendelee nayo, mpaka sasa bado mzee hakutambua. Ama kwa sasa mungelishakuwa historia." Said alitetemeka kwa hasira, pumzi mbili mbili. Alikwenda huku akirudi kule, akili yake haikufanya kazi tena. Ghafla alisimama. "Na huyo kenge mwenzio yupo wapi?" Hakusubiri kujibiwa aliuelekea mlango, kabla ya kuufungua....

"Said?" Akageuka nyuma na kumtazama Zahra kwa macho makali. "Kabla ya kwenda huko unakotaka kwenda kwanza acha nikwambie kitu."

"Nini?"

"Kaa kitako kwanza, siwezi kuzungumza na guzo mimi." Said hasira zilizidi alitamani kummeza Zahra. Zahra na Said hawakuwezana hata kidogo. Kila mmoja alimwona mwenziwe mkorofi. Lakini bado ilibaki imani ya udugu. Labda kwa kuwa juhudi kubwa ilichukuliwa na mama yao kuwaunganisha pamoja kwa mapenzi na imani tokea utoto wao.

Naye sasa Zahra nywele zimeshasimama kwa hasira. Said alirudi ndani akakaa juu ya kiti kama mwanzo. "Enhe, sema," Said alianzisha mazungumzo tena.

"Hivi nyinyi wanaume mnatuchukulia vipi sisi wanawake, enh? Mnakaa mkituburuta tu vile mtakavyo nyinyi tu. Wala hamjali tunahitaji nini wala tunataka nini. Kama vile ni wanyama hatuna hisia juu ya chochote. Kila kitu mtuamulie nyinyi tu! Layla ana kosa gani kumwonesha njia Hassan? Hebu niambie! Yeye ndiye mwenye kwenda kukaa na huyo mwanaume, basi vipi mumchagulie nyinyi. Yeye ndiye anayejua mwanaume gani anayemhitaji kwenye maisha yake, sio nyinyi. Basi mwanamke hana haki ya kumpenda mtu? Mwanamme anapoposa, mwanamke hana haki ya kukataa? Mbona mnatufanyia hivi lakini? Sisi pia ni binaadamu wenye mioyo na hisia kama nyinyi. Nyinyi juu yenu kutuongoza tu na si kuchukua maamuzi mtakayo nyinyi katika maisha yetu. Kwa nini basi hamzithamini hisia zetu? Mwanamke ana haki ya kuchagua mchumba kama ilivyo kwa mwanamme."

"Sasa wewe Zahra unafkiri sisi tunamtakia kitu kibaya Layla?" Said alionekana kunywea kidogo

"Na hicho kizuri mlichomtafutia kipo wapi? Huyo Hafidh?"

"Sikusema hivyo."

"Kumbe vipi? Kitu gani Layla alichokipata ndani ya nyumba hii, tokea tulipokuwa watoto mpaka sasa? Wewe mwenyewe unajua si mpaka uambiwe. Basi kwa nini maisha yake yawe hivi tokea hapa kwao mpaka kwake?"

"Lakini vipi Layla aolewe na mwendesha daladala, utoto tu huo! Unafikiri ndio atakuwa ana furaha?"

"Unasema mzee ana wazimu wa pesa kumbe na wewe pia si mzima! Hivi ni kitu gani kilichokufanya uamini kuwa pesa ndio furaha kamili? Mbona unapinga Hafidh asimwoe Layla wakati unajua fika kuwa humfikii hata robo yake? Na huyo mama yako aliyeolewa na tajiri amepata raha gani? Na Hassan si masikini kiasi hicho hata akashindwa kumtimizia mahitaji yake muhimu Layla…. na nina imani kubwa kuwa Layla atakuwa na furaha kwa Hassan, kwa sababu Hassan kampenda mwenyewe Layla.

Lakini Hafidh je? Hata kumjua hamjui. Wataishi kwa pendo na masikilizano kwa sababu kila mmoja kamridhia mwenziwe kwa hali aliyonayo? Kama wewe kweli unataka kumsaidia Layla basi msaidie hili. Maana baada ya hili sijui jengine litakuwa lipi." Zahra sasa alichachamaa hakujali kitu chochote. Lakini ndio ilikuwa dawa. Maana Said alinyamaza kimya huku akisikiliza kwa makini, huku akionekana yamemuingia kidogo.

"Sasa wewe una uhakika gani kama Hassan kweli anampenda Layla? Pengine anataka kumuoa kwa ajili ya pesa tu!"

"Alijuaje kama ana pesa wakati wameonana njiani tu? Ama ana alama ya pesa usoni?"

"Kwani wamejuana vipi?"

"Layla alipokuwa anarudi skuli alikuwa anakatisha kwenye kituo cha daladala ndio walipokutana hapo."

"Mh! Makubwa haya, sasa unafkiri tutamsaidia vipi?"

"Sasa hilo ndio la kuulizana." Zahra naye alionekana hasira zimeshapungua, baada ya kuona amefahamika kidogo.

"Mama sasa kwa hali yake hatuwezi kumwambia kitu. Unafkiri kuna njia nyengine?" Said aliuliza.

"Hakuna njia nyengine isipokuwa kumkabili mzee tu!"

"Wewe! Una wazimu? Nani atamfunga paka kengele?"

"Mwenye kengele."

"Unamaanisha nini?"

"Sisi ndio tutakayemkabili, tumweleze kila kitu."

"Una wazimu, unafikiri rahisi sana, enh?"

"Kumbe kama hatukumkabili sisi wenyewe ulitegemea aje Jibril aseme naye? Tutamuogopa mpaka lini? Sasa tumeshakuwa wakubwa na sisi lazima tutoe shauri letu."

"Ha ha ha ha! Usitake nicheke, useme nini usikilizwe?"

"Said, fuata nyuki ule asali. Kumbuka hii si kwa ajili yangu wala yako, ni kwa ajili ya Layla. Kumbuka Layla kafanya mangapi kwa ajili yetu wala hakujali kitu chochote. Basi kwa nini sisi tushindwe kumsaidia hili?!"

**************

"Huo ni ujana tu, akishaoa tu atayaacha yote hayo. Wangapi wanakuwa hivyo baadaye wanaacha. Ujana uwendawazimu chochote unafanya." Zahra na Said walipofika mlangoni mwa chumba cha wazazi wao waliisikia sauti ya baba yao ikizungumza ndani. Wakabaki palepale kimya wakisikiliza kilichokuwa kinazungumzwa, kwa sentesi zile mbili. Walishafahamu kuwa mazungumzo yale yalikuwa ndio yale yale waliyokuwa wanataka kuyazungumza wao.

"Lakini huna uhakika kuwa ataacha," Bibi Khadija alionesha wasiwasi wake.

"Mwanamke wewe una matatizo, hao ndiyo vijana wa kiume ndivyo wanavyokuwa. Nakwambia mimi akioa tu ataacha. Unafikiri hao wanaume wote unaowaona ni watakatifu? Huzijui historia zao tu!"

"Mbona na Said ni kijana kama yeye na hana tabia kama hizo?"

"Una uhakika? Wewe upo ndani tu, unajua nini anachokifanya huko nje?"

"Usiseme hivyo Ahmed, Said hayupo hivyo."

"Kwani nabii yule? Ah! Mimi sitaki kushindana na wewe. Tukianza kumtaja Said hapa tutakuwa hatumalizi. Kama wewe unavyomtetea mwanao basi ujue na wazazi wote huwa hivyo. Mtoto kwa mzazi wake siku zote huwa malaika. Kama wako unamuona malaika basi wa mwenzio asiwe shetani. Hakuna aliyekamilika, sote tuna makosa. Basi mimi sioni kama kuna ubaya wowote Layla kuolewa na Hafidh."

"Mbona tunarudia pale pale, enh?" Bibi Khadija alilalama.

"Kwani wewe tatizo lako lipo wapi?"

"Kwa nini basi Layla aolewe na Hafidh wakati tumeshavijua vituko vyake? Huoni kama unamwangamiza mtoto kwa mikono yako mwenyewe?" Bibi Khadija alizidi kulalama.

"Wewe mwanamke mbona hutaki kunifahamu, enh? Mimi ndio nishaamua Layla ataolewa na Hafidh tu, bas! Vipi nitaweza kumkatalia Bwana Haroub.... nimpe sababu zipi? Nimwambie mwanao muhuni? Bwana Haroub na mimi tumekuwa kama ndugu tokea tulipokuwa watoto. Sasa wewe unataka kuleta uhasama katika umri huu?"

"Hebu Ahmed nisikilize vizuri na jaribu kunifahamu. Wao wameleta posa, sisi tuna hiari yetu kukubali au kukataa na wao wawe tayari kupokea jawabu lolote. Haya ni maisha ya mtoto wetu."

"Khadija sasa nimeshaona kuwa hatufahamiani. Na wewe ndiye ambaye hutaki kunifahamu. Mimi nimeshakwambia kuwa Hafidh ni mtoto mzuri sana, ni ujana tu ndio unaomshughulisha. Unafikiri Layla atapata wapi posa nzuri kama hii? Ni kijana mzuri anatoka kwenye ukoo mzuri, na pia ni mchapa kazi."

"Bora posa ile ya mwanzo kuliko hii," Bibi Khadija alijaribu kutoa shauri lake kwa sauti ya chini.

"Posa ipi? Ile ya yule mhuni?"

"Mhuni?"

"Si yule Mwarabu wa Mwera sijui Fuoni."

"Kha! Ndio mhuni yule?"

"Na angekuwa na heshima yake asingethubutu kuingia kwenye nyumba hii kuomba maji, sikwambii tena kuleta posa. Na sijui alijiaminisha kitu gani mpaka akathubutu kuingia humu ndani."

"Kwani ana kasoro gani? Ni kijana mzuri kweli, mstaarabu na anaonekana ana hehima."

"Hiyo kumwona siku moja tu? Ama sasa unataka kunichekesha. Hata humjui anatoka kwenye ukoo gani, wewe unataka kuvamia tu!"

"Kwani ukoo wa mtu unahusu nini katika maisha ya mtu?"

"Khadija sikiliza, mimi sina wazimu wa kwenda kumwozesha Layla mhuni yule, umenifahamu? Kwa maisha gani aliyonayo hata aweze kumwoa mtoto wa Ahmed bin Said?"

"Lakini si anafanya kazi na anapata riziki yake ya halali?"

"Hiyo kwendesha daladala nawe umeiona kazi? Hata ikiwa hiyo daladala ni ya kwake, yeye si kamba ya kumnyongea mwanangu. Oh! Eti mtoto wa Ahmed bin Said aolewe na mwenye daladala. Mwenyewe nimekufa, ama?"

"Oh! Sasa nimekufahamu, ina maana hutaki mwanao aolewe naye kwa sababu ni Masikini, ndiyo enh?"

"Ndio! Nina haki yangu. Kwa nini nimtafutie dhiki mwanangu. Kama nilikuwa nataka waishi maisha ya dhiki basi kwa nini nimejituma umri wangu wote kwa ajili yao?"

"Ahmed usiwe hivyo, hakuna mtu anayeutaka umasikini, lakini hakuna mtu anayeweza kupata kitu ila kile alichokadiriwa...."

"Usianze somo lako, nimechoka kubishana nawe. Mwenye maamuzi ya mwisho ndani ya nyumba hii ni mimi na siku zote itabaki kuwa hivyo. Nami nimeshaamua kuwa Layla ataolewa na Hafidh tu! Sitaki kuisikia tena mada hii. Hapa ndio imeshafika kikomo." Bwana Ahmed alizungumza kwa sauti ya juu huku akitoka chumbani. Hakika hakutaka kusikia kitu chengine chochote.

Said na Zahra muda wote huo walijibanza kimya mlangoni wakiyasikiliza mabishano hayo. Walipoisikia sauti ya baba yao sasa inaelekea mlangoni walikurupuka mbio, kutafuta upenu wajibanze ili wasionekane. Bwana Ahmed alitoka ndani kwa ghadhabu na kubamiza mlango ungelisema hautaki tena. Said na Zahra walibaki wanatazamana huku wamepigwa na butwaa.

## 12

"Sasa tumeshampeleka Layla kwake, Alhamdulilah kila kitu kimekwenda salama si haba," Bwana Ahmed alionekana ni mtu mwenye furaha kubwa. Alizungumza huku uso wake umechanua tabasamu. Bibi Khadija alimwangalia asimjibu kitu.

"Hebu na wewe usitutilie kisirani, siku zote za harusi umenuna, mpaka leo? Mwanao kaolewa badala ya kufurahi wewe umejivimbisha mashavu tu kama unapuliza bofu! Ndio maana yake nini?" Bibi Khadija alibaki vile vile anamtazama tu. "Hebu mie niinuke hapa usije ukanitibua ukaja kuniharibia furaha yangu." Bwana Ahmed aliinuka akawa anatoka mle chumbani, mara ghafla alisimama akageuka nyuma na akakutana na macho ya Bibi Khadija yanamshindikiza.

"Usikae ukanitazama tu haisaidii kitu kwa sasa. Nimeshatazamwa zamani hapo ndipo ilipotambuliwa kuwa aliyezaliwa ni kidume. Inuka ukatayarishe chakula. Leo nimewaalika Layla na familia yake chakula cha mchana. Nafikiri unakumbuka kuwa leo ni siku ya tatu ya harusi yao. Usinitolee macho tu hapo." Bwana Ahmed alitokomea na zake, Bibi Khadija alibaki pale amezubaa tu.

"Mama mbona umebaki hapa? Mbona hukuagiza kitu mpaka sasa? Leo si anakuja Layla?" Zahra alikuja kumwuliza mama yake kwa furaha. Alikuwa na hamu kubwa ya kumwona dada yake tena. Siku tatu aliziona nyingi sana. Alikuwa anahisabu saa moja moja mpaka siku tatu zimefika. Sasa alimwona mama yake anachelewesha mambo. Bibi Khadija aliinua uso akamtazama Zahra na kuona furaha aliyokuwa nayo, lakini yeye ndio ilimzidisha uchungu. Maana aliona mtoto wake mmoja ameshaangamizwa, hakujua na huyu naye litamkuta lipi. Aliinuka bila ya kujibu chochote akaelekea jikoni naye Zahra alimfuata nyuma.

Bibi Khadija alipoteza furaha na amani kwenye nafsi yake tokea mahari ya Layla yalipopokelewa mpaka sasa ameshakwenda kwake. Siku zote za harusi alivaa tabasamu bandia ili watu wasitambue kinachoendelea. Mtu pekee aliyekuwa ana furaha ya kweli ni Bwana Ahmed tu peke yake. Na Salah alikuwa yumo kwenye kusherehekea Masikini hakujua kinachoendelea. Waliobaki walikuwa wanailazimisha tu furaha lakini ilikuwa haipo.

Baada ya sala ya adhuhuri, ilisikika kengele ya mlango. Zahra alikurupuka mbio kwenda kufungua mlango. Alijua kuwa Layla ameshafika. Alimrukia na kumkumbatia kwa nguvu hata hakujali kuwa pale yupo nani na nani, furaha imemshika. Naye Layla alimkumbatia kwa nguvu lakini kwake ilikuwa ni tofauti. Alikuwa amejaa uchungu na majonzi makubwa katika nafsi yake, hakuweza kujizuia baada ya kumwona Zahra. Mama yao alijibanza pembeni akiwatazama tu. Uso wake uliona haya na nafsi yake ilimsuta kiasi kwamba hakuweza kumkabili Layla. Hakuona faida ya kuitwa mama ikiwa kashindwa kumhifadhi mwanawe kutokana na balaa. Basi vipi ataweza kumkabili mtoto wake ikiwa kashindwa kutekeleza wajibu wake kama mama. Roho ilimwuma na chozi likamdondoka, lakini maji yalishamwagika hayazoleki tena. Layla alipouinua uso alimwona mama yake yupo pembeni akiwatizama. "Mama!" Layla alimwachilia Zahra na kumfwata mama yake. Alimkumbatia kwa nguvu zote. Sasa hapo alikimwaga kilio utasema kuna msiba. Wakasaidiana, wote kwa pamoja wanalia huku wakibembelezana. Zahra alisogea karibu yao akiwatazama kwa mshangao.

Bwana Ahmed anateremka ngazi anaona wageni wake wapo mlangoni hawakukaribishwa ndani, huku mtu na mwanawe wamekumbatiana wakilizana.

"Ahlan Bwana Haroub, karibuni, karibuni. Karibuni mpite, karibuni mkae." Bwana Ahmed aliwakaribisha wageni wake kwa furaha.

"Ahsante," Bwana Haroub aliitikia.

Wakasalimiana kwa furaha na vicheko. Bwana Haroub anaingia ndani lakini macho yake yote yapo kwa Layla. Bwana Ahmed aliliona hilo.

"Ah! Hao wasikushughulishe, maana hayo ndiyo mambo yao wanawake. Unajua ndio siku yake ya mwanzo kuingia kwao baada ya kuolewa." Bwana Ahmed alizungumza huku akijichekesha chekesha ovyo kama mwandazimu mpya.

"Enh.... ah.... ndio..... ndio......si maskhara mtu kuhama watu wake akaenda kukaa na watu wengine kabisa." Bwana Haroub alizungumza huku akibabaika, macho yakipwesapwesa kama mtu mwongo. Hakuweza hata kumtazama mtu usoni.

"Atazowea tu, ndio desturi. Ukishaolewa kwa wazazi wako unakuwa mgeni. Karibuni mkae, he! Kwanza mkwe wangu yuko wapi, mbona haonekani?" Bwana Haroub yalimtoka macho kama ngumi akamtazama mkewe. Alimgeuzia uso kama vile hayamhusu.

"Ah! Kumradhi, tokea tulipofika mara tumezungumza hili mara lile hata nimesahau kukwambia kuwa Hafidh hatoweza kuja maana kadharurika kidogo. Atakuja siku nyengine, inshallah. Anakutaka radhi." Bw Haruob alieleza huku akijichekesha uwongo. Mkewe aligeuka kumtazama kwa macho ya kumsuta, lakini Bwana Haruob kajidai kama hakumwona.

"Ah, nimemsamehe, lakini angekuwepo ningefurahi zaidi. Ndio vijana wa siku hizi. Siku zote wapo kwenye shughuli tu hawana hata muda wa kupumzika."

\*\*\*\*\*\*\*\*\*\*\*\*\*\*\*

Said tokea asubuhi alipoondoka hakurudi mpaka sasa. Simu kaizima, dukani kwake hayupo. Alikimbia kusudi hakutaka kuonana na wageni wanaokuja. Hakujua vipi angeweza kumkabili Layla kwa vile aliahidi kumsaidia lakini alishindwa kuitekeleza ahadi yake. Na hao wengine hakutaka hata kuwaona nyuso zao. Hakuona sababu ya kuwepo nyumbani, na alijua kuwa asipoonekana nyumbani atatafutwa kokote alipo naye basi alizifunga njia ya kupatikana kwake. Aliizima simu na dukani kaondoka, akatokomea anapokujua yeye. Kwake yeye yalikuwa maficho ya muda, uso umeumbwa na haya.

Wakati walipokuwepo mezani wakipata chakula cha mchana, zilisikika sauti na vicheko vya Bwana Ahmed na Bwana Haroub tu. Waliobaki wote wamenyamaza kimya wakiinamia sahani zao.

Kila mmoja ana lake rohoni na hawakuwa na furaha hiyo hata wazungumze na kucheka. Walipomaliza kula Bwana Ahmed na wageni wake walirudi tena ukumbini. Bibi Khadija na watoto wake walibakia mezani wakisaidiana kuondoa vitu juu ya meza. Bwana Haroub alipofika ukumbuni hakumwona Layla. Sasa roho yake ilikosa amani. "Layla yupo wapi?" Hatimaye alimwulizia.

"Oh! Hutaki aondoke chini ya upeo wa macho yako hata kwa nusu saa? Yupo na mama yake. Mwache adeke mwisho mwisho." Bwana Ahmed alimwarifu.

Sasa Bwana Haroub hofu ilizidi maradufu. Furaha yote imekwisha. Kaona sasa hadithi yao imefikia tamati, jasho lilimmiminika. Lakini alifanikiwa kujikaza kwa kiasi fulani ili Bwana Ahmed asione mabadiliko. Bibi Maimuna, mke wa Bwana Haroub, alibaki kumtazama mumewe usoni tu.

Ile hofu aliyokuwa nayo Bwana Haroub kuwa Layla asije akaumwaga mtama kwenye kuku wengi, imekamilika. Baada ya kuondoka wageni kwenye meza ya kulia, Zahra na mama yake waliinuka wakaanza kuondoa vyombo juu ya meza. Wanakwenda wakirudi, lakini Layla alibaki pale pale juu ya kiti chake, na sahani yake ilikuwa imeguswa guswa tu kama alavyo mtoto mdogo.

"Layla!" mama yake alimzindua baada ya kumwona kazubaa tu juu ya kiti.

"Mama!" Layla aliinuka ghafla akamkumbatia mama yake, kilio kikaanza upya!

"Una nini Layla? kuna nini? Hebu niambie, Unajua unanitia wasiwasi hivyo?"

"Mama! Nimeangamia, mama," Layla alimjibu kwa vilio.

"He! Wewe mtoto! Mbona unasema hivyo! Kuna nini lakini, hebu zungumza vizuri" Bibi Khadija alimahanika. Hakufikiria kabisa kama mwanawe angelipata balaa mapema kiasi hicho. Siku tatu tu anasema ameangamia? Bibi Khadija nguvu zilimwishia hata hiyo habari hakuipata kamili bado. "Hebu twende huku kwanza" Bibi Khadija alimvuta mkono Layla mpaka chumbani kwake. Hakutaka Zahra ayasikie mazungumzo yale.

"Enhe, sasa nieleze vizuri" Bibi Khadija alimwamuru mwanawe baada ya kufunga mlango wa chumbani. Layla aliendelea na kilio tu. Bibi Khadija alisogea karibu yake akamkumbatia akimbembeleza, huku naye machozi yakimtiririka mashavuni mwake. Badala, kupunguza kilio chake ndio kwanza kimezidi. Sasa akawa anatetemeka mwili mzima akawa kama mtu mwenye homa kali. Bibi Khadija khofu ilimshika, aliinuka na akailekea meza ndogo iliyokuwepo karibu na kitanda. Aliinua jagi la maji na kumimina maji kwenye gilasi iliyokuwepo juu ya meza hiyo. "Shika, kunywa maji," Bibi Khadija alimpa Layla ile gilasi ya maji. Layla aliipokea kwa mikono miwili huku akitetemeka. Alikunywa maji mafunda mawili taratibu. Alionekana kutulia kidogo lakini bado mdomo ulikuwa unatetemeka. "Inuka ukatawadhe usali rakaa mbili, utajisikia afadhali," Bibi Khadija alitoa shauri naye Layla taratibu aliinuka akatekeleza kama alivyoagizwa.

Naam, baada ya kusali aliona kama aliutua mzigo mzito. Sasa roho yake ilipata amani kidogo. Mama yake alibaki pale pale akimtazama kwa kila hatua aliyoifanya. Roho ilimuuma lakini alijikaza ili aweze kumpa nguvu Layla. "Mama nisaidie! Maisha yangu yameangamia. Jamii inatambuwa kuwa Layla kaolewa na Hafidh, lakini ukweli wenyewe sikuolewa na wala sina mume!" Layla alianza mazungumzo yake huku machozi yakitiririka kama mvua kwenye mashavu yake.

"Unakusudia nini mbona sijafahamu? Huna mume kivipi?"

"Hafidh kanikataa siku ya mwanzo ya harusi yetu."

"Eti?" Bi Khadiija aliruka kwa mshangao, "kakukataa kivipi?"

"Kasema hanitambui kuwa mimi ni mkewe. Alinifukuza chumbani kwake na kusema nikalale chumba cha baba yake, maana yeye ndiye alinichagua," Layla alianza kilio tena upya.

"Wakwe zako wana habari juu ya hili?"

"Ndio, maana baada ya kunifukuza chumbani kwake sikujua niende wapi mwisho nikalala ukumbini. Wakati huo watu wote walikuwa wameshaingia vyumbani mwao. Sikulala usiku mzima nikiugulia maumivu ya makofi niliyopigwa wakati nilipokuwa nafanya ubishi wa kutoka chumbani. Nilipata usingizi alfajiri ndio mama aliponikuta nimelala ukumbini...."

"Alisemaje baada ya kukuona hapo?" Bibi Khadija alimkatiza.

"Aliniuliza kwa nini nimelala hapo? Nikamweleza kila kitu. Alinipa moyo akaniambia nistahamili ipo siku utarudi moyo wake. Akanieleza kuwa nitekeleze wajibu wangu kama ni mke hiyo ndio njia ya kumrudisha moyo wake, naye akaniahidi kuwa atasema naye. Na mimi nikajitahidi lakini sina ninachokipata wala sioni mabadiliko yoyote, nilipata ruhusa tu ya kulala chumbani kwake lakini nalazwa chini. Kama hilo halitoshi, anarudi alfajiri akiwa amelewa."

"Lakini Layla mimi naona mama yako yupo sawa. Mpe muda atabadilika. Ndio kwanza siku tatu. Mwamini Mungu, atabadilika tu. Na ami yako anasema nini juu ya hili?"

"Hakuniambia kitu lakini nahisi yupo upande wa mtoto wake."

"Kwa nini unasema hivyo?"

"Yeye ndiye anayemfungulia mlango wakati anaporudi alfajiri, na wala haoneshi kuchukizwa na matendo ya mwanawe, haniulizi be wala te."

"Stahamili mwanangu. Kwa uwezo wa Mungu kila kitu kitakuwa sawa, ndoa ni sawa na kutia mkono gizani hujui utashika nini."

"Mama, msema kweli mpenzi wa Mungu. Mimi siwezi kustahamilli tena. Moyo wangu dhaifu siwezi kubeba yote haya, naumia. Nihurumie mama, wewe ndiye mkombozi wangu, nategemea huruma kutoka kwako. Siwezi tena, siwezi."

"Layla usiseme hivyo. Baada ya dhiki faraja. Mungu yupo anakisikia kilio chako, inshaAllah atakufanyia wepesi."

"Mama, kwani talaka imewekwa kwa sababu gani ikiwa mpaka haya unaniambia nistahamili?"

"He! Layla! Umeshafikiria talaka tayari? Ndio kwanza siku tatu?! Si aibu ya mchana hiyo?!"

"Siku tatu hizi labda kwako wewe unaziona kidogo, lakini kwangu mimi sawa na karne tatu. Sasa siwezi kuwa naye hata kwa dakika tatu."

"Layla wewe ni mwanamke lazima ujifunze kustahamili, Kuna mengi utakutana nayo kwenye safari yako ya maisha lazima uwe na stahamala ili uweze kupambana navyo."

"Mama, kila kitu kina mipaka yake, hili limevuka mipaka. Mama wewe ni mwanamke mwenzangu, jaribu kunifahamu. Mimi siwezi tena, nisaidie. Unajua kwa nini Hafidh hakuja leo?"

"Si ami yako amesema kadharurika?"

"Si kweli, anayaficha madhambi ya mwanawe tu. Amekataa mwenyewe kuja eti anasema yeye hakuoa vipi awe na wakwe? Baada ya yote haya mimi nakaa kwake nasubiri nini? Kwanza hakuna ndoa mimi na Hafidh kisheria. Kwa sababu Hafidh hakunioa kwa ridhaa yake. Sasa bora nirudi nyumbani tu."

Bibi Khadija aliona kweli sasa Layla ameshindwa kustahamili tena. Maana Layla hakuwa dhaifu kiasi hicho. Hata hivyo hakutaka mwanawe aachwe hata kama anavyosema hakuna ndoa baina yao. Basi ni bora wayasuluhishe hata kama itabidi ifungwe ndoa nyengine basi ni awe hivyo. Hakujua nini cha kufanya. Bibi Khadija alibaki kimya kwa kitambo, akifikiria kwa jinsi gani angeweza kumsaidia Layla.

"Basi acha, mimi nitajaribu kuzungumza na baba yako nimsikilize ni lipi shauri lake," mwisho Bi Khadiija alitoa wazo.

"Sawa, lakini kwa hisani yako usikawie kuzungumza naye," Layla alibembeleza

"Nitajitahidi."

Kila muda unavyosogea bila ya kumwona Layla kutokeza, ndio wasi wasi wake ulipozidi. Bwana Haroub alikuwa akisema akicheka lakini ndani ya nafsi yake alikuwa akilaani huku akiapiza. Alikuwa anafikiria ni kitu gani ambacho Layla atamweleza mama yake. Lakini hofu yake ilipungua baada ya kumwona Layla na mama yake wakienda ukumbini huku wakizungumza na kutabasamu. Alijipa moyo kuwa Layla hakuzungumza kitu kwa mama yake kinachohusu maisha yake ya ndoa. Alishusha pumzi ndefu, likamtoka tabasamu hafifu. Masikini roho yake, hakujua kama ile ilikuwa mipango tu, ili wasitambue kama kuna kitu kimetokea. Bibi Khadija alimtahadharisha Layla kuwa wakwe zake wasijue

121

kama alimhadithia kitu kwa sababu ingeweza kuharibu zaidi. Alimwambia ibaki kuwa siri baina yao na pia ajitahidi kuwa mke bora mpaka hapo atakapozungumza na baba yake.

Baada ya kula vitafunwa vitamu pamoja na kahawa, hawakuchukua muda tena wakaaga kwenda zao. Bwana Ahmed na familia yake waliwashindikiza wageni wao mpaka kwenye gari yao. Layla, baada ya kufungua mlango wa gari, alisimama kidogo kisha akageuka nyuma kumtazama mama yake. Mara ghafla kakurupuka mbio akamkumbatia huku machozi yakimtoka, akamnong'oneza taratibu kwenye sikio lake, "Usisahau kuzungumza na baba, nihurumie nateseka mwanao!"

Kabla ya Bibi Khadija hakujibu chochote, ilisikika sauti ya Bwana Ahmed. "Basi inatosha tena, he! Ama nyie wanawake mmezidi. Hamjulikani siku za furaha wala huzuni, nyie mumo kwenye vilio tu. Haya, hapo mkiulizwa mnajiliza nini, mtajibu nini? Mtu anakwenda kwake tu utasema anakwenda kutolewa roho!" Layla taratibu alimwachillia mama yake akamwaga Zahra kisha akapanda gari. Safari ikaanza. Bwana Ahmed alimtazama Bibi Khadija kwa jicho kali bila ya kusema neno.

## 13

Zahra kama ilivyokuwa kawaida yake alishatilia shaka hali ya Layla. Alihisi kuna kitu kimetokea lakini amefichwa.

"Wewe ulikuwepo wapi saa zote hizo?" Zahra alimvamia Said na swali baada ya kuchomoza tu. Maana alikuwa anamsubiri kwa hamu utasema anamdai.

"Kuna nini?"

"Ndio hujui ama unajitia ubabaifu? Huo ubabaifu utakutoka baada ya kuonana na mzee."

"Ah! Acha nikapumzike, nimechoka," Said alizungumza huku akielekea ngazini.

"Na mimi niliyekusubiri hapa muda wote huo unanifanya mpuuzi?"

"Zahra usianze, nimesema nimechoka nahitaji kupumzika. Tutazungumza baadaye," Said alisema huku akiwa ameshaanza kupanda vidaraja vya ngazi.

"Ninayotaka kukueleza hayataki kuwekwa maana yatachacha," Zahra aliendelea kung'ang'ania. Said aligeuka nyuma kumtazama. Aliijua tabia ya ndugu yake, hakujua kukataliwa. Kila anachokitaka akipate. Hivyo aliona bora asalimu amri maana kama asingelimpa nafasi ya kuzungumza naye angenyimwa nafasi hata ya kuvuta pumzi.

"Unataka kuniambia nini?"

"Yale yale."

"Yapi?"

"Ya Layla." Zahra alizungumza kwa sauti ya chini ili asisikilizwe na wazazi wake.

"Imekuwaje?" Said alishuka ngazi mbio mbio akamfwata Zahra.

"Layla anaonekana ana matatizo."

"Si mapema kiasi hiki! Ndio kwanza siku tatu. Mawazo yako tu hayo Zahra." Said alibisha

"Hapa ndipo tunapokosana, sijui kwa nini hunifahamu. Mimi nizue jambo kama hili nataka nini?" Zahra alionekana kukasirishwa kidogo.

"Sikusema kama umezua."

"Kumbe umekusudia nini?"

"Basi yaishe. Niambie ni kitu gani kilichokuonesha kuwa ana matatizo?"

"Amesema mwenyewe."

"Eti? Amesema nini? Kakuambia wewe?"

"Alimwambia mama, 'Nimeangamia' kisha mama akampeleka chumbani sijui tena huko wamezungumza nini. Tena alikuwa analia sana. Hata alipoondoka alimwambia kitu mama lakini sikusikia kasema nini."

Said aliinamisha kichwa chini. Hakufikiria kama balaa lingemfika Layla mapema kiasi hicho. Basi amepatwa na nini? Amebaki akijiuliza asipate jawabu.

"Ama mwanaume huyu mnyama kweli kweli. Hakuweza kustahi hata siku za harusi?" Said alizungumza kwa hasira. "Baba anajua?" Said aliuliza.

"Hajui, na hata akijua haitosaidia kitu."

"Kweli," Saidi aliunga mkono kauli ya Zahra.

Bibi Khadija alimtafutia wasaa Bwana Ahmed ili amueleze vituko vya mkwe wake. Kwa furaha aliyonayo Bwana Ahmed, Bibi Khadija hakujua hata amuanze vipi. Baadaye alipata nguvu baada ya kuona kusubiri kwake ndio kumzidishia muda wa matatizo mwanawe. Kama alivyotegemea, Bwana Ahmed hakumfahamu hata kidogo.

"Nyinyi wanawake tabia yenu ndio hii, kazi yenu kusemasema tu. Ndio kwanza kaolewa juzi ameshaanza kuleta mashtaka ya kipuuzi hapa!" Bwana Ahmed alianza kufoka.

"Ahmed kwa nini hutaki kufahamu lakini? Nimekwambia tokea mwanzo huyu mwanaume hamfai Layla, ukasema eti atabadilika. Sasa mwone anamfanyia nini mwanao!"

124

"Tabia zenu mimi nazifahamu vizuri. Kitu kidogo mnapenda kukikuza kikawa hicho!. Tokea mwanzo ulikuwa humtaki huyu kijana, basi ulipoambiwa neno dogo tu na wewe ukalikuza."

"Ahmed kumbuka huyu ni Layla si Zahra. Tokea utoto wake mpaka sasa aliwahi kushtaki kitu gani humu ndani? Yote aliyofanyiwa yalikuwa haki? Lakini alistahamili, ujue sasa amezidiwa. Na pia hakujua chochote juu ya tabia za Hafidh kabla ya kuolewa. Ujue basi hazui wala habuni, yanamtokea kweli."

"Sikiliza wewe mwanamke, sijui lengo lako nini. Lakini acha nikuambie kitu kimoja. Mimi ninachokijua ni kufungisha ndoa tu kuivunja sio kazi yangu."

"Ahmed! Mtoto anataabika, siku tatu tu zimeshamchosha vipi ataweza kuishi maisha yake yote kwa mwanaume kama huyu? Nawe pia ni mtoto wako, mhurumie."

"Sikiliza Khadija, usinipotezee muda wangu. Mimi sitofanya kitu chochote. Kazi yangu nimeshaimaliza. Hayo ndio maisha ya ndoa, sio siku zote utapata raha. Mwambie mwanao ajifunze kustahamili."

"Siwezi kufanya hivyo."

"Kama wewe huwezi, nitamwambia mwenyewe."

Bwana Ahmed alitoa simu yake ya mkononi kwenye mfuko wake wa kanzu. Kisha akabonyeza vitufye kadhaa kabla ya kuiweka sikioni.

"Assalamu alaykum," ilisikika sauti ya upande wa pili.

"Kabla ya salamu, kwanza nataka unieleze umekuja kushitaki nini kwa mama yako?"

Layla alinyamaza kimya baada ya kuisikia sauti ya simba ikinguruma kwenye sikio lake.

"Mbona kimya? Umekatika ulimi? Kwa mama yako ulikuwa una ulimi mrefu wa kuzungumza upendavyo, sasa unashindwa nini? Basi acha nikwambie, salamu zako nimezipata. Lakini baada ya leo sitaki kusika upuuzi kama huu tena, jifunze kustahamili na kama umeshindwa kabisa jitose baharini lakini humu usirudi."

"Lakini baba….

Layla hakumaliza kusema simu imekatwa.

"Ahmed, lakini kwa nini unafanya hivi enh?"

"Khadija, tafadhali haya mazungumzo nayafikie tamati. Sasa Layla ameshakuwa mtu mzima, lazima ajifunze kutembea mwenyewe. Sisi jukumu letu kwake limeshakwisha." Bwana Ahmed baada ya kumaliza mazungumzo yake alitoka chumbani akamwacha Bibi Khadija kazubaa.

Bibi Khadija dhiki za roho zimemzidi na alitamani kupasuka. Alibaki kulia peke yake, hiyo ndio aliyoiona njia pekee ya kupunguza joto la roho. Lakini kwa sasa haikusaidia kitu. Kila muda ulivyosogea mbele ndipo dhiki ilipozidi. Sasa si ya roho tu mpaka ya mwili. Kichwa kilimgonga, mwili ulimnyong'onyea. Sasa hali yake aliiona haipo sawa, Bwana Ahmed hayupo. Akaona si busara kubaki chumbani peke yake. Akawafuata watoto walipo, labda baada ya kuzungumza nao angelijisikia vizuri.

***************

"Sijui Mungu atakwenda kumhukumu nini mzee huyu. Maana sijui katika umri wake wote amefanya kheri gani. Watoto wake wenyewe imekuwa ndio maadui zake loh! Hii hatari. Basi angalau hivyo vituko angenifanyia mimi, isingekuwa ajabu. Layla kakosea wapi mpaka amhukumu hivi? Masikini kutwa alikuwa yupo chini ya miguu yake, akikohoa tu ameshafika. Basi haya ndio malipo yake?" Zahra alizungumza kwa uchungu huku macho yakilenga lenga machozi.

"Ah! Iliyobaki tuombe subra tu. Ya Layla ndio hayo tumeshayaona yetu sisi sijui yatakuwa yepi. Tuombe Mungu atupe takh…." Said alikatishwa kalima yake na mshindo mkubwa. Wote kwa pamoja waliinuka wakaifwata sauti ya mshindo ule ulipotoka. Hawakufika kokote walimwona mama yao amelala chini. Bila shaka mshindo ule ulitokana kuanguka kwa Bibi Khadija. Wakamsogelea karibu yake na hapo sasa ndio wametambua kuwa amepoteza fahamu.

"Mama! Mama! Mama!" Zahra anamwita mama yake huku akimtingisha lakini hakuna tofauti yoyote iliyotokea. Alibaki vile vile. Said muda wote huo amebutwaa, kasimama kama guzo.

"Said!" Zahra aliita baada ya kumwona hataharuki. Said sasa ndio kwanza akili zake zilikuwa zinamrudia.

"Mama! Tafadhali. Inuka," naye sasa akawa anamsaidia Zahra kumtingisha.

Bibi Khadija baada ya kufika chini aliwasikia watoto wake wanazungumza. Mazungumzo yao ndio yaliyozidi kumtibua na ghafla alianza kuona vitu vyote vinazunguka kabla ya kuanguka chini kama gunia la chumvi na kutoa mshindo mkubwa hata ukawashitua Said na Zahra.

# 14

Baada ya kutoka hospitali Bibi Khadija, alibaki chumbani kwake kimya kapumzika. Kutokana na ushauri wa daktari alitakiwa apate muda mrefu wa kupumzika. Mara alitokea Bwana Ahmed na tabasamu kubwa, hata Bibi Khadija likamshangaza. "Kuna nini tena?" alijiuliza moyoni. Bwana Ahmed aliuona mshangao wa Bibi Khadija waziwazi.

"Usishtuke sana, leo nimekuletea habari njema." Bwana Ahmed alizungumza huku tabasamu lake likizidi kuchanua usoni mwake. Bibi Khadija wasiwasi ulishamshika. Alijua kuwa kicheko cha Bwana Ahmed huwa kilio cha nyumba nzima, lakini alibaki kimya akisubiri kuambiwa hiyo habari njema. Bwana Ahmed alisogeza kiti mpaka karibu ya kitanda alicholala Bibi Khadija. Bibi Khadija alimtazama kila hatua bila kupwesa. "Na inshallah iwe habari njema kweli," alijisemea moyoni.

"Sasa nataka kukuletea mtu wa kukuangalia, najua sasa unamtamani sana Layla. Sasa angekuwepo chini yako anakutimizia kwa kila unachokitamani. Huyu Zahra maneno mengi tu."

Bibi Khadija machozi yalianza kumlengalenga.

"Aaa! Si muda wa kutoa machozi sasa, ni muda wa kusheherekea!"

Bwana Ahmed alimpoza mkewe huku akimfuta machozi kwenye mashavu yake. "Hii ni kawaida kwa kila mwanamke kuwa siku moja ataondoka kwao na kwenda kuishi sehemu nyengine pamoja na familia yake mpya. Pia wewe umeiacha familia yako ukaja kuanzisha familia nyengine. Basi vipi kila siku umwage machozi juu ya Layla? Sasa nataka usahau kama umemtoa mtoto wako."

"Unakusudia nini?" Bibi Khadija hatimaye aliuliza baada ya kuona anazongwa sana.

"Said!" Bwana Ahmed alijibu kwa mkato

"Kafanya nini?" Bibi Khadija aliona anazidi kuzongwa.

"Hakufanya kitu, lakini kwa muda mfupi kutoka sasa atafanya kitu." Bwana Ahmed naye alizidi kumfunga Bibi Khadija.

"Atafanya kitu gani? Mbona unanipa wasiwasi?"

"Basi wewe hilo ndilo tatizo lako. Kitu kidogo tu kinakupa wasi wasi. Sasa nisikilize vizuri, nimekaa nikafikiri sana kutokana na hali yako ya sasa, mpaka mwisho nikapata ufumbuzi. Nimeona hakuna njia nyengine ila kumpa mke Said ili nawe upate mtu wa kuwa nawe chini yako. Maana mimi muda wote nipo nje. Unaionaje rai hiyo?"

"Zahra si yupo karibu yangu!"

"Na Layla pia alikuwepo, sasa yupo wapi? Na Zahra naye siku moja ataondoka kama alivyoondoka Layla. Sasa huu ni wakati wa kutafuta mtoto wa kike wa kuwa karibu yako."

"Usitake nicheke Ahmed, unafikiri mtoto wa siku hizi atakubali kukaa na wakwe zake, tena bado auguze? Imani hiyo imepotea zamani. Siku hizi watoto wote wanataka kukaa peke yao hawataki fujo la vizee."

"Imani hiyo bado ipo haikupotea yote. Mbona Layla anakaa na wakwe zake, tena bado Bwana Haroub mgonjwa?"

"Umeshasema Layla! Mtoto yule malaika. Najivunia kuwa mimi ndiye mama yake. Amekaa kwenye tumbo langu miezi tisa. Nikapata bahati tena ya kumnyonyesha kwa miaka miwili. Najisikia furaha kweli anapotajwa Layla kuwa ni mtoto wangu."

"Layla hayupo peke yake, wapo wengine waliozaliwa kwa mama wengine. Nao pia wakawa wanajivunia kama unavyojivunia wewe. Ikiwa malaika wameumbwa wengi, mitume imeteremshwa mingi. Basi ujue na watoto kama Layla wapo wengi pia, kwa sababu Mwenyezi Mungu hashindwi kuvirejearejea viumbe vyake katika uumbaji wake." Bwana Ahmed alizungumza taratibu.

"Wewe unafikiri nani anaweza kuja kuishika nafasi ya Layla ndani ya nyumba hii?"

"Sifati, mtoto wa marehemu Bwana Salum Mahfudh. Mtoto mzuri sana yule mashallah. Ana adabu na heshima kwa wakubwa zake. Nimekwenda kwao mara mbili tatu nimemwona alivyokuwa na heshima mtoto yule. Kusema kweli thawabu nimempenda sana yule mtoto na ninahitaji awe mkwe wangu. Nakuahidi utafurahi sana. Halafu tena Masikini, tutakuwa tumewasaidia kwa upande fulani. Wanatia huruma watoto wale, maisha yao ya dhiki kweli kweli. Tukimchukua mmoja watapumua kidogo."

"Umeshazungumza na Said tayari? Ni lipi shauri lake?"

"Wewe unafikiri mimi nitazungumza na Said kabla ya kuzungumza na wewe?"

"Mimi sina rai, Sifati ni mtoto mzuri kweli hata mimi hilo nalikubali, lakini je, Said atakuwa tayari kumwoa? Isiwe tunamtafutia mke kwa maslahi yetu sisi, tukasahau ya kwake kwa sababu haya ndio maisha yake."

"Na wewe sijui kwa nini unapenda kuwapa uhuru sana hawa watoto. Ndio maana wanakufanya kama mtoto mwenzao. Hakuna heshima hata kidogo. Na huyo Said unadhani amkatae Sifati, ana kasoro gani?"

"Hana kasoro, lakini ni vyema akaulizwa. Maana binaadamu si malaika."

"Mimi simwulizi kitu, na yeye kama ni mtoto wa nyumba hii, basi ni juu yake kufwata kama anavyoambiwa. Kwani mimi niliulizwa na nani? Na hivi sasa napeleka posa. Kwaheri, natoka. Baki salama."

Said alikuwa yupo ukumbini. Alikuwa anakwenda huku akirudi kule mikono kaifunga nyuma ya mgongo wake. Mara kwa mara macho yake aliyaelekeza ngazini. Alikuwa anamsubiri baba yake atoke ili naye apate nafasi ya kutoka. Alimvizia kusudi kwa sababu alikuwa hataki aulizwe anakwenda wapi. Naam! baada ya muda kidogo kupita alionekana Bwana Ahmed anaziteremka ngazi mbiombio utasema labda anakifukuzia kitu asije kukikosa. Said baada ya kumwona baba yake anateremka, alijibanza upesi asije kuonekana maana mipango yake yote ingeliharibika. Akawa anamchungulia kwa wizi mpaka alipohakikisha ameshatoka nje kabisa.

Leo ilikuwa ndio miadi yake na Farhat, baada ya muda mrefu kupita bila ya kuonana. Matatizo ya familia yake yalimnyima furaha na amani katika moyo wake hata ikamfanya asiweze kukutana na Farhat kwa muda wote huo. Farhat alistahamili mwisho akachoka, sasa alihisi labda Said alikuwa anamdanganya siku zote hizo. Said alijaribu sana kumfahamisha lakini hakuonekana kumfahamu hata nukta. Ya kwao yalimpanda, akamwamuru Said kwa vyovyote itakavyokuwa leo lazima wakutane.

٭٭٭٭٭٭٭٭٭٭٭٭٭٭٭٭

"Mimi nimeshakusikia mengi, sasa nataka uamuzi wako wa mwisho." Farhat alichachamaa mtoto wa kike. Baada ya kuyasikiliza maelezo ya Said hakuonekana kuridhishwa nayo hata kidogo.

"Si nimekwambia kwanza nistahamilie mpaka hapo mambo yatakapokaa sawa?" Said alijitetea.

"Said! Huu mwaka wa pili unamalizika, sioni chochote. Nikustahamilie mpaka lini na umri ndio unakwenda zake? Ama unataka unioe wakati nimeshafanya mapliti ya uso?"

"Si hivyo Farhat, niamini. Mambo yakikaa sawa tu nitaleta posa rasmi, nakuahidi."

"Unajua lini hayo mambo yatakaa sawa? Na kama yakizidi kuharibika jee? Ndoa itakuwa haipo?"

"Usiseme hivyo, usifikirie mambo mabaya tu. Amini kuwa kheri ipo mbele. Sasa nyumba yote imejiinamia kwa habari za Layla, sitokuwa binafsi kiasi hicho. Kwanza nina raha gani hata nitangaze ndoa sasa? Vuta subra, Farhat, jambo la kheri halitaki haraka."

"Na hiyo chelewachelewa utakuta mtoto si wako. Sikiliza Said, usitake kunigeuza mimi mtoto wa kuku, hizo habari za Layla mimi hazinihusu. Yeye ana nyumba yake, mimi inanihusu vipi hata aizuie kujengeka nyumba yangu?"

"Sikufikiria kama utasema hivyo Farhat. Mwanamke mwenzio yupo kwenye matatizo wewe...."

"He! He! He! He! Mimi nimehusika vipi na matatizo yake? Yeye ndiye mwanzo wa matatizo yangu, ndiye anayenicheleweshea ndoa yangu."

"Farhat, kumbuka Layla ni wifi yako."

131

"Hainijalishi, mimi ninachotaka kufahamu kwa sasa umeamua vipi juu ya ndoa yetu!"

"Farhat!"

"Sikiliza Said. Unajua kuwa unanipotezea muda wangu? nimewakataa wengi kwa ajili yako, wazuri zaidi yako.... Wana mali kushinda zako. Lakini mimi nimekuchaguwa wewe kwa sababu nimekuona upo tofauti na wengine. Sikujua kuwa nimefanya kosa kubwa maishani mwangu kukuamini wewe kumbe nyote wa jora moja tofauti yenu mshono tu! Kwa heri nakwenda zangu, wewe *staring* wa kihindi subiri umalize matatizo yako kisha utafute mke uoe. Wakati huo Farhat yupo kwake!"

"Sasa unakwenda wapi, kaa kwanza tuyamalize."

"Mimi ninafikiri tumeshayamaliza."

"Usiwe hivyo Farhat, mimi ninakupenda kweli."

"Kama hivyo ni kweli, mimi nipo nyumbani naisubiri posa yako. Kwa heri!"

"Farhat! Farhat! Far-haaaat. Subiriiiii."

Farhat aliendelea kukazanisha mwendo kama haitwi yeye. Said alizidi kuchanganyikiwa hakujua hata afanye nini. Kwa hakika alimpenda kwelikweli Farhat na wala hakutaka kumpoteza kwa kitu chochote. Mzee sasa anawaka hashikiki, vipi atathubutu kumweleza kuhusu Farhat. Na alijua vyema kuwa vyovyote itakavyokuwa mzee wake asingekubaliana na wazo lake. Mwisho alikata shauri na iwe itakavyokuwa lazima azungumze naye kwa njia yoyote ile. Ilimradi asije kumkosa Farhat.

Aliondoka "Forodhani Park" mpaka kwao Malindi kwa mwendo wa taratibu. Alikuwa anatembea kwa mazoea tu, hakuziona hata hizo njia. Mwisho alijiona amesha simama kwenye lango la mbao. Akaingiza mkono mfukoni na kutoa ufunguo. Akafungua mlango taratibu kisha akaingia ndani.

"Wasalatu wassalam ya habiba allaaaaah Muhammaaaad! Lu lu lu lu wiiiiii." Alipoingia tu ndani alipokelewa na kigeregere cha Zahra. Said alishtuka kidogo.

"Una wazimu?! Hebu nipishe mie."

"Ulikuwa wapi muda wote huo? Achana na hayo. Nina habari nzuri nataka kukuambia." Bwana Ahmed alimpokea Said kwa furaha. Said alizidi kushangaa. "Kuna nini?" alijiuliza moyoni. Kabla ya kupata jawabu alivutwa na baba yake mpaka ukumbini. Akakalishwa kitako. Sasa Said hakushikwa na mshangao tu, ilichanganyika na khofu. Hakuwahi Bwana Ahmed kumfanyia kitu kama hiki hapo kabla.

"Alf alf mabrouk," Bwana Ahmed alizungumza kwa furaha na mara akamwinua Said. Kisha akamkumbatia kwa furaha. Said sasa khofu ilizidi mshangao. Sasa alifikiria baba yake anamfanyia tashtiti. Labda alipokuwepo Forodhani na Farhat alionekana na mtu hata ikawezekana pia ameyasikia mazungumzo yao, na akayafikisha sehemu husika. Sasa alikuwa anasubiri hilo bomu lake. Lifuiye iwe salama, au lipasuke iwe zahama.

"Una bahati sana mwanangu. Sikufikiria kabisa kama njia ingekuwa nyepesi kiasi hiki," Bwana Ahmed aliendelea kuzungumza kwa furaha. Na ndivyo alivyozidi kumzonga Said.

"Kitu gani baba, mbona sikufahamu?" Said aliuliza kwa sauti ya chini yenye mchanganyiko wa woga.

"Posa yako imekubaliwa!"

"Posa yangu?" Said aliuliza kwa mshangao.

"Ndio posa yako. Leo nimekwenda kukuposea Sifati. Hata bila ya kupewa muda, jawabu nimepewa leo leo. Wamekupokea kwa mikono miwili."

"Lazima utakuwa unafanya maskhara, ndio enh?"

"Acha utoto, nikufanyie maskhara mie shemegi yako? Wakanitajia kiasi cha mahari na haikuwa kiasi kikubwa. Na mimi bila kupoteza muda nikawapa. Sasa tupange mipango ya harusi tu."

"Ina maana umefanya yote hayo bila kuniambia mimi chochote. hata hukujali kujua ninahitaji kitu gani?"

"Wewe ni mwanangu najua nini bora kwako. Ndio maana nikakutafutia Sifati."

"Na nikikwambia kuwa simtaki Sifati?"

"Eti? Na usimtake, ana kasoro gani?"

"Hana kasoro yoyote, ila simhitaji kwenye maisha yangu."

"Sikiliza Said, sikukuambia kuwa nahitaji ushauri juu ya hili kutoka kwako. Mimi ndio nimeshaamua kuwa utamwoa Sifati tu. Na kama nilivyokwambia kuwa mahari nimeshatoa tayari. Sasa huna hiari, utamwoa tu."

"Mimi Sifati simwoi, simwoi!" Said alipandisha sauti juu, hasira zimeshampanda. Sauti ile iliwashitua Bibi Khadija na Zahra waliokuwepo jikoni wakitayarisha chakula cha usiku. Wote kwa pamoja walikurupuka mabio kwenda kusikiliza kilichozungumzwa huko ukumbini, baina ya mtu na baba yake.

"Sasa unashindana, ndio?" Naye sasa Bwana Ahmed alipandisha sauti yake. "Mimi nimeshasema kuwa utamwoa Sifati, bas! Huo ndio uamuzi wangu wa mwisho, sitaki tena mjadala. Na sasa ninaanza mataarisho ya harusi."

"Anza matayarisho yako, hakuna atakayekuzuia. Lakini hiyo harusi haitokuwa yangu, labda umwoze Salah!"

"Tutaona!"

"Utaona wewe, ambaye mpaka umri huo ulionao bado umefumba macho. Yale uliyomfanyia Layla usifikirie kuwa utakuja kunifanyia na mimi. Mimi Said sio Layla! Nitamuoa yule nimpendaye mimi na sio unayempenda wewe. Kuna mwanamke tayari kwenye maisha yangu na ninampenda sana, na nimemuahidi kumuoa. Huyo ndiye mwanamke nitakayemwoa bas!" Said hasira zilimshika mpaka ameumwaga ukweli bila ya kukusudia. Hata hivyo, hakujutia.

Watu wote ukumbini hapo walibaki na mshangao wakitazamana mmoja baada ya mwengine. Hakuna aliyefikiria kitu kama hiki. Hakuna hata mmoja kati yao aliyewaza kuwa Said atakuwa ana mahusiano nje, kwa jinsi alivyokuwa mtiifu mbele ya wazazi wake, na alivyokuwa mkali mbele ya ndugu zake wa kike. Yeye aliwazuia ndugu zake wasiwe na mahusiano na wanaume nje, na pia alifanya zahma aliposikia kuwa Layla alimwonesha njia mwanamme ili aje kuleta posa. Lakini naye alijisahau kuwa amefanya mahusiano na mtoto wa kike pia, mtoto wa watu pia, hakuona kama hilo ni kosa kwake. Kama kwa ndugu zake haramu mbona kwake imekuwa halali? Ama Farhat hakuwa mwanamke kama walivyokuwa

134

ndugu zake? Ukumbi wote kimya, wote walimkodolea macho Said baada ya kutazamana mmoja mmoja lisipatikane jibu. Sasa macho yalirudi kwake yote ili ayajibu maswali yao. Said aliyapokea kijasiri macho yote sita kijasiri, hakutereka hata kidogo. jeuri ya kiume imemvaa.

"Eti unasema nini?" Bwana Ahmed aliuliza kwa sauti ya mshangao, nguvu zote zimemwishia.

"Umenisikia sawasawa, sisi sio mbuzi kama utatuburuta upendavyo. Sisi ni binaadamu pia, tunahitaji kusikilizwa nini tunahitaji, sio maamuzi yote unachukua wewe tu. Basi husomi? Umeshayaharibu maisha ya Layla sasa unataka uyaharibu ya kwangu? Huwahi, nakwambia huwahi!"

"Alikwambia nani kama maisha ya Layla yameharibika?!"

"Na wewe ndio unayaona mazuri? Ama mpaka yatoke funza ndio utajua kuwa yameharibika?"

"Khadija unamsikia mwanao huyo?! Kweli lugha hii anazungumza na baba yake?" Bibi Khadija alinyamaza kimya, uso kauinamisha chini kwa aibu. Haikumpitikia hata siku moja kuwa Said atakuja kufanya kitu kama hiki. Kweli Said hakuwa nabii. "Yote haya umeyataka wewe, deko hili. Sasa tizama faida yake. Watoto wote umewaharibu." Sasa lawama zote zimemwendea Bibi Khadija.

"Basi hii ndio tabia yako, hupendi kukubali kosa. Wewe ndiye mkosaji nambari moja lakini lawama zote unampelekea mama. Yeye kakosa nini hapa? Huu utawala wako wa kidikteta ndio unaoiharibu nyumba hii."

"Said! Nitakuzaba kofi la uso ufanye uziwi! Sasa naona umeshavuka mipaka! Jeuri hii umeipata wapi?"

"Kwako!"

"Ama mtoto wewe sasa umekuwa huna adabu kweli kweli. Nafikiri hilo janajike ulilokumbana nalo ndilo linalokutia kiburi."

"Taratibu! Usimseme vibaya mtoto wa mwenzio. Mtoto ana heshima zake timamu."

"Hebu kwenda zako huko! Unaijua heshima wewe? Unaijua heshima ya mtoto wa kike ni kitu gani? Ingelikuwa ni mwenye

135

heshima asingekubali kufanya mahusiano na mwanamme nje bila hata ya kuwajua wazazi wa mwanaume. Heshima ya mwanamke kuposwa kwao kwa wazazi wake. Hiyo ndiyo fakhari yake na ya wazazi wake. Sio kwenda kuchezewa huko nje.

"Baba! Chunga kauli zako!"

"Hebu acha ujinga wako huo. Unanipandishia mimi sauti kwa ajili ya huyo mhuni mwenzio?"

"Baba, tafadhali, nakuheshimu, Farhat sio mhuni."

"Said wewe mtoto sana. Unafikiri mwanamke mwanamwari awe amelelewa akaleleka, atathubutu kuwa na mwanamme nje bila hata kujulikana na wazazi? Basi ujue wewe si wa mwanzo, wameshapita wengi kabla yako! Unavaa za mtumba, mpya zimekushinda! Huu ustaarabu wa kimagharibi unakutoeni adabu, mkawa hamjijui wa asubuhi wala magharibi, mpo tu mnazunguka na walimwengu. Mnaiga vitu vya upuuzi, vya maana mkavidharau. Ujinga kwenu ndio ustaarabu, mila gani iliyokuwa na ustaarabu wake inayokubali upuuzi huu? Hizi ni khulka za wanyama kuwindana porini, amvamie ampataye. Ikiwa na sisi tutajichagulia maisha haya basi binaadamu hadhi yake nini? Binaadamu huwa na mila na desturi zake ambazo humtofautisha na mnyama. Kila mmoja ana wazazi wake, basi vipi mkaburuzane tu huko nje eti mnadanganyana kuwa mnapendana? Mwanamke wa kweli ni yule anayekuwa ni mpenzi kwa mume wake na mtoto kwa wakwe zake. Na sisi huyo hatumtambui, basi vipi atakuwa mtoto wetu? Naye kakosa heshima kwa wazazi wake asitake hata kujua umezaliwa na nani? Ama mbingu zimetingishika ukashuka kama mvua? Ama ni ardhi iliyopasuka ukachipuka kama mmea? Huna wazazi wewe? Heshima ya wazazi wako umeitupia wapi? Porini imezwe na chatu ama baharini izamie mwambani?"

"Bas! nimechoka na maisha haya! Kila kitu kina kikomo. Na mimi hapa nimekoma."

"Na hata bado huu ndio kwanza mwanzo. Moto umeuwasha mwenyewe. Umekuja na meno ya juu, umesahau kuwa mimi ndiye Ahmed bin Said. Hakuna aliye juu yangu zaidi ya Mungu.

Wameshindwa wenye meno yao, utaweza wewe kibogoyo? Hii ni nyumba yangu, huwezi kunihukumia nini cha kufanya."

"Bas! Bas! Bas! Nimechoka kusikia wimbo huu usiokuwa na muziki kila siku! Nimechoka! Kweli hii ni nyumba yako na unahukumu vile upendavyo wewe, lakini huna haki ya kuhukumu maisha yangu. Lakini kwa kuwa bado mpo humu ndani ya nyumba yako itakuwa bado nimo kwenye himaya yako. Basi mimi naondoka nakwachia nyumba yako ili uhukumu upendavyo!"

"Saiiiiid!" Bibi Khadija muda wote alibaki kimya akisikiliza malumbano ya baba na mwanawe, lakini baada ya kuisikia kauli ya mwisho ya Said aliruka mzima mzima.

"Mwachilie! kwani nani mwenye shida na yeye humu ndani? Toka utokomee mwana wa kutokomea tena usigeuke hata nyuma. Mbuzi we! Tena usinisimamie hapa kama Izrail. Kwenda zako mwana wa kwenda we! Unafikiri nitakushika miguu mimi? Thubutu! Umezaliwa ama umejizaa? Jeuri yako unamlisha nani hapa mwenye njaa?"

"Ahmed, hasira mbaya mume wangu." Bibi Khadija hakustahimili.

"Nyamaza na wewe usinitibue mimi. Kwani mimi ndiye niliyemfukuza ama mwenyewe ndiye anayetaka kuondoka?"

Said akaondoka kwa hasira ukumbini hapo akaelekea juu. Bwana Ahmed pumzi mbili mbili, huku naye Bibi Khadija vilio kama kumefiliwa. Zahra kajibanza kimya pembeni ya mlango wa ukumbini akijionea sinema.

"Tena usijikawize huko juu, fanya ushuke!" Bwana Ahmed alipaza sauti, akimwamuru Said aliyepanda juu kukusanya vitu vyake ili aondoke. Mara alionekana Said anashuka ngazi mbio mbio. Bibi Khadija alimkimbilia mbio, akajitupa chini akamshika miguu yake. Said alimwinua haraka.

"Mama, si sehemu yako miguuni mwangu. Sehemu yako ipo moyoni mwangu!" Said alizungumza kwa sauti ya upole

"Kama hivyo ni kweli basi usiondoke, baki na mimi," Bibi Khadija alizungumza kwa vilio.

"Usijali, kokote ninapokwenda nipo na wewe, kwa sababu upo kwenye moyo wangu. Siwezi kuutenganisha moyo wangu na kiwiliwili ch…."

"Hebu acheni tamasha lenu, hakuna mtazamaji. Mwache huyo mhuni atokomee zake," Bwana Ahmed alinguruma.

"Usihofu mzee, ndoto yako itakamilika. Ninatoka mimi, sina haja ya kukaa humu hata dakika moja. Lakini kitu kimoja kinaniumiza, kumwacha mama yangu na mtu kama wewe."

"Usihofu juu ya hilo! Kabla ya kuwa mama yako mwanzo kawa mke wangu. Ikiwa kaweza kuishi na mimi miaka yote mpaka mkazaliwa nyote, hadi kufikia umri huu, sifikirii kama atashindwa kubaki na mimi katika umri uliobakia! Tuna radhi za wazee wetu sisi, ndoa yetu imebarikiwa sio ya kihuni, hivyo usifikiri itatetereshwa kwa upuuzi wako. Imesimamishwa kwa nguzo imara. Na hii ni ndoa yangu hivyo ni wajibu wangu mimi kuilinda, wewe haikuhusu! Usitafute sababu za kipuuzi za kutaka ubakia humu ndani. Toka uende zako!"

"Ha ha ha! Usitake nicheke. Eti natafuta sababu ya kubaki! Nani anayetaka kuishi ndani ya nyumba hii? Mtu hana hata uhuru wa kupumua! Natoka nakwenda zangu, tena wala usinitafute!"

"Nikutafute mimi nina wazimu? Anayetafutwa kapotea, wewe unaondoka kwa hiari yako, na mimi sikuzuii maana sifugi wanyama ndani ya nyumba yangu. Umeacha ustaarabu wa kibinaadamu ukaona wanyama ndio wastaarabu zaidi! Basi sehemu yako porini sio ndani ya nyumba inayoheshimika kama hii."

"Jamani mlaanini shetani," Bibi Khadija hakuweza kustahamili yote haya. Hakujua awe upande wa nani. Wote walikuwa wake.

"Mama! Kwa heri, baki salama. Kama umri upo tutakuja kuonana inshallah." Said alianza kuondoka.

"Said! Mlaani shetani, usiondoke. Shetani anakuchezea huyo. Nazi haishindani na jiwe, baba yako huyu, awe Firauni ama Hamana usishindane naye utaangamia mwanangu!"

"Mwachilie atokomee! Lakini kumbuka hutokuwa na furaha kokote unakokwenda. Utarudi hapa hapa na vilio kama unavyomliza mama yako leo. Labda mimi nisiwe baba yako. Nenda utokomee. Mungu akushinde, Mtume akushindilie ushindilike! Mwana wa kwenda we!"

"Ahmed! Usimwapize mtoto. Mwambie arudi."

"Nimzuie nini? Kaondoka mwenyewe. Kwani mimi nimemfukuza?"

"Lakini ukimzuia atarudi. Mzuie, Ahmed. Mzuieeeeeee! Said usiondoke mwanangu, nifikirie mama yako!"

Said huyooo alijifanya kama hakusikia neno. Alishatokomea zake.

"Na usirudi tena humu! Mbuzi we! Kwani nani anayekuhitaji? Umejifanya muhimu sana enh? Umejifanya una hadhi ya asali wakati cheo chako shira! Nenda mwana wa kwenda tutakuja kuona nani anayemhitaji mwenziwe! Paka wa buluu we!"

Bibi Khadija alikaa chini akilia, mara ghafla aliinuka mbio kumfwata Said. "Simama hapo hapo, wala usithubutu hata kuwaza kumfuata mnyama yule," Bwana Ahmed alitoa amri baada ya kumwona Bibi Khadija anataka kumfwata Said.

"Ahmed kwa hisani yako usiwe hivyo, Said ni mwanangu vipi nitamwacha aondoke na sijui hata anapokwenda?" Bibi Khadija alizungumza kwa majonzi.

"Mwache atokomee, yeye ni mwanaume jabari anaweza kupambana na ulimwengu."

"Rudisha moyo wako, mtoto atataabika."

"Hiyo ni kawaida, asiyefunzwa na mamae hufunzwa na ulimwengu! Acha ulimwengu ukamfunze! Unafikiri atabaki nje muda mrefu? Atarudi tu huyo."

"Mimi ninamfwata!"

"Na ukirudi utaikuta milango imefungwa kwa ajili yako. Ikiwa sasa unaona huna haki ya kutekeleza amri za mumeo, basi fanya utakavyo. Sijali kitu!" Bwana Ahmed alianza kuondoka zake.

"Unajua kabisa kuwa siwezi kufanya hivyo! Lakini sikiliza nikwambie Ahmed! Usijaribu kuubadilisha mkondo wa maji, uachilie vile unavyokwenda ama patakuja kutokea machafuko. Imani, huruma, upendo na utii wa mwanamke usichukulie kuwa ndio udhaifu wake, ukifikiria hivyo utaangamia. Mwache mwanamke vile alivyo, kwani itakuja kuwa hatari anapobadilika. Mnyama pori huwa bora kushinda mwanamke anapoamua kubadilika. Mwanamke si dhaifu kama mnavyofikiria, ana uwezo wa kufanya chochote ikiwa ataamua. Basi chunga sana, mapenzi na utii wangu juu yako ni katika haki zangu juu yako kama ni mume wangu, lakini pia kumbuka kuwa nina haki juu ya watoto wangu. Kwa nini basi kila leo unapita ukiniumiza juu ya watoto wangu? Nimekosea wapi hata leo unawaadhibu watoto wangu? Wewe ndiye hodari wa kuziunganisha nyumba za watu zinapofanya ufa, basi kwa nini yako unaacha inaporomoka? Enh? Kwa nini lakini?" Bibi Khadija alizungumza kwa uchungu.

"Sasa umefika wakati wa kutafuta zinguo niizingue hii nyumba, naona tumevamiwa na pepo mbaya! Kila mtu anasema apendavyo, anafanya atakavyo. Iko wapi heshima iliyokuwepo ndani ya nyumba hii? Sasa imefikia hatua mwanamke ananitisha mimi! Hebu nenda zako jikoni ukaendelee na kuandaa chakula. Hiyo ndiyo kazi yako, usinimahanishe." Bwana Ahmed alitokomea zake akamwacha Bibi Khadija kamkodolea macho.

## 15

Duniani hakuna siri. Baada ya muda mfupi tu tokea Said kuondoka kwao, siku ya pili tu habari zilishatapakaa mtaa mzima kama moto kwenye nyasi kavu. Mwisho habari zikafika katika nyumba ya marhum Bwana Salum Mahfudh. Ilikuwa ni pigo kubwa kwao kama wamepokea habari ya msiba. Hawakutaka kuamini kirahisi namna hiyo. Hata Sifati hakupewa habari hiyo bado. Yahya na Awadh, kaka wa Sifati waliona si vyema kukaa kitako wakisikiliza radio vifua. Ni bora waende wenyewe wakasikilize la kweli lipi.

Bwana Ahmed alipatwa na mshituko baada ya kuupokea ugeni huu. Hakuutegemea. Kama ilivyokuwa kawaida yake, alikuwa ni mtu hodari wa kuficha hisia zake kiasi kwamba mtu asiweze kuzitambua kirahisi. Aliwapokea wageni wake kwa heshima zote na tabasamu bandia usoni mwake.

"Ami Ahmed, kuna habari zimetanda mji mzima kuwa Said amendoka nyumbani na hajulikani alipo. Eti habari hizi zina ukweli wowote?" Yahya alimrushia swali Bwana Ahmed baada ya mazungumzo ya muda mfupi. Bwana Ahmed mwili wote aliuona baridi baada ya kulipokea swali lile. Kwa hakika alilitegemea lakini hakuwa na nguvu ya kulipokea.

"Aaaaa..mh ni kweli, lakiniiiii…. msiwe na wasiwasi, kila kitu kitakuwa sawa…. Mmh…. ni mambo ya kitoto tu…."

"Kwa nini basi hukutuarifu?" Awadh aliuliza huku uso kaukunja.

"Aaaaa…. kwa yakini sikutaka kukushughulisheni kwa jambo dogo kama hili…."

"Ami Ahmed! Inaweza kuwa kwako ni jambo dogo, lakini kwetu ni kubwa sana! Sisi ni upande wa mke. Mtoto wako ni mwanamme, haharibikiwi kitu. Sisi mtoto wetu wa kike, unafikiri atavishwa nguo gani, mwanamme kamkimbia baada ya posa tu? Unafikiri kwa jamii yetu sisi anaweza kupata posa tena ya maana? Mmeshamtia ila tayari. Kila mmoja atamtafsiri anavyoona yeye sawa."

"Usiseme hivyo Yahya, nimekwambia kuwa Said atarudi tu. Hapa ndio kwao, unafikiri atakwenda wap…."

"Atarudi lini? Na Sifati akae akimsubiri yeye tu? Unaweza kuniambia kitu gani kilichomkimbiza Said baada ya mahari tu?"

Bwana Ahmed aliganda kwa swali hili, hakulitegemea kabisa. Na kwa vile hakulitegemea basi hakuweza kulitayarisha jibu lake. Amebaki amezubaa kwa sekunde kadhaa.

"Nilijua kuwa hutokuwa na jibu la swali hili kwa sababu kitendo alichokifanya Said ni cha aibu. Hakuna mzazi atakayeweza kutamka kuwa mwanawe kamtorosha mtoto wa watu. Ahsante sana kwa uliyotufanyia."

Bwana Ahmed alishtushwa, hiyo ilikuwa ni habari mpya kwake, hakujua kuwa Said kamtorosha Farhat.

"Umefanya yote haya kwa ajili ya kutudhalilisha tu, kwa sababu umetuona sasa sisi ni masikini. Lakini kumbuka na sisi pia tulikuwa zaidi yako. Yote ni mipango ya Mungu tu. Sisi tumeikubali posa yenu haraka, si kwa ajili ya mali yenu hata mkatufanyia hivi. Tumefanya haya kwa ajili ya mzazi wetu pale kitandani ambaye wimbo wake wa kila siku kuwa anataka mwanawe aolewe kwenye familia nzuri, na anataka aishuhudie harusi mwenyewe na amwone mkwewe ili ampe baraka zake. Kwa sababu siku zake za kuwepo pale kitandani zinahesabika, ilipokuja posa ya Said tulifikiria kuwa Mungu ametakabali dua yetu. Bila ya kufikiria chochote tumeikubali posa kwa mikono miwili, tukifikiria kuwa ni familia yenye nidhamu kama anavyoiota mzazi wetu kila siku." Awadh alizungumza kwa uchungu.

"Lakini Mungu mkubwa, Bwana Ahmed. Ikiwa unamtegemea YEYE kwa kila kitu basi hulitengeneza jambo kabla ya kuharibika. Binaadamu dhaifu hatujui mbele kuna nini. Ndio maana tukaambiwa kila kitu tumtegemee Mungu kwa sababu tunaweza kupenda kitu ikawa hakina kheri na sisi, na baadaye kikawa na kheri na sisi. Kama sisi tulivyompenda Said tukifikiri ni kijana mzuri ambaye anatoka katika familia nzuri, nasi kwa mikono yetu miwili tukataka kumkabidhi kitu cha thamani kilichobaki ndani ya nyumba yetu, aweze kukitunza kama tulivyokitunza sisi baada ya kufa baba yetu. Lakini kabla ya kufanya kosa hilo Mungu katuonesha njia, kuwa mnakokwenda sipo. Sifati ni mboni ya wazazi wetu, hivyo hatuwezi kuwaacha chongo." Yahya alimwunganishia ndugu yake.

"Ikiwa familia haitambui nini thamani ya mwanamke, basi haifai kuitwa familia. Kwa sababu bila ya mwanamke hakuna familia. Mwanamke ndiye anayeiunganisha familia. Ami Ahmed wewe si wa kufanya kitu kama hiki. Una watoto wawili wa kike. Vipi unaweza kumfanyia mtoto wa mwenzio kitu kama hiki? Tena bado ni famillia yenye kusifika kwa maadili. Haya ndio maadili ya sasa? Kama ndio hivyo basi bora yasiwepo. Tunamshukuru Mungu kuwa tumekutambueni kabla ya kumwangamiza ndugu yetu kwa mikono ile ile iliyomtunza kwa muda wote huu." Awadh alionekana kufoka kweli kweli hata asipate muda wa kumeza mate.

"Twende zetu, usijipandishe mapresha bure. Haina haja ya kuzungumza na mtu asiyekuwa na hisia. Keshapwerewa huyo, ikiwa mwanawe ameshindwa kumtimizia mahitaji mpaka kamtoroka ataweza kumtazama mtoto wa mtu? Furaha ya maisha sio mali kama mnavyofikiria, kwa sababu mali sio kila kitu katika maisha. Binaadamu anatakiwa apate amani na utulivu katika moyo wake. Vinapokosekana hivyo hata uwe na kisima cha pesa hutokuwa na raha ya maisha. Na mzee wangu kwa sasa umeshavipoteza vitu hivyo. Mtoto humjui alipo, na huko nje kila kicheko kinachochekwa unachekwa wewe. Na sisi tunaivunja posa yenu, kabla hamkuivunja nyinyi. Hatumtaki tena Said. Kwa heri, baki salama."

"Sasa tumeshamtambua Bwana Ahmed ni nani. Siku zote tulikuwa tunamheshimu kama mzee wetu mwenye hekima na busara. Kumbe kitanda usichokilalia...."

"Hujui kunguni wake," Yahya alimalizia. Kisha hao wakaenda zao. Bwana Ahmed muda wote kimyaa, hata asiweze kuinua uso kuwatazama vijana wale. Bwana Ahmed kwa mara ya mwanzo anashindwa kumtazama mtu usoni, kisha kumwacha azungumze apendavyo. Yahya amesema kweli, Bwana Ahmed ameshapwerewa. Sasa ndio anagutuka kuwa heshima ya familia aliyokuwa nayo hapo kabla sasa imeshapotea.

Bwana Ahmed alinywea akawa hana raha tena. Alijutia uamuzi wake wa kumwachia Said aondoke. Aliona bora angemzuia. Lakini majuto mjukuu, sasa hata akitaka kumrudisha hajui hata aanzie wapi. Hakufikiria kuwa kuondoka kwa Said kungezua balaa hili. Huu ndio udhaifu wa Bwana Ahmed, hupenda kutoa maamuzi yake wakati anapokuwa ana hasira. Hakuzingatia kuwa hasira hasara. Moyo wake haukuwa na amani tena na hakuweza hata kutoka nje kwa aibu. Hakujua vipi watu wangelimtazama. Vipi angeweza kuikabili jamii, kila siku alikuwa akipita kifua mbele, mbele ya wenziwe. Leo hata kimgongomgongo hawezi. Na hasahasa alishindwa kuikabili familia ya marhum Bw Salum, nafsi yake ilimsuta. Nia yake ilikuwa nzuri lakini yaliyotokea hakuyategemea. Alitamani ajizike mzima ili aikwepe aibu.

Kwa Bwana Ahmed, heshima yake na familia yake ilikuwa ndio kila kitu kwake. Na ilipovunjika aliathirika sana, hata hamu ya kula hakuwa nayo. Alipoteza usingizi, hakulala usiku wala mchana, hata ikapelekea kudhoofu kwa hali yake. Kwa hali aliyokwenda nayo Bwana Ahmed ilimpa wasiwasi sana Bibi Khadija, hata akasahau yote aliyo nayo. Hakuweza kumwona mumewe yupo kwenye hali kama hii. Aliijua tabia ya mumewe, hakubali kushindwa. Lakini sasa alionekana kabisa kuwa anajutia kwa aliyoyatenda, lakini hakuthubutu kutamka mdomoni. Basi huyo mume mwenyewe kama anajali. Matatizo yote aliyonayo, ujuba upo pale pale na labda pengine umezidi. Bibi Khadija alijitahidi kadri alivyoweza, lakini haikusaidia kitu.

## 16

Baada ya siku kadhaa kupita Bwana Ahmed alianza kuizoea hali. Akapata nguvu ya kutoka nje na aliweza kwenda dukani kama kawaida. Huko alipata salamu kuwa kuna kijana amekuja dukani mara mbili tatu, siku ambazo alikuwa hayupo. Bwana Ahmed aliona nuksi nyengine inaanza, "Kijana gani? Anataka nini?" Hata kila anapomkosa asivunjike moyo, arudi tena kumwulizia. Hakuna katika wafanyakazi wake walioweza kuyajibu masuala yake.

"Yukoje huyo kijana?" Bwana Ahmed aliwauliza vijana wake wa dukani.

"Ni kijana wa Kiarabu, lakini anaonekana kachanganya damu. Mrefu, mwembamba." Alijibu kijana mmoja kwa kujiamini.

"Simkumbuki kijana wa aina hii. Amenitaja jina langu alipokuja?"

"Hata! Aliuliza mzee mwenyewe yupo wapi? Tukamjibu hakuja leo. Basi ikawa kawaida kila siku anakuja. Na pengine leo atakuja kukuulizia tena."

"Mlimwuliza anaitwa nani?"

"Ahmed"

"Ahmed?"

"Ndio"

Bwana Ahmed alikaa kimya akitafakari. "Atakuwa nani huyu kijana? Tena awe ananiita mzee? Au katumwa na Said? Labda." Bwana Ahmed alibaki akijiwazia moyoni.

"Ami," Bwana Ahmed alishtushwa na sauti ya mmoja wa wafanyakazi wake. "Kijana mwenyewe yule anakuja."

Bwana Ahmed aliinua uso wake kumwangalia. Alihisi kuwa anamjua sana lakini hakumbuki kamwona wapi.

"Aassalam alaykum," kijana alitoa salamu baada ya kufika dukani kwa Bwana Ahmed.

"Waalaykum salaam," vijana wa dukani waliitikia salamu kwa pamoja isipokuwa Bwana Ahmed ambaye alibaki anamwangalia usoni tu. Alijaribu kuzivuta zile sura za yule kijana, ana uhakika kuwa amewahi kuziona pahala fulani lakini hakumbuki wapi.

"Karibu," Bwana Ahmed alimkaribisha mgeni wake kwa wasiwasi.

"Ahsante. Mzee nilikuwa nataka kuzungumza na wewe kidogo."

"Tafadhal"

"Nilikuwa nina shida kidogo, nimekuja kutafuta ajira.... hata ya kubeba mzigo mzee, naiweza." Bwana Ahmed alishtushwa kidogo. Yaani siku zote hizo alizokuja kumwulizia kumbe alikuwa anatafuta kazi? Kama vile kumetolewa tangazo la ajira! Makubwa!

"Nasikitika kijana, kwa sasa sihitaji msaidizi. Vijana nilionao wananitosha. Labda ujaribu sehemu nyengine."

"Tafadhali mzee, nipo chini ya miguu yako." Ahmed alimshika miguu Bwana Ahmed huku akiwa kapiga goti chini. "Nihurumie mwana wa mwenzio, nina shida kweli. Nipe kazi yoyote nipo tayari kufanya," Ahmed alizidi kubembeleza.

"Sikiliza kijana, hebu jaribu kunifahamu. Mimi sina kazi ya kukupa. Vijana wangu wananitosha. Hebu nenda kajaribu kwengine, kwani duka lipo hili tu? Hebu inuka usijaze watu hapa!" sasa Bwana Ahmed sauti imeshabadilika. Ahmed aliinuka taratibu akaanza kuondoka zake. Bwana Ahmed alimtazama yule kijana kwa jinsi alivyochoka. Alikuwa taabani hali yake, taabani mavazi yake. Nafsi yake ilimsuta alimwona kama Said yupo mbele yake, donge likamkwama kooni. Alijua kuwa katika umri huu yanatokea mengi. Naye hakujua alifikwa na nini kijana huyu. Lazima atakuwa anatoka kwenye familia nzuri, ila mtihani ni huo umri wake kwa sasa.

"Ahmed?" hatimaye Bwana Ahmed alimwita yule kijana ambaye ameshaanza kuondoka.

"Naam," aliitika haraka, uso wake umekunjuka ukionesha matumaini mapya.

"Ndilo jina lako enh?"

"Ndio."

"Hebu sogea," Bwana Ahmed aliamuru. Ahmed alisogea mbio mbio mpaka karibu ya Bwana Ahmed.

"Umenijuaje mimi?"

"Hata, nilikuwa sikujui hapo kabla. Nilipokuwa ninahangaika kutafuta kazi, kuna kijana mmoja alinifahamisha hapa. Nimekuja mara mbili au tatu sijakukuta."

"Ina maana hunijui kabisa?"

"Ndio"

"Sasa ulipokuja kwa mara ya mwanzo ulijuaje kuwa mwenyewe hayupo?"

"Yule kijana alinifahamisha wasifu wako na nilipofika hapa sikumuona mtu mwenye wasifu kama nilioelekezwa. Ndio nikajua mwenyewe hayupo, lakini leo nimekupata."

"Huyo kijana aliyekuelekeza ni nani?

"Mimi hata simjui, nimekutana naye tu katika mihangaiko yangu ya kutafuta kazi. Naye alinipa tamaa kuwa nitapata kazi hapa ndio maana sikuchoka kurudi na kurudi tena." Bwana Ahmed alistaajabu kuwa huyu kijana anasema hakumjua hapo kabla. Lakini yeye ana uhakika kuwa amepata kumwona pahala.

"Lakini kwangu mimi sura yako sio ngeni, nafikiri nimewahi kukuona pahali. Ah! Zanzibar mji mdogo pengine tumewahi hupishana kwenye vichochoro vya Mji Mkongwe."

"Labda itakuwa umenifananisha tu, mimi si mwenyeji wa hapa. Nimetokea Tanga, hapa nimekuja kutafuta kazi tu."

Bwana Ahmed alizidi kupigwa na butwaa lakini alijipa moyo, duniani wapo wawili wawili. Labda itakuwa kamfananisha na mtu kweli.

Muda mchache aliokuwa anazungumza na kijana huyu, taratibu alianza kuvutiwa naye. Alikuwa kijana mtaratibu sana anapozungumza. Alihisi kama anamjua tokea zama na enzi. Alimhisi ni mmoja katika familia yake. Sasa kwa mikono miwili alimpokea ndani ya duka lake na kumtaka arejee kesho yake kwa ajili ya kuanza kazi rasmi. Hata wafanyakazi wake walistaajabu kwa kitendo kile. Haikuwa kawaida kwa Bwana Ahmed kurudi nyuma kwa kauli yake. Kijana huyu kamfanya nini Bwana Ahmed hata leo kabadilisha kauli yake? Wamebaki wanatazamana tu. Hakuna aliyethubutu kutia domo lake.

"Kweli binaadamu hubadilika, hivi kweli leo ami kabadilisha kauli yake? Dah salaaleh! Kama siamini vile." Kijana mmoja wa dukani alijisemea huku akiendelea na kazi zake bila kumwangalia mtu usoni baada ya Bw Ahmed pamoja na Ahmed kutoka dukani.

"Ah jamaa moja wale, kama si mtoto wa amoo basi ni mtoto wa haloo. Ndio hao hao wanazunguka humo kwa humo tu. Unafikiri angekuja golo angepewa kazi? Thubutu!! Siku zote nilizokaa naye mzee huyu sijamwona kuitafuna kauli yake aliyokwisha itema." Mwengine alitoa mawazo yake.

"Asemayo Sefu ni kweli, wenyewe hao wanabebana. Na leo hii yule kijana katukuta, kesho atakuwa bosi wetu, tutakuja kuyaona hapa! Hawa watu tunaishi nao kwa unyonge tulionao tu, lakini si watu kabisa. Siku zote sisi ni watumwa kwenye upeo wa macho yao na wao ndio watawala. Wametoroka kwao kwa ngalawa wakiwa wamevaa vishuka tu, sasa wamekuwa jeuri katika nchi ya watu. Kila kitu wanamiliki wao, sisi wananchi hatuna chochote."

"Lakini Salumu, hapa ndipo tupatapo riziki za kula sisi na wanetu. Tupo naye kwa miaka mingapi huyu mzee? Unafikiri kila mtu anakaa na wafanyakazi wake wa muda mrefu kama tulivyokaa sisi? Na kelele zake zote lakini hajapatapo hata kututishia kuwa atatufukuza kazi, hapo tushukuru kuwa tupo kwenye amani. Unafikiri tukitimuliwa hapa tutakula wapi sisi na ajira hizo zisizopatikana hata kwa nadhiri? Baniani mbaya kiatu chake dawa."

"Hebu msikilizeni huyu jamaa! Akili zake zimefanya kutu hata kwa limau na jivu hazitakati. Hivi wewe tokea ufanye kazi hapa umepata nini la maana? Kazi zote ngumu tunafanya sisi, pesa wanahesabu wao. Mimi nimekuja hapa huyu mzee ana duka moja tu, sasa mwangalie ana maduka mangapi? Na bado anazidi tu! Sisi ujana wetu unakwisha na nguvu zinamalizika. Hakuna tulichokipata zaidi ya kufanya vipara kwa ajili ya kubeba magunia kichwani!"

"Asemayo Khamisi ni kweli, maisha nje sio masihara, sisi tunasema maisha magumu lakini tushukuru kuwa tunapata mlo wetu na watoto wetu. Hicho kidogo lakini tunacho alhamdulilah. Hivi unafikiri neema tuliyonayo sisi kila mtu anayo? Shukuru kwa kidogo upatacho ndipo utakapoongezewa. Huyu mzee tumshukuru kuwa mshahara anatupa kwa wakati, hata kama ni mdogo. Na mtu akitokewa na tatizo la dharura basi humsaidia bila hata kumkata mshahara, basi unataka nini tena?"

"Hebu nyanyukeni, nahisi hizo akili zenu mmezikalia! Hizi pesa zote ziingiazo ni nguvu zetu sisi, mshahara tupewao ni mdogo mno tofauti na kazi tuzifanyazo. Yeye anakuja na kanzu yake kama mhubiri, asubiri pesa ahesabu bas! Hizi zote ni mali zetu sisi, hawa ni wezi tu. Hebu fikirieni wenyewe hawa wageni wanamiliki vitu chungu tele ambapo Mwananchi wenyewe hatuna! Wizi mtupu, eti wao ndio wenye mali, sisi ndio wafanyakazi wao. Kwa fikra zenu mtabaki kuwa Masikini siku zote na kuwa watumwa huru." Sefu alionekana ghadhabu zimempanda.

"Sawa, wewe mwenye akili naona bado upo na sisi hapa. Tunakuja tukiwa weusi na tunang'ara mafuta ya nazi, tukiondoka weupe kama wanga wa alfajiri kwa unga wa ngano. Kama ni mwerevu katafute hizo pesa nawe uringe nazo." Khamisi alizungumza kwa istihzai.

"Na tena akishazipata mimi nitahama hapa niende kumtumikia yeye…. ha ha ha. Kupata sio uerevu na kukosa si ujinga, yote ni majaaliwa tu haya." Bakari naye alimuunga mkono Khamisi.

Nyie fanyeni masihara yenu siku zote mtabaki hapo hapo mlipo, hamtofanikiwa ng'o na hizo akili zenu butu. Mtakuja kufahamu hapo mtakapokuja kumuita Ahmed bosi," Salum alisisitiza.

"Sawa bwana, kila mtu anakula riziki yake. Mimi mshahara wangu nipewe tu."

"Akili zenu fupi kweli nyinyi, hebu niendelee na kazi zangu mimi maana kuzungumza na nyinyi ni kujichosha tu." Sefu alionekana kukasirika kweli.

"Na hilo ndilo muhimu, maana ndio kula ya wanao unapoipata hapa. Fanya kazi zako ulipwe chako, na hicho ndicho kilichokuleta hapa. Na kupokea mshahara bila ya kufanya kazi ni kula haramu!" Bakari alizidi kumkera.

"Nyinyi fanyeni mzaha lakini maneno ya Sefu mtayakumbuka. Sefu anazungumza maneno mazima."

"Maneno mazima wapi na wewe? Yote yamejaa viraka hayo! Tangu kazaliwa leo ni mwaka wa ngapi? Mbona kama rahisi yeye hakuweza? Usishindane na jiwe utavunja kichwa! Haya ni maneno ya wenye njaa tu! Kila siku wanaona wao wanaonewa tu. Wanataka itokee miujiza ili nao watajirike. Hii si miujiza, watu wanajituma, unafkiri hawa matajiri wote walimiminiwa tu hayo mapesa? Wamejituma, Mungu amewafungulia riziki ndio wamefika hapo. Hivi nani kati yetu anajua ami alivyoanza maisha yake mpaka kafika hapa? Basi kwa nini unashadidia tu kwa kitu ambacho huna ujuzi nacho? Msiyoyajua yaulizieni msikae mkatunga hadithi mtakazo kwa ufinyu wa fikra zenu!"

"Huyu anamtetea sana mzee, sijui analipwa? Jali maslahi yako, wewe ndio unayetaka kutetewa sio yeye. Anatunyonya damu zetu kwa ajili ya maslahi yake."

Akunyonye damu kwani kiroboto yeye? Mimi sikuuona ubaya wake hata nimtie lawamani. Haki yangu ananipa kwa mujibu tulivyokubaliana. Nimekuja kwa hiari yangu hakuniteza nguvu basi vipi leo nilalame wakati nimekubali mwenyewe."

"'Umekubali kwa sababu huna pengine pa kwenda lakini hii si hali mimi ninakwambia."

"Sasa hilo ndio ulitambue kama hapa tulipo tupo kwenye neema maana tukitoka hapa hatunapo pa kwenda"

"Hizi ni mali zetu sisi."

"Mali zako umezipata wapi? Mbona una jiwe wewe badala ya ubongo? Hizi ni mali zake halali na serikali wanazitambua ni miliki yake. Kama una ugomvi ugombane na serikali yako maana hiyo ndiyo iliyomilikisha hiyo mali."

"Nina wasiwasi na wewe, kuna kitu baina yako na huyu mzee, si bure. Hivi wewe umekaa hapa unanyonywa damu kisha bado unachekelea ukaona yafanywayo ni sawa tu kwako?"

"Hakuna anayekunyonya damu, hiyo damu unainyonya mwenyewe. Hivi kweli wewe unategemea madadiliko wakati mwenyewe hutaki kubadilika? Hivi hapo ulipo huna mke huna mtoto, kisa umasikini. Si kweli, sisi tumeoa na tuna watoto kwa kazi hii hii, wewe tatizo lako unataka makubwa wakati hata hayo madogo huyawezi. Hicho kidogo upatacho unashindwa kukitumia kwa manufaa yako unaona hakikutoshelezi, chote unakwenda kukilewea halafu bado unaota kuwa na maendeleo. Ndugu yangu kwa hali hiyo utabaki kuota siku zote na huku ukiona maisha ya watu yanavyozidi kuneemeka."

"Sasa hayo ni masimango, pesa yangu mimi wewe inakuhusu nini?

"Ha ha ha, yako uyakalie, ya watu uyajadili. Tengeneza maisha yako mwanzo, hutokuwa na muda wa kuyaangalia ya watu."

"Yaishe bwana, naona umeshaanza ujinga wako, kila mtu yupo huru kutumia pesa yake. Sikuiba wala sikumwomba mtu ni kazi ya jasho langu mwenyewe, hivyo usinipangie nini cha kufanya."

"Basi na wewe usitegemee mabadiliko yoyote na wala usimlaumu mtu kwa ajili ya umasikini wako. Kama unataka mabadiliko kwanza badilika wewe mwenyewe. Tena wewe ndie wa kumshukuru huyu mzee kuliko sote hapa, badala yake ndio kwanza unamjadili kwenye mikutano isiyokuwa na vibali. Unafikiri nani wewe atakustahamilia kama anavyokustahamilia huyu mzee? Unakuja kazini wakati utakao kama vile ni kazi ya baba yako."

"Ee! Si nimesema yaishe?" Salum alionekana kuwa mkali sasa.

"Sawa. Kila mtu aendelee na kazi zake. Lakini mwanzo mtu ajifunze kujitathmini mwenyewe kabla hakuanza kujadili watu!" Bakari alihitimisha malumbano yale.

Kila mtu alishughulika na yake, Sefu na Salum walionekana kukasirika sana. Huku Khamis akionekana anafanya shughuli zake huku akijiburudisha na vipande vya nyimbo za tarabu, radhi roho yake.

## 17

Ahmed alifanya kazi kwa Bwana Ahmed kwa moyo mmoja. Aliipenda kazi yake na aliithamini, hivyo alijituma kweli kweli. Hata sasa Bwana Ahmed machungu ya kuondoka Said yalianza kupungua. Alimwona Said ndani ya Ahmed. Alihisi Mungu amemrejeshea mtoto wake kwa njia nyengine.

Ahmed alikuwa ni mfanyakazi mwaminifu. Alitosheka na mshahara aliopewa. Hakuzidisha hata senti moja kwa kile anachokipata. Basi kutokana na uaminifu wake huo ndio alipomteka Bwana Ahmed mzima mzima. Ikawa hana wasiwasi naye hata kidogo. Baada ya majumuisho ya mauzo ya wiki nzima, Bwana Ahmed hupeleka pesa zake mwenyewe benki. Hakuweza kumwamini mtu yoyote tokea Said aondoke. Lakini sasa humpa pesa zote Ahmed azipeleke benki bila ya wasiwasi wowote, hata ikiwa mamilioni. Naye huzifikisha timamu asipunguze hata senti. Ama mapenzi ya Bw Ahmed kwa kijana huyu yalizidi kila kukicha. Na ile shaka ya wafanyakazi wa Bw Ahmed ya kumwita Ahmed bosi imetimia. Walimzidi kwa umri na siku za kuwepo pale lakini yeye aliwazidi nafasi kwa Bw Ahmed.

"Sasa wewe hapa Unguja unaishi na nani?" Siku moja Bwana Ahmed alimwuliza Ahmed walipokuwa wamekaa barazani wakipunga upepo. Siku hizi Bwana Ahmed alipendelea sana kukaa barazani baada ya muda wa kazi, yeye pamoja na Ahmed.

"Ninaishi peke yangu, nimekodi chumba," Ahmed alijibu taratibu.

"Kipo sehemu gani?"

"Mwera."

"Duh! Ina maana kila siku unatoka Mwera unakuja huku?"

"Maisha, mzee. Kokote utakwenda almuradi utie tonge mdomoni. Nimetoka Tanga nimekuja huku. Unafikiri nimependa? Maisha tu hayo yanatuzungusha. Lakini hata hivyo sijuti, maana ndio imekuwa sababu ya mimi kukutana na wewe," Ahmed alimtazama Bwana Ahmed kisha akamwachia tabasamu.

"Kweli! Naweza kusema nimepata bahati kubwa kukutana na wewe."

"Oh! Sasa umelitambua hilo! Mwanzo ulinitimua, eti oh, hapa hamna kazi. Vijana wangu wananitosha. Sasa je?" Ahmed alitania na Bwana Ahmed aliangua kicheko kikubwa. Bwana Ahmed na Ahmed walikuwa ni zaidi ya mtoto na baba yake, walikuwa kama ni marafiki. Kutwa walikuwa wanazungumza pamoja kwa furaha na kufanyiana maskhara. Masikini Said, aliitamani nafasi hii katika muda wa maisha yake lakini bahati haikuwa kwake. Kaja kupata mtu mwengine kabisa!

"Sasa mimi nitajaribu kukutafutia nyumba ya hapa karibu."

"Nitashukuru sana mzee."

"Hivi wewe unaniona kizee sana mimi, enh?" Bwana Ahmed alitania.

"Kwa nini?"

"Si unaniita mzee!"

"Acha masikhara yako mzee! Una uzee gani, mimi nakupa heshima yako tu. Kama baba yangu angelikuwa hai pengine angekuwa ana umri kama wako."

"Na kweli hata sikuwahi kukuuliza kuhusu wazazi wako. Kumbe baba yako ameshafariki?"

"Zamani sana, hata kabla sikuzaliwa."

"Pole sana."

"Nimeshapoa tayari tokea nilipokutana na wewe, nahisi kama nipo na baba yangu."

"Sasa kwa nini bado unaendelea kuniita mzee? Kuanzia sasa niite baba."

"Ahsante mzee."

"Ewe! Kichwa chako kigumu sana wewe. Lakini tutakwenda hivyo hivyo mwisho tutaelewana," Ahmed aliangua kicheko.

"Na mama yako je?"

"Mama yuko Tanga. Tulikuwa tuko pamoja kabla ya mimi kuja huku. Na nasubiri maisha yangu yakae sawa nikamchukue."

"Vizuri. Sasa baba yako amefariki muda mrefu, mama yako hakuolewa tena?"

"Baada ya kufa baba yangu, mama alipata pigo kubwa. Hakuwa na furaha tena ya maisha na aliishi kwa ajili yangu tu. Na mimi sasa ninaishi kwa ajili yake, hana mtu mwengine zaidi yangu."

"Pole sana! sasa nimebadilisha wazo. Sitokutafutia tena nyumba. Utakaa huko huko Mwera," Ahmed alishtuka kusikia hivyo. Aliona sasa ameshakoroga mambo. Bwana Ahmed aliendelea na maelezo "Mwanzo sikujua kuwa una nia ya kumleta mama yako huku. Mwera ipo nyumba yangu ndogo, ipo karibu na shamba langu."

"Ala? Kumbe una shamba Mwera?"

"Ndio nina shamba, na sasa wewe ndiye utakayekuwa msimamizi wa shamba hilo. Ngoja kwanza niikarabati ile nyumba. Kwa sasa haipo kwenye hali nzuri sana. Baadaye utahamia hapo. Sawa?"

"Sawa mzee....e! Samahani, sawa baba." Ahmed alijikosoa mwenyewe, Bwana Ahmed alitabasamu.

"Baba yako alikuwa akiitwa nani?"

"Abdallah."

"Alikuwa anajishughulisha na kitu gani?"

"Hata sijui chochote kuhusu baba yangu. Mama hapendelei kumzungumzia." Ahmed alizungumza kwa unyonge hata akamtia huruma Bwana Ahmed.

"Ama ya Mungu mengi. Wenye baba zao wanawakimbia, waliokuwa hawana wanasikitika, ama kweli ulichonacho hukijui thamani yake mpaka ukipoteze!" Bwana Ahmed alijiwazia moyoni likamtoka tabasamu hafifu, lisilo la furaha. Lilikuwa la uchungu akimkumbuka Said. Hakutaka kumwuliza chochote Ahmed kuhusiana na historia ya maisha yake mpaka hapo alipofikia. Alikuwa na imani kuwa hakuna kitu kinachomwumiza mwanaadamu nafsi kama kukumbuka dhambi zake alizotubia. Basi naibaki kwenye nafsi yake tu, iwe lolote alililotenda kwani hakuna asiyekuwa na dhamBibi Ikiwa wewe hutaki dhambi zako zikumbukwe basi na wewe usikumbushe watu. Mungu mwenyewe ndiye atakayehukumu. Bwana Ahmed alizubaa akijiwazia moyoni, ghafla alishtushwa na sauti ya Ahmed.

"Baba, nataka nikuombe kitu."

Bwana Ahmed aligeuka kumtazama akiashiria kumsikiliza analotaka kusema.

"Unajua sasa uchaguzi unakaribia, na mimi hapa sikutimiza vigezo vya kuweza kupiga kura."

"Kwa hiyo?" Bwana Ahmed alimvamia na swali kabla hata hakumaliza.

"Nilikuwa naomba ruhusa kidogo niende nyumbani nikapige kura tu halafu narudi." Ahmed alizungumza kwa wasiwasi. Bwana Ahmed alimtazama kwa muda kisha akacheka kicheko hafifu. Ahmed alistaajabu, hakujua nini maana ya kicheko kile.

"Hivi kweli hasa wewe unakwenda kupiga kura?"

"Ndiyo. Ni haki yangu mimi kupiga kura," Ahmed alijibu lakini alistaajabishwa na swali hilo.

"Mmhh!" Bwana Ahmed alishusha pumzi ndefu huku akimwangalia usoni na tabasamu hafifu.

"Kwani vipi mzee?" Aliuliza kwa wasiwasi.

"Siwezi kuacha kazi zangu kwenda kupiga kura kwa watu wasionitambua."

"Sijakufahamu."

"Zamani nilikuwa ninaamini kuwa mimi ni mwananchi halali wa nchi hii. Na nilijivunia kila pahala kuwa mimi ni Mtanzania tena ni Mzanzibari. Lakini kumbe si hivyo, wananchi wenyewe wanatuita sisi ni wageni na wanatutaka turudi kwetu. Basi vipi nikampigie kura mtu ambaye hanitambui kuwa mimi ni raia wake? Kwanza mimi nilikuwa ni raia wa Kenya, baadaye nikabadilisha uraia nikawa ni Mtanzania. Sawa na niitwe mgeni maana nina uraia wa *passport* na si wa kuzaliwa. Lakini kuna watu hapa tokea wazazi wao wamezaliwa hapa lakini bado wanaitwa wageni, sasa raia wa kweli ni nani na ana sifa zipi?"

"Mzee wangu hizo ni propaganda za baadhi ya watu wanaopenda uchochezi. Sisi sote ni raia halali wa Tanzania, sote tuna haki sawa."

"Hayo ni mawazo yako wewe, hata mimi nilikuwa nina mawazo kama yako hapo kabla lakini sasa nimeshaifahamu nafasi yangu katika nchi hii. Wakati wowote tutafungishwa virago turudi kwetu, na huko kwetu sipajui hata wapi! Balaa hili."

"Mimi hapo sikubaliani na wewe hata nukta moja, hayo ni mawazo yako ama ni maneno ya mabaraza ya wazee mnapokunywa kahawa bila kipimo, mnaanza kuzungumza vitu ambavyo havipo kabisa. Punguza kahawa mzee wangu, naona sasa zinaanza kukudhuru."

"Ha ha ha ha!" Alicheka kidogo kisha akamtazama usoni kwa muda. "Kwa nini mimi sasa nimechukia kusikiliza habari za siasa na kukaa barazani pamoja na wenzangu? Yote nakwepa haya maneno yanayokosesha amani ya nafsi. Unafkiri nchi iliyokuwa kwenye amani ni ile iliyosalimika kivita tu? Raia pia wanataka amani ya nafsi zao wanapokuwepo ndani ya nchi yao. Mimi ninajitambua kama ni raia wa nchi hii lakini kuna baadhi ya viongozi kwa midomo yao mipana wanatukataa kabisa na kutaka turudi kwetu. Kuna wakati inanijia dhiki nasema nichukue familia yangu nitokomee mbali, lakini nakwenda wapi na hapa ndio nyumbani? Hivi kweli mimi niache kazi zangu nikampigie kura mtu ambaye atanikosesha amani ya maisha yangu ndani ya nchi yangu na kuishi kwa khofu? Hainingii akilini. Kwangu mimi lililokuwa muhimu ni kuitafuta riziki yangu halali ili nile mimi na wanangu, muhimu sivunji sheria za nchi, basi, acha niishi kwa amani. Hayo mengine ninawaachia wenyewe!"

"Dah mtihani! Lakini kupiga kura ni haki ya kila mtu. Nenda kapige kura mzee wangu usiipoteze haki yako. Mchague kiongozi umtakaye ili akutimizie yale unayoyaona yana mapungufu."

"Wewe nenda kapige kura, mimi sikuzuii. Kama ulivyosema ni haki yako, basi itumie. Lakini sio mimi wala mmoja katika familia yangu atakwenda kupiga kura. Yoyote atakayepata ndio huyo huyo, wote wamoja."

"Si kweli, vipi utahukumu watu wote kwa kosa la mtu mmoja?"

Bwana Ahmed alimtazama kisha akaachia tabasamu "Karibu Zanzibar. Zanzibar njema atakaye aje. Hii ni Zanzibar sio Tanga. Siku tutakayoambiwa tuhame tutahama sote…. Laaa! Wewe utakatwa kipande, nusu utabaki nusu utarudi kwenu! Ha ha ha ha!" Kilimtoka kicheko kikubwa lakini hakikuonekana kama ni cha furaha. Aliinuka na kupangusa kanzu yake kisha aliondoka na kumwacha Ahmed amezubaa.

## 18

Kule Layla sasa maji yalimfika shingoni, taabani roho yake. Uzuri wote aliokuwa nao ulififia. Alikuwa dhaifu, rangi yake imepauka. Si kwa kuwa alikuwa hapati chakula kizuri! Hasha lilah! Hakuwa na furaha hata kidogo tokea alipoolewa. Alikuwa anaishi ndani ya fakhari ya nyumba lakini kwake yeye ilikuwa kama kaburi, wala hakuiona thamani yake. Hata hizo pumzi aliona hazivuti vizuri. Mwanamme anamchimbia kaburi kila leo. Bwana Haroub alimtetea mwanawe na hapo ndipo Layla hunyongo'nyea kabisa. Mara nyingi alifikiria kukimbia, lakini atakwenda wapi? Nani wa kumpelekea malalamiko yake, angalau amfahamu? Alitegemea msaada kutoka kwa wazazi wake lakini hakuna kilichotokea. Watu nje walikuwa wanamtambua kama ni mke wa Hafidh, lakini ndani alikuwa hana tofauti na mjakazi. Hakupewa hata haki moja kama ni mke. Anachokipata yeye ni matusi na dharau tu kutoka kwa mumewe kila anaporudi akiwa amelewa. Hakuna hata siku moja aliyorudi nyumbani hakulewa.

Bibi Maimuna hali hii ilimwumiza sana lakini hakujua amsaidie vipi. Kila alipozungumza na mumewe juu ya swala hili hawafahamiani. Nafsi yake humsuta kila alipomwona Layla. Wamemtoa kwao akiwa binti mzuri anayependeza, sasa kawa kama kizee. Hata akivaa nguo za gharama hazimpendezi tena. Nafsi imeshachoka. Nuru yote ya mwili imefifia. Bibi Maimuna sasa hakuona njia nyengine ya kumsaidia ila kwenda kuzungumza na wazazi wake wapate kukaa pamoja wayazungumze ili yatengenezwe. Hata wakiamua kuwa arejeshwe kwao basi itakuwa kheri. Bora awe mjane kuliko kuwa na mume kama huyu! Pengine atakuja mwengine, atastirika. Hapa kafungika tu. Hajulikani kama ana mume au la. Maisha yake yanapotea hivi hivi.

"Ikiwa mimi mama yake mwenyewe, niliyemzaa kwa uchungu nimeshachoka na vituko vyake, je huyu mtoto wa watu? Basi Masikini hata Layla mwenyewe halalamiki kwa mtu. Kila kitu alikiweka moyoni tu. Ndio maana kila siku anazidi kudhoofu.

Atakuja kupata maradhi huyu mtoto asiyoyategemea. Naogopa hata kumwuliza kama mumewe anampa haki zake ama kamuweka kama pambo! Ee Mungu nisaidie. Na bwana huyu sijui Mungu atakwenda kumweka wapi loh! Kayaharibu maisha ya mtoto wa watu kusudi. Anakijua kila kitu kuhusu mwanawe lakini kwa makusudi kaenda kumtafutia mke kumwoza, kwa nini? Basi hata nafsi haimsuti. Mimi mkewe ninachoka kumkanda hiyo miguu isiyokwisha, lakini Masikini mwangalie mtoto huyu! Hata hachoki kutwa yupo chini yake mara kwa mafuta ya habasoda mara ya zaituni. Ama mwanamme huyu moyo wake umeshapigwa muhuri habadiliki tena mpaka atatiwa kaburini. Yeye na mwanawe sawasawa! Na Layla anayajua yote haya, lakini bado anamtazama kama baba yake wala hakuwahi kumvunjia heshima hata siku moja. Loh! Mungu awashinde wanaume hawa. Kwanza kanila roho yangu weee hata! Sasa yeye na mwanawe wanamla roho mtoto wa watu! Ama sasa siwezi kukaa kitako nikayatazama haya. Ama na mimi nitakuwa sina tofauti na wao. Bora niwatafute wazazi wake niwaeleze. Wao ndio wenye uchungu na mtoto huyu, watajua nini cha kufanya." Bibi Maimuna alibaki anajisemea peke yake kama kawehuka. Baadaye bila hata kuaga alilitafuta baibui lake na akatoka kisirisiri kuelekea nyumbani kwa Bwana Ahmed.

"La kwanza, nimekuja kukusalimieni. Baada ya salamu, nimekuja kusema kile ambacho Layla amekinyamazia kimya kwa muda mrefu." Baada ya salamu ya muda mfupi, Bibi Maimuna hakutaka kukawiza mambo.

"Kitu gani tena hicho?" Bibi Khadija alirukia kama kawaida yake.

"Sasa hivi si muda wa kufichana kitu tena. Maana mficha maradhi kifo humuumbua! Siku nyingi zimepita bila ya mabadiliko yoyote, hivyo sitegemei mabadiliko tena labda itokee miujiza. Kwa ufupi, mwanao ana matatizo kweli kweli…."

"Matatizo gani tena toba ya rabi?" Bibi Khadija aliruka kama kakanyaga mwiba.

"Utastaajabu kwa haya nitakayokwambia, lakini sina jinsi tena. Nimeshindwa kuvumilia, maji yamezidi unga. Layla hana raha ya ndoa tokea alipoolewa mpaka sasa. Mwanzo nilikuwa ninampa moyo ipo siku Mungu ataleta kheri yake. Lakini sasa mimi mwenyewe nafsi inanisuta kwa jinsi mwanangu anavyokithirisha vituko juu ya mkewe. Hakuna hata mzazi mmoja atakayestahamili kuona mwanawe anavyonyanyasika kwa mumewe. Na mimi Layla ninamwona kama mwanangu siwezi tena kustahamili kuona anavyotaabika."

"Unasema kweli?"

"Hivi wewe, unafikiri mimi nitoke nyumbani huko, tena bila ya kuaga nije huku kumpaka tope mtoto wangu mwenyewe.... si wazimu huo? Juu ya kuwa ni mtoto wangu, damu na nyama yangu, lakini nimechoka na vitimbi vyake, siwezi tena. Kwa mama hakuna haramu, lakini ningekuwa mimi baba yake wallahi ningemtilia shaka. Si mtoto huyu, sheitan!" Bibi Maimuna alizungumza kwa uchungu huku machozi yanamlengalenga. Bibi Khadija nguvu zote zilimwishia.

"Sasa mzee anasema nini juu ya mambo ya mwanawe?"

"Mmh, aseme nini? Bahati yangu mbaya mwenzio. Sina mume sina mtoto. Nashukuru Mungu watoto wangu wa mwanzo wanawake tayari wameshakwenda makwao nimepumzika. Kabaki huyu khabithil-amal ananila roho yangu. Yeye na baba yake lao moja. Kama mtoto ni Firauni basi baba yake Hamana. Wakati mwengine naona bora ningekuwa na watoto wanawake watupu kushinda kuwa na mwanamme huyu mmoja. Hana maana pesa mbili. Khadija ndugu yangu, ukiona mama anamsema mwanawe vibaya sio shauri lake bali kazidiwa. Mama hamwui mwana lakini mwana anamwua mama!" Bibi Maimuna baada ya kutoa duku duku lake alinyamaza kwa kitambo huku uso kauinamisha chini kama anafikiria kitu. Bibi Khadija alinyamaza kimya, hakuwa na la kuchangia. Maana akili yake ilishindwa kufanya kazi kwa sasa.

"Usilolijua sawa na usiku wa kiza!" Bibi Maimuna kazuka tena. "Eti wanasema wanaume wanakufa sana kwa ugonjwa wa moyo kwa sababu ya vitimbi vyetu wanawake, lakini hawakujua kuwa bora ya wao. Maana vifo vyao huwa vya ghafla, hawateseki sana. Wanawake tunakufa kidogo kidogo kwa maumivu makali, tena ya muda mrefu kwa vitimbi vyao. Tunastahamili mengi. Mungu atupe subra tusije tukakufuru tukaja kuteseka duniani na akhera." Sasa Bibi Maimuna hakuweza kuyazuia tena machozi yake. Yakawa yanatiririka kama maji mferejini, naye akawa anayazuia kwa mtandio wake. "Mnusuru mtoto wako, anateseka! Nalijua tatizo lake. Ninayaona yote mimi. Bahati yangu mbaya siwezi kumsaidia. Msaidie mwanao, anakuhitaji sana kwa sasa!"

"Sasa nyinyi kama mlikuwa mnamjua mtoto wenu yupo hivi, basi kwa nini mkaja kumwozesha mwanangu? Sasa yote haya hamkuyajua kabla mpaka sasa mambo yameshaharibika?" Bibi Khadija alikuwa anamchuja mzazi mwenziwe.

"Nikwambie nini ndugu yangu, roho yangu inaniuma kila ninapokumbuka haya! Hafidh tokea mwanzo hakuwa mtakatifu lakini sasa kazidi. Tokea mwanzo alikuwa anapenda anasa. Nimekwisha kusema naye lakini hakuna kilichobadilika. Maisha yakawa yanakwenda hivyo hivyo tu. Baba yake hakujali kitu, hata ukimwambia anakuona mpuuzi tu. Akawa anabadilisha wanawake kama masihara. Jambo hili lilikuwa linanipa dhiki kweli kweli, na mimi pia mwanammke vipi nitaweza kustahamili kuona watoto wa kike wanafanywa kama vitambaa vya mkono? Na mimi pia nina watoto wa kike! Mwisho nikawa namwona kinyaa siwezi hata kuwa karibu yake hata mwenyewe akahisi. Unajua kaniambia nini? Mmmh ha ha ha! Maimuna we hebu cheka kidogo, watu wanazaa watoto sisi tumezaa magogo maana hayana hata hisia ya kibinaadamu, yapo tu. Hafidh kaniambia siku moja, *"Wewe mama una mikasa kweli kweli, ninapovaa shati siku mbili unaona kinyaa unaniambia mwanaume mzima hujui hata kujitazama, huoni kinyaa kurudia shati mara mbili? Umehangaika nalo huko wee hata! Sasa leo nikibadilisha mwanamke unaona kinyaa. Vipi mtu anaweza kuwa na mwanamke mmoja kila siku? Ukilala unaiona sura hiyo, ukiamka unayo. He! Huchoki?"* Hebu niambie kweli mtu huyu? Naona aibu hata kusema kuwa ni mwanangu. Nahisi kinyaa kuwa mwili wangu ulimbeba kwa miezi tisa. Kweli Mungu ana siri zake. Ya layt ningelijua kama ningelizaa mtoto kama hivi basi nisingelikuwa na haja ya kujitesa muda wote huo. Ningemwangamiza tokea yumo tumboni."

"Usiseme hivyo mtoto haapizwi, huombewa hidaya. Inshallah Mungu atamhidi."

"Kweli hidaya ipo, lakini wengine basi tena. Hawahidiki tena wameshapigwa mihuri. Kuna mzazi anayetaka mwanawe apotee? Na mimi pia nataka mtoto wangu anyoke kama watoto wa wenzangu. Lakini haya ndiyo majaaliwa yangu. Ah! Bora ninyamaze nikisema sana mwisho nitakufuru."

"Usikate tamaa katika rehma za Mwenyezi Mungu. Baada ya dhiki faraja," Bibi Khadija alimpoza mzazi mwenziwe.

"Kila siku huwa najiuliza huyu Layla vipi ana moyo wa stahamala kiasi hiki. Sasa nimepata jawabu. Lakini ndugu yangu usidharau kwa haya niliyokwambia, kwa sababu sifikirii kuwa Hafidh atabadilika. Hayo ni majaaliwa ya Mungu. Hafidh kajeruhiwa! Na mimi pia natamani Hafidh na Layla waishi maisha ya amani na upendo, ndoa yao itawaliwe na furaha. Roho yangu inaniuma kuona wanaishi hivi. Kinachoniumiza mimi zaidi ni huyu Layla. Maisha haya ndiyo niliyoishi mimi, hivyo sihitaji mtu wa kunihadithia. Uchungu wake naujua na bado ninauhisi mpaka leo. Makosa waliyofanya wazazi wetu tusiyarejee tena. Mungu awasamehe huko waliko."

"Unasema Hafidh kajeruhiwa? Na nini?"

"Mapenzi."

"Si ulisema kuwa hana mapenzi ya kweli, sasa vipi awe kajeruhiwa kwa mapenzi?"

"Ndugu yangu, hakuna mtu anayeweza kupingana na maumbile. Mapenzi yapo, yameumbwa. Na walioumbiwa ni sisi binaadamu! Baada ya kuhangaika kwake kote alikutana na mtoto mmoja wa Kiswahili, akapendana naye. Tena alimpenda kwelikweli, hata mwisho alifanya wazimu juu ya mtoto huyu. Hafidh alibadilika kwa kiasi fulani. Lakini baba yake hakuliwafiki penzi lao. Hakutaka kuichafua damu yake. Sasa alitafuta kila njia ya kulivunja penzi lao. Mwisho aliipata. Alikuja kutambua kuwa yule mtoto wa kike hakuwa anampenda Hafidh kweli, alikuwa anaitaka mali yake tu. Basi hiyo ikawa njia rahisi kwa Haroub. Bila ya Hafidh kujua chochote, Haroub alimpanga mfanya biashara mwenziwe ambaye ni tajiri kwelikweli. Yule Bwana kazi kaiweza. Akaanza kumfatilia yule mtoto wa kike. Alikuwa akiitwa Asha lakini baada ya kukutana na Hafidh akawa Aisha. Bas! Yule mtoto bila ya kufikiria chochote alimwacha Hafidh kwa ajili ya yule mzee. Hata hakujali kama yule bwana sawa na baba yake. Pesa, bwana, kitu kibaya kweli kweli! Baada ya muda tukaletewa kadi za harusi. Hafidh alifanya fujo kweli kweli."

"Tena huyo Asha, sijui ndio Aisha, kaolewa na huyo bwana?"

"Aolewe wapi? Ulikuwa mpango tu ule wa Haroub. Hata hizo kadi zilikuwa feki. Zinaletwa kadi hata huyo Aisha hana hata habari. Baada ya Hafidh kufanya zogo, eti yule bwana akajitia kutaharuki, eti, oh! kumbe wewe mchumba wa mtu? Kama vile hayatambui. Na uhusiano wao ukamalizika hapa. Ikawa kakosa huku na huku. Mtaka yote hukosa yote. Ndiyo yaliyomfika. Yamkute! Stahili yake yamfike. Lakini Hafidh aliumia kwelikweli. Ndio hapo sasa akaizidisha kufuru yake mara kumi. Baba yake akaona amwozeshe labda atatulia, lakini wapiiii! Hana imani tena juu ya wanawake. Aliamini kuwa mwanamke hakustahiki kupendwa kweli kwa sababu hawajui nini thamani ya penzi la kweli. Alimpenda kwelikweli yule mwanamke. Ah! Sikio la kufa halisikii dawa! Sasa la muhimu mnusuru mwanao na balaa hili. Zungumza na mwenzio. Hali mbaya kuliko mnavyofikiria." Bibi Maimuna alitoa rai yake. Bibi Khadija alishusha pumzi ndefu hakuwa na la kusema.

"Basi mimi nipe ruhusa, nilichokijia nimeshakimaliza," Bibi Maimuna akaanza kuinuka.

"Aa subiri kidogo, hata sijakukaribisha kitu."

"Aa mimi si mgeni, siku nyengine inshallah. Huko nimetoka bila ya kuaga. Huyo Bwana akirudi asinikute itakuwa balaa. Unawajua tena waume zetu. Watakwenda kufanya balaa huko kisha wakirudi ndani hujifanya wana wivu kwelikweli. Wanayajua eti wanayoyafanya nje." Sasa ameshasimama wima kadhamiria kuondoka.

"Mfikiria mwenziwe mwizi kumbe mwizi yeye! Ha ha ha! Wanaogopa wasije kuchukuliwa mali zao kama wanavyochukua za watu!"

"Ndio hayo! Hebu niambie, eti huu umri wa kuoneana wivu tena? Angalau wewe mwenzangu, mumeo hanuki huko nje. Wangu mie kama utumbo wa mbuzi! Hakuna asiyemjua, Mungu atusamehe. Kwa heri bwana tutakuja kuonana."

"Basi sawa, nimekusamehe. Karibu tena. Ahsante sana kwa msaada wako. Inshallah Mungu atupe subra, tuna mengi."

"Huu si msaada ndugu yangu, ni wajibu wangu. Layla ni mtoto wangu, sikumzaa tu."

"Ahsante, Layla kapata bahati kuwa na mkwe kama wewe."

"Ah wapiii! Sasa bora tunyamaze tu. Bora angepata mkwe mkorofi mume mwema, kushinda alivyopata yeye. Mkwe unaweza kumkwepa, mume je? Ana fungu lake kwa Mungu mtoto yule. Ah na mie nimekaa kama shetani wa kichwa. Ninasema natoka lakini nipo hapahapa. Kwaheri bwana tutakuja kuonana inshallah. Lakini usiyadharau haya."

"Sitodharau."

*****************

Sasa Bibi Khadija alikuwa anamsubiri mumewe kwa udi na uvumba. Baada ya muda kupita Bibi Khadija alishangaa kumwona Bwana Ahmed anarudi na kijana wa kiume. Tena wanaonekana kufahamiana sana kwa jinsi wanavyozungumza na kucheka. Lakini kwake yeye alikuwa ni mgeni.

"Karibu upite ndani," Bwana Ahmed alimwamuru mgeni wake. Bibi Khadija kajibanza pembeni akiangalia ustaarabu.

"Nani huyu?" Bibi Khadija kabaki anajiuliza mwenyewe. Kwa sababu ni jambo lililomstaajabisha sana. Ilikuwa ni marufuku kwa kijana wa kiume kuingia ndani ya nyumba yake. Eti kwa sababu ana watoto wa kike ndani. Leo imekuwaje anamwingiza mwenyewe tena kwa vicheko. Alihisi hapa kuna neno. Bwana Ahmed akamkaribisha mgeni wake ukumbini.

"Jisikie upo nyumbani."

"Ahsante."

"Khadijaaaa," Bwana Ahmed aliita.

"Naaaam," Bibi Khadija aliitika, sauti inatokea jikoni.

"Khadija," aliita tena.

"Naaam, nakuja."

"Sasa naam uko hukohuko tu! Hebu jisogeze huku," Bwana Ahmed hakujua hata kumstahi mgeni.

Bibi Khadija akajihimiza. "Naam."

"Nimekuletea mgeni. Huyu wajina wangu. Lakini ni kama mwanangu. Ni kijana mpya wa dukani kwangu," akamgeukia mgeni wake. "Na huyu ndio mama yako."

"Assalaam alaikum," baada ya utambulisho huo Ahmed alimsalimia Bibi Khadija.

"Waalaykum salaam. Vipi hali yako?"

"Sijambo, nashukuru."

"Karibu."

"Ahsante."

"Naomba unipe ruhusa, nina shughuli kidogo jikoni."

"Hamna tabu kaendelee tu, mimi nipo na baba hapa."

"Ahsante, tutazungumza baadaye kama nitakukuta."

"Sawa."

"Engeza chakula leo mgeni wetu," Bwana Ahmed aliamuru.

"Sawa." Bibi Khadija alielekea zake jikoni, lakini alikuwa ana wasiwasi moyoni kwa mgeni yule. "Ni nani yule hata kathubutu kumwita Ahmed baba? Dukani kuna vijana wangapi, mbona hakuletwa nyumbani hata mmoja? Leo yeye aletwe humu kwa vicheko, tena bado anasema anamwona kama mwanawe, kazidi nini? Kuna neno hapa, si bure!" Bibi Khadija alijiwazia moyoni. Bibi Khadija siku zote huwa mkarimu kwa wageni wake. Hufurahi sana wanapokuja wageni nyumbani kwake. Na ndio ilikuwa kawaida kwa Bwana Ahmed kuleta wageni bila ya taarifa, lakini Bibi Khadija hakuchukia. Lakini mgeni wa leo alimwona nuksi, alitamani aondoke. "Hakujua siku zote za kuja, ila leo? Nilikuwa nataka kuzungumza na Ahmed sasa kajileta yeye, sasa keshanifunga. Na sijui ataondoka saa ngapi. Aaa, balaa hili!" Bibi Khadija alinung'unika peke yake huku akikoroga majungu jikoni.

"Mama! Siku hizi naona huishi kunungu'nika peke yako. Umekaa kama nyuki!" Zahra alimtania mama yake baada ya kuingia jikoni na kumkuta mama yake anasema peke yake.

"Na wewe muda wote huo ulikuwa wapi? Ndio kwanza unajileta sasa hivi!" Bibi Khadija alijibabaisha.

"Nilikuwa ndani naitengeneza nguo yangu."

"Basi! Hiyo ndio kazi unayoijua wewe. Hebu njoo nisaidie huku. Kuna mgeni kaja, chapukachapuka kabla baba yako hakuanza kupiga kelele."

"Mgeni gani?"

"Mimi simjui. Kwanza nisaidie kazi, maswali utauliza baadaye."

"Sasa nisaidie nini?"

"Ama mtoto wewe umeoza vibaya! Hukijui nini cha kufanya hapa? Hebu kanda huo unga, lakini basi, usije ukanifanyia rojo bureee. Maana huna unachokijua. Bora nenda kapange meza."

Zahra kaondoka jikoni huku anacheka. "Sasa wewe huko unapita wapi?" alishtuliwa na sauti ya mama yake.

"Si umeniambia nipange meza," Zahra alijitetea.

"Ndio upite huko? Si nimekwambia kuwa kuna mgeni? Mtoto wewe huna unachoambiwa ukafanya sawa. Sijui hata hiyo akili yako unaiweka wapi. Yote kioo hicho ndio kinachokurusha akili."

"Hahahaha!" Zahra aliangua kicheko kikubwa.

"We Zahra. Alah! Hebu panda juu huko usije kunitafutia balaa mimi sasa hivi. Kila ninapokwambia kuna mgeni huwa hunifahamu?"

"Sorry! Sasa wewe mwenyewe unanichekesha eti."

"Hayo si ya kucheka ulikuwa ukae ulie, lakini Masikini roho yako.... basi nenda kaipange hiyo meza mbiombio. Sasa hivi baba yako ataanza kubwata. Lakini usije ukapita hapo karibu na mgeni. Litalokuja kukufika mimi simo!" Bibi Khadija alikuwa anajitahidi kuiweka hali yake sawa ili Zahra asije kugundua mabadilliko yoyote akaja kutia shaka.

Baada ya muda kidogo, Bwana Ahmed na mgeni wake walikaribishwa mezani. Zahra na mama yake wametulia jikoni wakisubiri utumwa. "Khadijaaaa," Bwana Ahmed aliita.

"Naam!"

"Njoo bwana uungane na sisi, huyu mtoto wako mwenyewe unamstahi nini?" Bibi Khadija alisimama mlangoni akimsikiliza.

"Bora nyie endeleeni tu, mimi nitakula pamoja na Zahra. Atajisika upweke."

"Si na huyo Zahra angekuja kula kabisa? Chakula kitapoa." Ahmed alirukia. Bwana Ahmed hakujibu kitu alimtazama tu, lakini lile jicho lilitoa ujumbe fulani, kila mtu alilifahamu. Bibi Khadija taratibu alipotea. Ahmed aliendelea kula huku kainamia sahani yake kama si yeye.

Baada ya mlo Ahmed aliaga, Bibi Khadija alishukuru Mungu moyoni baada ya kusikia mgeni huyo akiaga. Bwana Ahmed alimshindikiza mgeni wake mpaka kwenye kituo cha daladala tena kabaki hapo naye mpaka akamwingiza garini. Ama kijana huyu amepata bahati kweli kweli kwa Bwana Ahmed. Njia nzima walikuwa wakizungumza kwa furaha.

Bwana Ahmed baada kurejea nyumbani alijibwaga juu ya kochi kama mzigo. Kichwa chake kakiegemeza kwenye kochi. Miguu kainyoosha huku, mikono kaitupa huko, utasema haitaki tena. Alionekana kachoka lakini uso wake ulinawiri. Furaha aliyonayo moyoni ilichanua usoni mwake. Bibi Khadija akajisogeza karibu yake. Moyo wake ukiwa umejaa wasiwasi. Alidhamiria kumkabili na kumueleza yale yaliyomkereketa moyoni, lakini hakujua aanze wapi. Kabaki anamtazama kwa muda. Aliliona tabasamu tamu lililochanua kwenye uso wa Bwana Ahmed. Alionekana hayupo kabisa, mawazo yake yapo mbali na alipo yeye.

"Ahmed?" hatimaye aliondosha usiri, akamwita.

"Mmh" Bwana Ahmed alionekana kushtushwa kidogo na akajiweka sawa.

"Nahitaji kuzungumza na wewe."

"Khadija! Sio sasa hivi. Nimechoka nahitaji kupumzika." Bwana Ahmed alianza kujiinua juu ya kochi ili aondoke.

"Ni muhimu, Ahmed."

"Nimekwambia nataka kupumzika! Tutazungumza kesho." sasa Bwana Ahmed anaulekea mlango na hakujali anachoambiwa.

"Si mpaka tuamke? La leo lifanywe leo." Bibi Khadija alisisitiza.

"Na mwanamke wewe ukitaka lako! Haya sema, unataka nini?" Bwana Ahmed alirudi ndani lakini kasimama wima kama askari wa trafik.

"Kaa basi, mazungumzo yenyewe marefu," Bibi Khadija alishauri.

"Bado na masharti juu, haya ninakaa. Zungumza upesi upesi nikapumzike mimi."

Bibi Khadija alimweleza kila kitu Bwana Ahmed bila kumficha chochote. Alisema kila alichoambiwa na Bibi Maimuna. Bwana Ahmed muda wote huo alibaki kimya akimsikiliza kwa makini. Kamkodolea macho bila hata ya kupwesa. Pumzi zimepanda, uso umeshageuka rangi, umekuwa kama papai bivu. Alipomaliza Bibi Khadija, Bwana Ahmed aliinuka kwa ghadhabu. Alisimama wima huku akivuta pumzi mbili mbili, macho yamemtoka pima, yamepiga wekundu utasema bendera ya vita. Bibi Khadija alishtuka.

"Basi! Huu ndio ujinga wenu wanawake! Ndio maana mkawa mpo weeeengi motoni nyie, na wala hampungui tena! Mwanamke mtu mzima na pirika zake anakuja majumbani mwa watu akaleta habari za umbea tu. Yote hii kwa sababu hamna kazi za kufanya. Ya kwake yanamshinda anatafuta ya watu. Yeye kaishi na mumewe miaka yote nani kamtilia fitna? Na baada ya leo sitaki tena kumwona ndani ya nyumba hii. Ndio maana nikawa sipendi wageni wanawake ndani ya nyumba yangu. Kwa sababu ni fitna tu basi. Ndio amali wanayoijua wao! Siku zote wapo tofauti na ulimwengu. Watu wanaelekea kulia wao wanakwenda kushoto," Bw Ahmad alifoka moja kwa moja.

"Ahmed! Usiwe hivyo. Lisemwalo lipo na kama halipo basi laja. Yeye ndiye anayekaa naye, ndiye anayeviona vituko vya humo ndani. Kama huamini basi fanya upelelezi mwenyewe. Ndio maana...."

"Bas! Bas! Baaaaas! Sitaki kusikia upuuzi wenu. Kama mwenye matatizo ni huyo Layla, mbona kanyamaza kimya asiseme kitu? Atoke yeye kizabizabina aje kushtaki huku, imehusu nini?"

"Kama wewe umesahau, mimi ninakumbuka sawa sawa. Layla aliwahi kuja kulalamika juu ya vitimbi vya mwanaume huyu baada ya siku tatu tu wewe ukamtimua. Sasa unategemea nini? Na unamjua vizuri Layla, si mpaka ufahamishwe," sasa Bibi Khadija ulimpanda wa kwao.

"Wewe mwanamke usinipandishie mimi. Nitakuzaba mkono sasa hivi uone vinyotanyota. Na huyo anayekutia kiburi sasa atanitambua," akatoa simu mfukoni mwake, akapiga simu nyumbani kwa Bw Haroub. Kama alivyotegemea ilipokelewa na Bibi Maimuna. Aliitambua sauti yake sawasawa baada ya kuisikia alipotoa salamu.

"Wewe mwanamke kama umekosa kazi ya kufanya basi chukua tasbihi utubie dhambi ulizotenda na si kuzidisha nyengine. Hazitokusaidia kitu zaidi ya kukuangamiza! Na baada ya leo nikusikie umeleta umbea wako ndani ya nyumba yangu, nitaukata ulimi wako usiweze hata kutamka jina la mola wako! Shetani mla roho za watu we! Itakusaidia nini kuvunja ndoa za watu, hasidi mmoja!"

"Bwana Ahmed hebu subiri kwanza. Mbona sikufahamu unazungumza kuhusu nini?"

"Anhaaa! Sasa unajifanya hutambui sio? Basi sikiliza nikwambie, Salamu zako ulizozileta kwa Khadija nimezipata. Sasa nisikilize vizuri. Kosa ulilolifanya leo usijaribu kulirejea tena hata kwa bahati mbaya! Ikiwa nyumba yako hukuiweza na za watu pia zitakushinda. Usitake niseme mengi. Maana utasema ninakutukana. Basi bora tuyamalize hapa. Na hii nyumba baada ya leo uione kama kaburi ambamo mtu haingii mwenyewe kwa hiari, huingizwa kwa lazima. Ikiwa kuna ulazima wa kuingia, basi ingia. Na kama hakuna ulazima huo basi nyumba uione paa." Hakusubiriwa hata kujibiwa aliikata simu. Kisha akamwelekea Bibi Khadija. "Na upuuzi huu uwe umekwishia hapa."

"Makubwa! Ukiona kwako kunaungua kumbe kwa mwenzio kunateketea. Huyu kweli mwanaume wa kuitwa mume? Bado tena anaitwa baba eti! Ee Mungu tuhifadhi tusije tukapata wazimu na wanaume hawa!" Bibi Maimuna kabaki anajisemea peke yake huku kaushikilia mkono wa simu mkononi baada ya kukatiwa simu.

Muda wote huo kumbe Zahra alijibanza pembeni akiyasikia mazungumzo yote. Tokea awali mpaka yalipofikia tamati. Aliganda kwa baridi ya mwili. Mwili wote ulikufa ganzi. Hakuweza kuinua hata kidole. Damu haikuzunguka sawasawa mwilini. Mapigo ya moyo yalishuka. Macho yamemtoka na mdomo kauachia wazi. Kichwa kilimgonga, alihisi kama ana homa. Homa si homa almuradi balaa moto mmoja. Hakuwa na yakini kuwa yale aliyosikia ni kweli ama yupo kwenye ndoto.

## 19

Usiku mzima Zahra aliishia kugaragara tu bila hata lepe la usingizi. Alihisi kama jinamizi limemkaa kifuani. Aliangalia saa akahesabu kila dakika iliyokuwa inasogea mbele. Aliuona usiku wa leo umekuwa mrefu kuliko siku zote, hakuchi! Jasho lilimmiminika na alihisi kama mtu anamgonga kichwa chake kwa nyundo. Machozi yalirowanisha mto. Sasa alidhamiria kufanya kitu ili kuyanusuru maisha ya ndugu yake ikiwa wazazi wake wameshindwa kutekeleza wajibu wao kwa mtoto wao. Lakini afanye nini? Hilo ndilo liliomwumiza kichwa. Mwisho, wazo lilimjia. Penye nia pana njia.

Kulipopambazuka tu, alichukua mkoba wake akaweka shungi lake ambalo alikuwa akilitumia wakati alipokuwa chuoni. Akaweka na nikabu iliyokuwa ikitumiwa na Layla wakati alipoposwa. Hakusahau kuweka soksi nyeusi ndani ya mkoba huo. Baada ya kuona sasa hakusahau kitu katika mipango yake akateremka chini kumsaidia mama yake kuandaa chakula cha asubuhi. Asubuhi ya leo baada ya salamu hakuna aliyemsemesha mwenziwe - kila mmoja ana yake moyoni. Kila kitu kilikwenda kimyakimya.

Baada ya kumaliza kunywa chai, Zahra alimsubiri baba yake atoke ili aanze mpango wake. Kila Bwana Ahmed akiingia huku akatoka kule kulizidi kumtibua Zahra. Alimfukuza kimoyomoyo, kwani alijua fika kama atakuwepo yeye nyumbani hakuna kitakachokuwa. Baada ya Bwana Ahmed kutoka tu, hata asimwache afike mbali alimvamia mama yake.

"Mama."

"Mmh!"

Zahra alianza kubabaika kidogo. "Sasa nini mbona husemi?" Bibi Khadija alimzindua

"Aaah… mh…jana usiku….."

"Kumetokea nini?" Bibi Khadija alishtuka.

"Aaa! Hakujatokea kitu. Ila rafiki yangu alinipigia simu, kaniambia kuwa vyeti vyetu vya *Form Four* vimetoka."

"Kwa hiyo?"

"Nilikuwa naomba ruhusa, nataka kwenda kukichukua."

"Na tokea ulipopewa hiyo simu naona wazimu wako umezidi, mara sijui nimepigiwa simu na nani mara sijui nani kanitumia meseji. Iweke akili yako sawasawa kabla baba yako hakukitoa hicho kichwa mahali pake! Usifikiri umepewa hiyo simu ili ufanye utakavyo, jichunge kabla ya athari!"

"Mama!"

"Sio mama! Mimi ninakutahadharisha maana naona hiyo simu sasa inataka kukufikisha mbali, huo ndio wajibu wangu. Usije kusema sikukwambia bure! Na hao mashoga nao watakuja kuwa shonga! Unajua kabisa kama baba yako hapendi hizi habari za mashoga. Umeniona mimi mama yako sina shoga, watoto wangu ndio shoga zangu. Basi sasa usiniletee vioja! Tena bado simu za usiku! Nakuapia baba yako akipata habari hizi atakitoa hicho kichwa chenye wazimu!"

"Mama kusema hivyo ni sawa na kutilia shaka malezi yenu. Ninajua ninachokifanya mama, wala usiwe na wasiwasi na mimi."

Bibi Khadija aligeuka kumtazama kwa muda, "Hakuna mzazi anayemfundisha mwanawe uovu. Hao unaowaona wameharibikiwa sio kuwa wazazi wao walitaka wawe hivyo! Ni dunia tu na mapambo yake ndio yaliyowafikisha hapo. Binaadamu kawaida yake hubadilikabadilika kutokana na mazingira yake. Na mimi kama mzazi wako sitoacha kukuasa inapohitajika maana sitaki upotee. Ukumbusho ni wajibu kwani hakuna aliyekamilika."

"Sawa, nimeskia. Ninakiri kuwa nimeghafilika na upotofu, na hakuna atakayekuasa ila yule anayekupenda…. basi niambie, niende?"

"Baba yako alikuwepo sasa hivi, kwa nini hukumwambia yeye?"

"Sasa, mama, unajua kuwa baba asingenipa ruhusa."

"Kwa nini hukujua kuwa na mimi nisingekupa ruhusa?"

"Mama!"

"Zahra sikiliza, niliyonayo yananitosha, usinizidishie mengine. Taabani roho yangu, niachie nipumzike. Unajua fika kuwa mwenye kutoruhusa ndani ya nyumba hii ni baba yako tu. Kama unataka kutoka msubiri arudi. Usinitafutie matatizo." Hapo Zahra aliona mpango wake unaanza kuharibika.

"Mama, nakwenda tu mara moja kisha nitarudi, nakuahidi sikawii. Nitarudi kabla ya baba. Hatojua." Zahra aling'ang'ania.

"Sasa wewe hicho cheti cha nini? Kitakusaidia nini?"

"Mama! Cheti changu nikiache kipotee? Sasa ilikuwa nina faida gani ya mimi kusoma?"

"Umesoma ili ufute ujinga, nawe umeshafuta ujinga tayari. Sasa kaa usubiri mume uolewe! Hicho cheti cha skuli hakitokusaidia kitu. Kama vyeti, unavyo tele vya hospitali. Kaa hapa ujifundishe kupika, ukampikie mumeo!"

"Wewe uliyekaa ukampikia mumeo muda wote huu umepata faida gani?"

"Zahra! Chunga kauli zako. Mbona wewe mtoto upo hivi lakini?" Bibi Khadija alifoka

"Mama, nikwambie kitu?"

"Nini?"

"Umebadilika sana siku hizi. Siye yule tuliyekuzoea. Sasa kitu kidogo tu kinakukasirisha. Una nini lakini?" Zahra alijaribu kumchuja mama yake ili aone kama atamwambia chochote.

Bibi Khadija alimtazama Zahra kwa kitambo. Roho ilimwuma kweli. Hakuona tena sababu ya kumficha kitu. Zahra sasa ameshakuwa mkubwa, sasa anafahamu. Alimweleza kila kitu huku Zahra akijidai kuzubaa kama vile haelewi kitu. Ama mwanamke huyu msanii kweli kweli. Kipaji kimejificha.

"Sasa, mama, wewe umeamua nini?"

"Niamue nini, Zahra? Nimeolewa!"

"Nakubali kuwa wewe ni mke wa mtu na lazima utekeleze wajibu wako, lakini pia usisahau kutekeleza wajibu wako kama mama."

"Unafikiri nifanye nini? Naumia kweli kweli. Ya layti Said angelikuwepo pengine angelifanya kitu."

"Basi hii ndio tabu yenu, mnapenda kumfadhilisha mtoto wa kiume juu ya mtoto wa kike. Ingelikuwa hukuzaa mtoto wa kiume je?"

"Si hivyo, Zahra. Kuna vitu vyengine lazima awepo mtoto wa kiume. Unafikiri sisi wanawake tutafanya nini?"

"Mama. Mwanamke anapodhamiria kweli, hashindwi na kitu. Na sisi tunaweza kufanya kitu kikaonekana kuwa ni kitu, tuamue tu."

"Sasa wewe nini fikra yako?"

"Mimi ninavyohisi kabla ya kufanya chochote, mwanzo bora tuzungumze na Hafidh tumsikie atasema nini."

"Unafikiri ni rahisi enh? Nani atakwenda kuzungumza naye?"

"Mimi!"

"Eti? Una wazimu? Shemegi yako yule, vipi utakwenda kumkabili uso kwa macho?"

"Hayo mengine! Sasa, kama ndio shemegi yangu? Atanimeza?"

"Zahra, hebu kuwa mkubwa! Si heshima hiyo kumkabili shemegi yako. Tena bado hata hukuolewa."

"Mama, kwanza hizi mila bora uziweke upande. Jaribu kuangalia ni vipi tunaweza kumsaidia Layla na si kitu kingine. Layla anataabika, na anatuhitaji sana."

"Upo sawa lakini....?

"Hakuna cha lakini. Sasa tupange vipi tunaweza kumpata Hafidh."

Kwa hakika Zahra alikuwa ana mpango wake kamili wa kukutana na Hafidh. Alijua wapi atampata. Lakini kwa sasa alijifanya kama hajui kitu, ili mama yake asifahamu kuwa anatambua kitu. Ile safari yake ya kwenda kuchukua cheti chake ilikuwa ni uzushi tu. Vyeti vimetoka siku nyingi hata hakuwa na habari nacho. Alipokuwa anatafuta sababu ya kutoka nje ili amfuate Hafidh ndio kazuka na cheti. Sasa alikuwa anamsikiliza mama yake atakuwa ana rai gani, labda itakuwa bora zaidi. Lakini Bibi Khadija hakujua nini cha kufanya, kila kitu alimsikiliza Zahra. Aliunga mkono mpango wa Zahra, huku wakikubaliana kuwa mzee akirudi ataambiwa kuwa Zahra kaitwa skuli kwenda kuchukua vyeti vyao. Na kwa vile Bwana Ahmed hakujua chochote kuhusiana na skuli na wala hakuwa mfuatiliaji, basi asingelitilia shaka. Lakini pia Bibi Khadija aliamini kuwa Zahra anakwenda kuchukua cheti chake. Habari ya Hafidh imekuja baadaye. Zahra alibaki na siri yake moyoni. Alijua kuwa kama mama yake angetambua kuwa kamdanganya basi ingelimtoka imani juu yake. Aliona bora kunyamaza tu kwani alikuwa ana imani kuwa maadamu nia yake safi basi Mungu yuko upande wake, hakitoharibika kitu.

Baada ya mipango yao kukamilika, Zahra alitoka akaelekea moja kwa moja mpaka kwa rafiki yake ambaye walisoma pamoja skuli. Alikuwa ana imani kubwa kuwa atamsaidia katika mipango yake. Naam! Bahati ilikuwa iko upande wake. Baada ya kumweleza shida zake na mpango alioupanga, bila hata mjadala alikubali kumsaidia. Hii ikawa ni zari kubwa kwa Zahra. Naye bila ya kupoteza muda, alimkabidhi vifaa vyote Sada ili aanze kazi. Naye utasema analipwa, hakuikawiza kazi hata kidogo. Kabla ya kutoka alikamilisha matayarisho yote na kwenda kuanza kazi. Zahra alibaki nyumbani kwao Sada akimsubiri.

Sada alikwenda moja kwa moja mpaka Mkunazini bila ya kupita sehemu nyengine. Haikuwa rahisi kumtambua kama huyu ni Sada. Kajifunika gubigubi kabakisha macho tu. Sada hakuwa mrefu kama Zahra, basi alipolivaa shungi lake lilimfika mpaka miguuni. Alihangaika nalo njia nzima, tokea hapo haikuwa fani yake ikamfanya hata mwendo wake ukabadilika. Alipofika kwenye sonara wa Mkunazini hakubabaika, alimjua Hafidh vizuri. Alifululiza moja kwa moja mpaka dukani kwake. Kwanza alipandisha nikabu yake juu, kisha alitulia kimya akijidai kuangaza huku na huko kama mnunuzi kweli vile. Hili alifanya kusudi ili Hafidh apate muda wa kumwangalia.

Naam! Muonja asali haonji mara moja, na utamu ukishamkolea huchonga mzinga! Sasa, Hafidh haya yameshakuwa maradhi yake sugu. Baada ya kumwona mwanamke mpya kaingia dukani kwake, alianza kubabaika. Hakujua hata alichokuwa akikifanya shuti kababaika, kazi imesimama. Akili yake yote ipo kwa yule mwanamke mgeni. Akamsogelea karibu, baada ya kuona kwa mbali hamwoni vizuri. Mashungi yamemzidi hata huo uso wake alikuwa hauoni. Sada akajifanya kama hamwoni akiwa anaendelea na kazi yake ya kushangaashangaa madhahabu. Hakujulikana hata alikuwa anahitaji nini. Yeye yupo tu kwenye kuzunguka.

"Karibu," Hafidh alimkaribisha mteja wake huku akijaribu kumchungulia kama ataweza kuiona sura yake vizuri.

"Ahsante," Sada aligeuka mzima mzima kama vile anamwambia usipate tabu ya kuchungulia. Akamjibu kwa sauti yake tamu huku akimwachia tabasamu zito. Hafidh kayayuka kabisaaaa! Mtoto kazi anaiweza.

"Tukusaidie nini?" Hafidh aliuliza kwa sauti ya kubembeleza.

Sada nywele ya utosi ilimsimama kwa hasira. "Huyu mwanaume mja wa laana kweli kweli. Kwa mkewe anakuwa shetani kwa wanawake wa nje anakuwa malaika! Huku anazingua kule anabatiza. Mungu amshinde kijana huyu mwenye ndimi mbili. Mmoja wa mahaba na mwengine wa matusi." Sada alijiwazia moyoni huku uso wake ukiendelea kuchanua tabasamu la bandia. Hakuna aliyemtilia shaka kama moyoni anaapiza. "Nilikuwa natazama tu, namtafutia Bibi Harusi zawadi," Sada alijibabaisha.

"Anhaa. Basi pita huku uangalie. Kuna miundo mipya, nakuahidi Bi Harusi wako atafurahi sana."

"Bibi harusi hafurahi kwa zawadi, hufurahi ikiwa huyo mume anayemwoa atakuwa mwema kwake.... awe na mapenzi ya kweli kwake kwa sababu yeye ndio maisha yake. Kumpa zawadi ni kumwonesha tu kama tupo pamoja kwenye furaha yake."

"Hivyo? Nyinyi wanawake mnategemea vitu vingi kwa waume zenu, lakini nyinyi ndio mnaokuwa khasa laana! Huku ndani mnajidai kuwa mna mume, nje mna mabwana wengine." Hafidh alijidai kuchukizwa na tabia za wanawake. Sada sasa vinyweleo vyote vya mwilli vilimsimama. Hasira zilimzidi lakini kaweza kujizuia hisia zake akabaki kama alivyokuwa mwanzo.

"Kila mmoja humwona mwenziwe mkosa na yeye ndiye mtakatifu. Lakini kumbuka mwanamke moyo wake haugawiki. Hawezi kuligawa penzi kwa mtu zaidi ya mmoja. Hata ukimwona ana bwana nje, basi ujue ndani kumepungua kitu. Wanaume

175

mioyo yenu inagawika mara nne, ndio maana huwaona wengi wanatoka nje kwa sababu nafasi nyengine tatu zimebaki wazi. Na moyo unapobaki wazi huwa ni tatizo, hivyo ndio maana huenda kutafuta vizibo." Sada alikuwa anazungumza lakini hamwangalii usoni. Alikuwa kashughulika kuangazaangaza makabati yaliyojazwa dhahabu.

"Ha ha haaaa! Kumbe ni msemaji sana wewe! Mumeo kapata bahati kuwa na wewe!" Hafidh alianza uchokozi.

"Kwa yule aliyenacho hajui thamani ya kile alichokimiliki. Anakiona cha mwenziwe bora kushinda chake, na huu ndio udhaifu wetu binaadamu, hatujui kuridhika na kile tulichonacho," Sada alizungumza kwa unyonge kama vile aliyokuwa akiyasema yanahusu maisha yake kabisa.

"Pole sana ndugu yangu. Mwanaume gani huyo aliyekuwa ana bahati mbaya kiasi hiki? Anamwacha mwanamke mzuri kiasi hiki anakwenda kutafuta viruka njia huko nje. Mzima kweli huyu?" Hafidh alijidai kusikitika. Sada aliugeuza uso wake kumtazama, damu ilimchemka.

"Ah! Ndio majaaliwa yetu! Sasa nimeona bora niwe mjane kuliko kuwa na mume. Nimeogopa asije kuniletea maradhi bureeee! Binaadamu tunakwenda tu lakini mbele kiza. Wanawake waliokuwa hawakuolewa, dua yao ya kila siku wanaomba wapate waume, lakini mmh! Walioolewa wanaomba leo kabla ya kesho watoke ndani ya ndoa ili wapumzike!"

"Ina maana sasa huna mume?"

"Wa kazi gani? Nipo nyumbani tu sasa." Sada alijibu mbiombio huku akijidai kuwa mnyonge. Akaona sasa mpango wake unaanza kufanya kazi.

"Usiwe hivyo ndugu yangu, sio wanaume wote wapo hivyo. Kwa mwanaume mmoja tu umetuchanganya sote?"

"Kama wewe uko tofauti na wengine basi mkeo kastarehe na ana bahati kwelikweli. Kwa sababu kila mwanamke anaota kuwa na mume mwema anayempenda, anayemjali na kumthamini."

"Bado mwanamke huyo hakutokea, lakini nahisi yupo karibu."

"Unamaanisha nini?"

"Bado sijaoa, niko kwenye harakati za kutafuta mchumba."

"Duhh!" Sada ilimtoka bila ya kutegemea

"Mbona umeshtuka hivyo?"

"Aaa…..inastaajabisha kuona kijana kama wewe bado hukuoa," Sada alijibabaisha.

"Unajua kutafuta mchumba si jambo rahisi. Lazima uwe makini, ama utaharibikiwa maisha yako yote."

"Usemayo kweli, nakutakia kila la kheri katika uchaguzi wako." Sada hakuwa na la kusema tena. Hafidh alimmaliza kabisa alipomwambia eti bado hakuoa.

"Sasa nipe hongera maana nishampata yule ambaye niliyekuwa ninamtafuta kwa muda mrefu."

"Eti?"

"Ndio. Sasa mbona hutaki kumjua nani?"

"Hata nikiuliza sitomjua."

"Unamjua vizuri, kuliko ninavyojua mimi."

"Makubwa! Nani huyo?"

"Ni huyo mwanamke aliyesimama mbele yangu."

"Eti?"

"Wewe ndiye mwanamke uliyenichelewesha kuoa, sijui siku zote ulikuwa wapi. Nilikuwa ninakutafuta sana. Siku zote nilikuwa naota kuwa na mwanamke mwenye sifa kama zako."

"Wewe!" Sada alishtuka sana kusikia vile. "Ama mwanaume huyu nina wasiwasi naye, itakuwa ndio wale wafuasi wa Firauni waliobakia. Wanaabudu binaadamu badala ya Mungu." Sada alijiwazia moyoni.

"Tafadhali usikatae, utaniumiza!" alizidi kubembeleza. Kwa mtu aliyekuwa havijui vitimbi vyake basi halali yake kuingia kwenye mtego wake kichwa kichwa.

"Hivi wewe unaniambia ukweli ama unanidanganya tu?"

"Hii ni kauli yangu kutoka moyoni. Niamini."

"Vipi nitakuamini kirahisi namna hiyo? Kwanza makabila yetu tofauti. Wewe Mwarabu mimi Mswahili."

"Nini kabila? Jicho la kupenda halitazami uzuri. Mapenzi majani popote huota! Hata Mungu mwenyewe anasema, '*Nimewaumbeni kutokana na mwanaume na mwanamke na nikawafanyeni makundi na makabila tafauti ili mtambuane, na mbora mbele ya Mwenyezi Mungu ni yule anayemcha Mungu'* na wewe pia unaonekana ni mcha Mungu kutokana na kivazi chako. Ukizingatia kwa wakati huu si rahisi kumkuta mwanamke mwenye umri kama wako kuvaa mavazi kama yako. Basi kwa nini utofauti wa makabila yetu iwe ndio kikwazo cha sisi kuungana ikiwa muumbaji mwenyewe hakututofautisha. Sote katuweka sawa mbele yake, na sisi tuna imani moja?"

"Duh, utasema imamu wa msikiti! Hapa kazi ipo. Ama kweli mchafuzi wa dini ni yule anayeitambua dini. Mungu atakwenda kumhukumu vipi kijana huyu toba ya raBibi Anafanya kitu kwa makusudi wakati kila kitu anakijua. Kisha mbaya zaidi anaitumia dini katika ufuska wake. Ee! Mungu tuhifadhi sisi na vizazi vyetu." Sada kabaki anajiwazia moyoni hata kasahau kama kuna mtu analisubiri jawabu kutoka kwake.

"Mbona kimya?" Hafidh alimzindua baada ya kuona kimya kirefu.

"Sikiliza, mimi si mtu wa kudanganywa. Kama unanitaka kweli basi njoo kwetu. Sitaki kusikia maneno mengi kwa sababu wengi wanazungumza hujui umsikilize yupi, kwa hiyo bora wengine watende. Maana shoka lisilo mpini halichanji kuni."

"Nitakuja, usijali, nifahamishe tu nije wapi."

"Twende hata leo nitakuonesha kwetu, sina safari nyengine kwa sasa." Sada hakuipoteza nafasi hii. Hii ndiyo sababu iliyompeleka dukani hapo. Alikuwa anataka kumpeleka Hafidh nyumbani kwao ili akaonane na Zahra.

Zahra hakutaka kwenda mwenyewe dukani kwa Hafidh kwa sababu kuu mbili. Moja, asingeweza kuzungumza na shemegi yake dukani hapo. Kisha alifikiria kuwa mazungumzo yenyewe yalihitaji faragha zaidi. Pili, alihofia kukutana na baba yake njiani, ukizingatia katoka bila ya ruhusa ya baba yake, na hata angelivaa gunia basi baba yake asingelishindwa kumtambua. Hivyo aliona njia pekee ni kumtumia mtu mwengine ili aweze kumleta Hafidh sehemu iliyokuwa faragha. Na kwa vile aliyajua maradhi yake basi hakupata tabu katika mipango yake. Na siku hiyo ilikuwa bahati yake kwelikweli kwani alipofika kwa Sada hakumwona mtu mwengine isipokuwa Sada. Watu wote walikwenda mazikoni shamba na walitegemewa kukawia kurudi. Hivyo hakuwa na kazi tena ya kutafuta sehemu ya kufanyia mkutano wao.

"Karibu, hapa ndio nyumbani." Sada alimkaribisha Hafidh baada ya kufika kwao.

"Ahsante, nimepafahamu. Tutakuja tu." Hafidh aliitikia kwa taratibu utasema mtakatifu kweli.

"Karibu upite ndani."

"Hata! Sio leo, siku nyengine inshallah." Hafidh alikataa haraka haraka, aliogopa asije akakutana na wazazi wake wakati yeye hakuwa na nia ya kumwoa kweli. Alikubali kwenda kwao ili kuteka imani yake kuwa anayoyasema ni kweli.

"Usiogope hakuna mtu. Yupo shoga yangu tu."

"Alaaa. Wazazi wapo wapi?"

"Wamekwenda mazikoni, shamba. Usihofu watakawia kurudi."

Hafidh alikubali kuingia baada ya kuambiwa kuwa wazazi hawakuwepo, lakini pia alikuwa anataka kumwona huyo shoga. Alijipa moyo kuwa baada ya Sada itakuwa zamu yake. Hafidh hakutaka kumbakisha mtu. Kila binaadamu aliyeitwa mwanamke alitaka awe naye. Hakujali kitu chochote, si kabila, si umri, wala si dini, ilimradi ameshakuwa mwanamke, basi twende. Lakini ajabu ya Mungu, kwenye nyumba yake ndani ya chumba chake kuna fakhari ya mwanamke mwenye kila sifa ya kuitwa mke wa mtu ,ambaye ni mzuri wa sura na mzuri wa tabia, lakini hata habari naye hana. Ama kweli wewe unaposema wa nini, mwenzio husema nitampata lini. Kuna baadhi ya wanaume walimwonea gere Hafidh kumpata Layla. Walitamani bahati ile ingeangukia kwao. Walihisi labda Mungu kampendelea, kwa sababu katika maisha ya Hafidh hakuna kilichokosekana, kila kitu kabarikiwa, mashallah. Lakini usilolijua sawa na usiku wa kiza. Hafidh hakuiona thamani ya Layla na alimwona kama mdudu, hata aliona kinyaa kumgusa. Tangu alipomwoa anamlaza sakafuni, hata hana habari naye.

Baada ya kuingia ndani, Hafidh alishtuka kumwona Zahra. Alitaka kurudi nyuma lakini alizuiwa na sauti ya Sada. "Karibu upite, huyu ndiye shoga yangu, anaitwa Zahra." Hafidh aliganda palepale mlangoni. Hakujua nini cha kufanya ima ajikaushe aingie ndani au akubali kushindwa atoke nje. Alibaki kaduwaa.

"Karibu ukae, mimi nipo ndani mara moja. Nabadili kisha nitakuungeni," Sada alitoa udhuru ili awapishe Hafidh na Zahra wapate nafasi ya kuzungumza. Baada ya Sada kuingia ndani tu, Hafidh alitaka kutoka. Limemshinda.

"Unakwenda wapi?" Zahra alimwuliza kwa kejeli.

"Nilipotoka!" naye Hafidh alimjibu kwa dharau.

"Mmh! Tumboni kwa mama yako! Utaweza? Lakini si kosa lako. Lazima utafikiria hivyo maana huna pa kuuweka uso wako, bora urudi ulipotoka!" Zahra alizidisha dharau.

"Zahra! Sijisiki kuzungumza na wewe. Niache niondoke."

"Mimi siye niliyekwita vipi uniombe ruhusa ya kuondoka? Kazi iliyokuleta bado hujaikamilisha!"

"Kazi?....kazi gani?"

"Unaniuliza mimi? Huku umekuja kufanya nini.... ndani ya nyumba ya mwanamke, tena mjane? Na kwa wakati huu unatakiwa uwepo dukani kwako, ndivyo ulivyoaga kwenu."

"Sikiliza Zahra"

"Useme nini wewe usikilizwe? Usikilizwe kama nani?"

"Zahra, kuwa na heshima mimi shemegi yako!"

"Basi hilo ndio linalonitia kinyaa, kuwa wewe ndiye mume wa dada yangu. Nahisi kutapika kabisa! Mwanaume gani wewe wa kuitwa mume?"

"Zahra! Chunga kauli zako ama utakuja kujuta kwa unachokisema!"

"Hafidh. Kwa nini unafanya hivi lakini? Unakosa nini ndani hata unakuja kukitafuta nje?"

"Maisha yangu hayakuhusu! Angalia ya kwako."

"Kweli maisha yako hayanihusu, lakini siwezi kumwona dada yangu anateseka. Hata kama yumo kwenye maisha yako lakini bado atabaki kuwa dada yangu. Uhusiano wetu sisi ni wa damu na nyama hauwezi kuvunjika hata iweje!"

"Anhaa, sasa nimekupata. Kumbe huyo mpuuzi mwenzio kaja kukushtakia, sio?"

"Mkeo unamwita mpuuzi? Hii ya leo mpya! Ha! Mimi hakunishtakia chochote. Yote unayoyafanya yanajulikana."

"Kama hakukushtakia wewe ulijuaje kama anataabika?"

"Dunia haina siri, yote unayoyafanya hata mtoto mdogo anayajua. Haina haja mtu kuyatafuta, yanakujia wenyewe kwa mzo!"

"Hii ndiyo tabu yenu wanawake, kazi yenu nyinyi kuzua tu. Hamwezi kumwacha mtu kuendelea kubaki na heshima yake."

"Heshima yenyewe ndio hii? Na uzuliwe kwa lipi? Na haya niliyoyaona leo pia ni uzushi? Ama mzowea punda, farasi hapandi! Unamwacha mke mzuri ndani ya nyumba unakuja kuhangaika na wajane mitaani. Upewe nini tena?"

Hafidh alitahayari hakuwa na la kujibu tena. Alibaki kumtazama huku mapumzi yakimtoka kama ng'ombe mkali, kisha huyo katoka bila hata kuaga. Zahra alikusudia kumtia aibu Hafidh, ajue sasa kuwa ukweni ameshatambulika ili aache aliyonayo. Hii ndiyo aliyoiona njia ya kuinusuru ndoa ya dada yake. Alijua kuwa kutokana na tabia za Hafidh basi asingeliweza kukaa kumsemesha kwa lugha za taratibu, asingemfahamu. Hivyo aliona bora kutumia njia hii itakuwa ni rahisi kwake kufahamu.

Hafidh baada ya kutoka kwa Sada hakurejea tena dukani. Alifululiza moja kwa moja mpaka nyumbani kwake. Kufika aliufungua mlango kwa ghadhabu akaubamiza na ukuta ukatoa mshindo mkubwa, hata ikamfanya Bibi Maimuna aache shughuli zake jikoni akimbilie ukumbini ashuhudie kilichotokea. Kama walioambizana, naye Bwana Haroub alitoka mbio chumbani kwake akaja ukumbini kushuhudia kilichotokea. Bibi na Bwana walibaki kimya baada ya kumwona Hafidh kasimama mlangoni, mabega kayapandisha juu utasema mgonjwa wa pumu. Macho yamemtoka, akipumua pumzi nzito. Bila salamu wala kalamu aliingia ndani kwa fujo akaongoza moja kwa moja mpaka juu. Aliwapita wazazi wake kama hawaoni.

"Laylaaaa! Aliita kwa sauti yake ya mwisho. Laylaaaaaa!"

181

Layla baada ya kuisikia sauti ile aliganda badala ya kuitikia. Hofu imemjaa kabaki kazubaa tu. Bwana Haroub na mkewe wamebaki pale pale kama wamegandishwa, kila mmoja kapigwa na bumbuwazi. Akili ya Bibi Maimuna ilirejea, akakurupuka akataka kwenda juu kuwasikiliza. Bwana Haroub hakumruhusu. Aliuwahi mkono wake akamzuia.

"Waachilie wenyewe, hayo ni mambo yao baina yao mume na mke. Wewe unataka kuingilia nini? Huachi ushawishi?" Bwana Haroub alimkaripia mkewe.

"Lakini mtazame Hafidh alivyo leo asije akamdhuru mtoto wa watu. Maana sasa ameshamgeuza ngoma, kila siku anampiga. Na sisi siku zote tunanyamaza kimya tu," Bibi Maimuna alilalama.

"Ninakwambia waachie mambo yao. Wewe inakuhusu nini kuingillia maisha ya watu?"

"Haya si maisha ya watu, watu hawaishi hivi. Huu ni unyama. Yule ni mtoto wa watu pia, ana wazazi wake. Hatukumwokota, tumemtoa kwa wazazi wake, mbona mnamfanyia karaha?"

Hafidh alifululiza moja kwa moja mpaka chumbani kwake na alimkuta Layla kajibanza ukutani macho yamemtoka, anatetemeka kwa woga. Hofu ilimjaa Layla baada ya kuisikia sauti ya mumewe. Sauti ilijieleza wazi kuwa hapakuwa na kheri kwa jinsi livyokuwa kubwa na inavyotetema kwa hasira. Na pia haukuwa muda wake wa kurudi nyumbani wakati huo. Alijaribu kuvuta kumbukumbu kuwa leo amefanya nini hata mumewe arudi kwenye hali ile, lakini hakupata jawabu. Alipigwa na butwaa hata asiweze kuitika. Kajibanza ukutani kama mjusi akisubiri hilo dharuba alokuja nalo mumewe.

"Wewe kikaragosi, mimi ninakwita hata usiitikie maana yake nini? Mimi mpuuzi sio?"

"Si hivyo…."

"Nyamaza kenge we! Mwanamke gani wewe usiyekuwa na malezi. Ama hivi ndivyo ulivyofundishwa kwenu?"

"Mbona sikuf…."

"Nimekwambia nyamaza! Ulipotakiwa ujibu ulinyamaza kimya. Sasa nakwambia nyamaza ndio unazungumza. Una malezi gani wewe? Mwanamke gani wewe wa kuitwa mke wa mtu? Hujui hata kuficha siri za ndani. Umesikia wapi mke akatoa siri za mumewe nje?"

"Siri? Mbona sijafahamu?"

"Anhaa, sasa unajifanya hujui kitu, enhe? Umekwenda kusema nini kwenu kuhusu mimi? Basi sikiliza nikwambie, hayo uliyokwenda kushtaki haikuwa dawa. Nitaendelea kufanya nipendavyo na wala hamtoweza kufanya chochote, na wewe utaendelea kukaa humu ndani kama unavyokaa, hakitabadilika kitu. Unafikiri mimi ninafurahi ninapokukuta humu ndani? Nakuona kama kinyago tu. Mimi tokea mwanzo nilikuwa sikutaki na nitaendelea hivyo hivyo, sijakiona cha muhimu kwako. Humu ndani unaishi kwa nguvu za mzee tu, ingelikuwa si hivyo ningelishakutimua zamani. Unafkiri nakuhitaji mimi? Kwa kipi?"

Layla kapigwa butwaa, hakujua yote haya yametokea wapi. "Hizo salamu ulizompa Zahra zimenifika, nawe nakupa salamu zake. Mwambie azichunge njia zake anazozipita ama ipo siku atakuja kukanyaga mwiba. Asijifanye anajua sana kuzungumza. Mimi ninajua namna ya kumnyamazisha mwanamke."

"Hafidh, unajua kuwa sikufahamu, salamu zipi nilizompa Zahra. Mimi sikuzungumza naye karibuni"

"Ooooh! Siku zote nilikuwa ninajua mwanamke wewe huna wema lakini sikujua kama ni mnafik kiasi hiki. Zahra alijuaje yote yale kama wewe hukumwambia kitu, enh? Usinifanye mpuuzi mimi. Hili ni jambo la ndani ya familia, basi. Nani atatoka akamwambie Zahra kama si wewe kenge, enh?"

"Nimemwambia nini, mbona unanicha...."

"Nyamazaaaaaaaa!" Hafidh alimrushia mkono wa uso Layla ulikwenda sambamba na sauti yake. Mkono ulitua sawasawa kwenye shavu la Layla. Kwa vile Layla alikuwa dhaifu na wala hakuutegemea mkono ule, hakuweza kuupokea. Ulimwangusha chini. Bahati mbaya karibu yake kulikuwa kuna kiti, aliangukia magoti na kichwa chake kikagonga sawasawa juu ya mkono wa kiti. Mshindo ule ulimwangusha tena upande wa pili na kuberuka kifudifudi. Kabla ya kufika chini shingo yake ikapokelewa vyema na ncha ya meza. Na meza nayo haikutaka kumpokea, ikamrusha tena angani uso ukiwa mbele. Hatimaye ardhi ikampokea na alifikia kwa paji lake la uso. Baada ya paji lake kufika kwenye ardhi, kichwa kikatoa mshindo mkubwa. Akatulia pale pale chini, kimya. Hakutoa sauti hata moja tokea alipolipokea kofi kwenye uso wake mpaka akafika chini. Hafidh hata hakutaka kumwangalia kaumia wapi. Alimruka akatoka chumbani kwa hali ile ile aliyoingia nayo na kumwacha Layla kalala kifudifudi sakafuni.

Bwana Haroub na mkewe walisitisha malumbano yao baada ya kusikia mshindo mkubwa kutoka juu. Wote kwa pamoja walikurupuka mbio kufwata sauti ya mshindo ilipotokea. Kwa vile Bwana Haroub alikuwa mgonjwa wa miguu hakuwa na mbio kubwa, Bibi Maimuna alimtangulia. Alipofika ngazini alipishana na Hafidh kama miguu ya baskeli, yeye anapanda Hafidh anashuka. Hakuna aliyemsemesha mwenziwe, kila mmoja alionekana kuwa ana haraka na anapokwenda. Bibi Maimuna alipofika chumbani mwa Hafidh alimkuta Layla amelala sakafuni, kimya hafurukuti. Alimsogelea mbio akajaribu kumwita huku akimtingisha, lakini hakuitika. Bibi Maimuna alianza kupiga mayowe ambayo yalizidi kumshtusha Bwana Haroub "Kuna nini?" Alijiuliza mwenyewe ,hakuna wa kumjibu. Ili apate jawabu aliona akaze mwendo akayashuhudie mwenyewe.

"Kuna nini?" Bwana Haroub alivamia ndani na swali.

"Sijui kamfanya nini huyu mtoto, Layla hataharuki," Bibi Maimuna alijibu kwa vilio.

"Sasa ndio upige mayowe, una wazimu? Unataka kutujazia watu bure hapa. Itakuwa kaanguka tu huyo, akapoteza fahamu."

"Nina Hakika Hafidh kamfanya kitu si bure."

"He! Na wewe kila kitu basi umshtumu Hafidh tu?"

"Ndiyo, kwa sababu ndiye aliyekuwemo humu kabla ya kutokea mshindo. Kisha baada ya hapo kaondoka kamwacha hivi hivi, wala asimsaidie hata kuinuka…."

"Hebu acha ujinga wako. Nisaidie kumuinua tumpeleke hospitali isije ikaja kuwa balaa mtoto wa watu."

"Sasa ndio unatambua hilo?"

"Hebu inuka huko. Usiniletee ujinga sasa hivi si wakati wa kulaumiana. Tumwahishe hospitali."

"Alhamdulilahi leo Mungu kakupa imani si haba." Bibi Maimuna aliinuka kumsaidia mumewe kumwinua Layla, lakini hakumweza Layla hakuwa mwepesi kiasi hicho.

"Basi nyinyi wanawake kazi yenu maneno mengi tu, basi, hakuna hata moja mnaloliweza. Kwa maneno tu hakuna anayekuwezeni," Bwana Haroub alibwata baada ya kuona kuwa mzigo unamwelemea yeye wote. Naye hakuwa na nguvu hizo tena za kumbeba mtu. Ameshakuwa mtu mzima. Wamebaki wakimburuta tu. Walipofika ngazini walibaki wanatazamana . Hawakujua vipi wangeweza kumshusha ngazi, sasa waliiona raha ya ghorofa. Kila mmoja alishika kiuno wanaziangalia ngazi huku wakitafakari vipi wataweza kumshusha.

"Bwana wewe, mimi ninaona tusizidi kumwumiza. Ukweli wenyewe hatumwezi. Tutakuja kumwumiza yeye tujiumize na sisi. Bora tumwite daktari hapa nyumbani." Bwana Haroub bila ya kujibu chochote, alitoa simu yake mfukoni akampigia simu daktari.

"Anakuja. Halafu wewe kumbe wakati mwengine unakuwa una akili," Bwana Haroub na dharau zake kama kawaida. Bibi Maimuna hakumjibu kitu, akili yake yote ipo kwa Layla.

Baada ya muda kidogo daktari aliwasili. Wakati huo Bibi Maimuna na mumewe tayari washamburuta tena Layla hadi chumbani kwake. Wakamlaza juu ya kitanda baada ya juhudi kubwa kufanyika hata wakaweza kumwinua. Layla ndio ikawa mara yake ya mwanzo kukilalia kitanda hiki tokea alipoolewa miezi sita iliyopita. Daktari alianza vipimo vyake, Bibi Maimuna moyo ulimwenda mbio kama farasi wa vitani. Daktari baada ya kuridhika na uchunguzi wake aliuinua uso wake kuwatazama wazazi wale. Alimwona Bi Mimuna alivyobabaika. Aliinuka akamvuta mkono Bwana Haroub.

"Njoo tuzungumze." Bibi Maimuna alizidi kubabaika, akimtazama daktari kwa macho ya udadisi. "Wewe baki na mgonjwa, sisi tupo hapo nje kidogo." daktari alimtuliza Bibi Maimuna. Sasa naye

Bwana Haroub khofu ilimshika. Kuna nini tena kinachotaka kuzungumzwa nje?

Baada ya kutoka nje daktari alimshika bega Bwana Haroub, "Pole sana mzee, kijana hayupo tena. Ameshaondoka zamani" alimweleza kwa sauti ya upole.

"Eti unasema nini? Una wazimu wewe?" Bwana Haroub alimrukia kwa hasira. Hakulitegemea lile. Alimvamia daktari akamshika ukosi wake wa shati.

"*Control yourself,* mzee. Hiyo ndiyo habari, Layla ameshafariki. Amefariki tokea alipopiga shingo yake kwenye kitu chenye ncha."

"Niondokee na upuuzi wako hapa…. Bwana Haroub alikatisha kauli yake baada ya kumwona mkewe amesimama mbele yake akisikiliza kilichokuwa kinazungumzwa.

"Haroub sasa hasira zako hazisaidii kitu. Wakati ulipotakiwa kuwa mkali ulikuwa baridi. Daktari amekuja kufanya kazi yake tu na sasa ameshaimaliza. Mpe ruhusa aende zake." Bibi Maimuna alizungumza kwa uchungu huku machozi yakitiririka machoni mwake. Akarudi tena chumbani, akauangalia mwili wa Layla jinsi ulivyolala pale kitandani. Utasema sasa hivi atainuka. Bibi Maimuna alilia kwa uchungu huku akimpapasa paji lake.

"Nisamehe mwanangu, sikuweza kukusaidia chochote katika matatizo yako mpaka leo imefika siku hii. Najua kuwa kuomba radhi sasa hakusaidii kitu, maana haitorejesha tena uhai wako lakini siwezi kukuacha ukiondoka bila ya kuomba msamaha. Nilitegemea siku moja wewe na wenzio mtakuja kuistiri maiti yangu, lakini leo naiona maiti yako mbele ya macho yangu. Lakini imekuwa bora kwako mauti kushinda uhai uliokuwa nao, nenda kapumzike mwanangu. Mwenyezi Mungu akupokee kwa rehma akakulaze pema peponi." Akamfunika shuka gubiguBibi

Bwana Haroub alibaki ukumbini hakuwa na hata la kufanya. Alikuwa kajiinamia huku kashika tama. Bibi Maimuna Mungu kampa nguvu, alibaki ndani akiishughulikia maiti ya Layla, mpaka alipomaliza taratibu zote. Sasa ilisubiri kukoshwa ndipo alipomtafuta mumewe. Alimwona alivyojiinamia na akamtizama kwa uchungu alitamani amvamie ammeze.

"Kukaa hivyo kama umeonewa ndio maana yake nini?" Bwana Haroub aliinua uso kumtazama, lakini asimjibu kitu kisha karudi kama vile alivyokuwa mwanzo. "Wewe ndiye ulisababisha kifo cha huyu kijana. Kama ungeliniruhusu kwenda chumbani kwao wakati ule, Hafidh asingelimwua Layla!"

"We mwanamke nyamaza! Nani kamwua Layla? Wewe ulikuwepo Layla alipokufa? Layla kafa kwa ahadi yake, hakuuliwa. Tena ishia hapo hapo mwanangu mimi si mwuaji!"

"Ukitaka usitake ukweli siku zote utabaki kuwa hivyo. Nina uhakika kuwa Hafidh ndiye aliyemwua Layla. Wakati kinatokea kishindo kile Hafidh alikuwepo chumbani. Wakati mimi ninapanda juu nilikutana naye ngazini, anashuka."

"Wewe mama wa aina gani unayeshadidia kuwa mwanao mwuaji?"

"Unafikiri mimi ninapenda? Nimezidiwa! Ninajuta juto la firauni kumzaa mtoto huyu. Layla naye pia mtoto wa watu, kweli huu umri wa kufa? Wewe kizee usiyekwisha kuumwa, kila kukicha una jipya, hujafa. Leo mtoto mbichi kama Layla anakufa hata moyo wako haukusuti. Bado ndio kwanza unamtetea mwanao? Mungu akushinde, mzazi wa aina gani wewe? Basi kosa gani alilokufanyia mtoto huyu hata haya ndio yawe malipo yake?"

"Nitakuzabua mkono, na wewe umfwate Layla alipokwenda. Maana naona umeshakuwa unasema sana. Layla kaanguka mwenyewe, na ibaki kuwa hivyo. Na ukijidai kuwa kimbelembele, litakalokuja kukufika utayaomba mauti na yasikufike. Sasa mimi ninakwenda kutoa taarifa kwao. Nataka ulifunge domo lako, umesikia?"

"Ipo siku litakufika la kukufika wewe, Mwenyezi Mungu hatokuacha hivi hivi!"

"Dua la kuku halimpati mwewe!" Bwana Haroub alianza kuondoka.

"Subiri kwanza! Kabla ya kuwaita wazazi wake, mwanao yupo wapi?"

"Sijui! Simu yake kaizima."

"Mmh! Hata bado!"

"Maimuna!"

Haya ndiyo maisha yao ya kila siku, Bwana Haroub na Bibi Maimuna. Kila siku kwao ni ugomvi tu. Hakuna siku ikapita bila ya wao kuzozana. Siku zote rai zao zinakuwa tofauti, mwisho Bibi Maimuna hukubali kushindwa lakini lake la moyoni keshalitoa. Alipinga vikali Hafidh kuoa lakini Bwana Haroub alimzidi nguvu. Sasa ndio hayo matokeo ya ukaidi wa Bwana Haroub. Lakini, hata hivyo, hajuti kwa yaliyotokea.

## 20

Tokea alipoondoka Zahra, Bibi Khadija alikosa amani ndani ya moyo wake. Hakujua kwa nini moyo wake haukutulia. Kila muda ulivyozidi kusogea mbele yeye ndio wasiwasi unazidi. Kila alichokifanya hakiwi, akili yake haipo. Alihisi Zahra anachelewa kurudi. Alitaka kujua kilichoendelea. Hata baada Zahra kurudi na kumueleza mama yake kila kitu, lakini Bibi Khadija ndio wasiwasi ulizidi hata hakuweza tena kuzizuia hisia zake.

"Leo mbona moyo wangu unakwenda mbio sana? Nahisi kuna kitu kibaya."

"Hebu na wewe usianze mambo yako, kitu gani hicho kibaya? Sasa tumetulia, hakuna chochote," Bwana Ahmed alimvunja Bibi Khadija.

"Hakuna chochote? Mimi ni mama, hisia hii lazima ni ishara ya kitu, si bure. Sijui Said yupo salama huko alipo?" Bibi Khadija alionesha wasiwasi wake.

"Hata likimfika balaa ni lake mwenyewe. Ameyatafuta mwenyewe, stahili yamkute. Na sitaki kulisikia jina lake likitajwa tena!"

"Ahmed!" Bibi Khadija alimwita Bwana Ahmed kwa mshangao.

Mara ilisikika sauti ya kengele ya mlangoni ikilia. Bwana Ahmed aliinuka kumtazama nani aliyegonga mlango. Baada ya kufungua mlango alikutana na uso wenye unyonge, macho yamemwiva. Mwili wote umerowa jasho akivuta pumzi mbili mbili utasema huko alikotoka alikuwa anafukuzwa na mbwa kichaa.

"Haroub, mbona hivyo? Salama lakini?" Bwana Ahmed aliuliza baada ya kuona mgeni wake kazubaa mlangoni. Bw Haruob aliyakwepesha macho yake, hakuweza kumtazama mzazi mwenziwe usoni.

"Hebu pita ndani kwanza, kisha unieleze lililopo," Bwana Ahmed wasiwasi ulimshika. Bwana Haroub, bila ya kujibu chochote, alimvuta mkono Bwana Ahmed na kumtoa nje.

"Sikiliza mzazi mwenzangu, habari iliyokuwepo hapa si nzuri. Jikaze, ndugu yangu, wewe mwanaume, Ninajua kuwa una kifua, lakini nakuomba ustahamili kwa nitakayokwambia."

"Haroub kwa hisani yako usinichezee roho yangu, nambie kumetokea kitu gani. Usinizungushe."

"Layla ametutoka."

"Eti? Layla huyu wangu?"

"Ndiyo, Layla huyu wetu!"

"Ee Mungu wangu! Mbona hamkutwambia kuwa kama anaumwa?"

"Hakuumwa, ni ajali tu, aliteleza chumbani kwake akaumia shingo ikawa ndio safari," Bwana Haroub alidanganya.

"Ooooh, jamani Laylaaaaa! Innalilahi wa inna ilayhi rajiuun." Bwana Ahmed alizunguka huku akishika kichwa. Mara aliusikia mshindo mkubwa. Alipoingia ndani alimkuta Bibi Khadija kalala mlangoni amepoteza fahamu.

"Balaa gani tena hili toba ya rabi?" Bwana Ahmed alilalama. Bibi Khadija baada ya kuiona hali aliyokuja nayo Bwana Haroub, ilimzidisha wasiwasi alihisi kama kuna kitu. Alipomwona anamvuta Bwana Ahmed nje na yeye akawafuata kwa wizi. Alizisikia habari zote zilizokuwa zinazungumzwa nje kabla ya hali yake kubadilika na kudondoka chini. Sasa, baada ya kuzungumzwa habari za mazishi, Bibi Khadija, walimwahisha hospitali wakichelea wasije kutoa majeneza mawili kwa wakati mmoja.

Baada ya kupata matibabu, Bibi Khadija fahamu zilimrudia. Lakini ulikuwa ni upande mmoja tu wa kushoto, wa kulia haukufanya kazi. Alilala pale kitandani kimya na alionekana kama kapungukiwa, hakutokwa na chozi hata moja. Macho makavu akiwa anaangaza huku na kule akiwaangalia waliokuwepo pale karibu yake. Alimwona Zahra hajifai kwa vilio. Alijaribu kumsemesha kitu lakini mdomo ulikuwa mzito hakuuweza!

Baada ya kuiona hali ya mkewe, Bwana Ahmed alionekana kuzubaa tu, alihisi kuchanganyikiwa. Huku kifo cha mwanawe, kule hali ya mkewe. Aliiona hii ndio siku yake. Sasa anamkumbuka

Said, maana hakujua hata ashike wapi. Abaki hospitali na mkewe ama akashughulikie mazishi ya mwanawe. Kotekote alihitajika. Hakuweza kumuacha mkewe kwenye hali kama ile, ukiachilia mbali yale maradhi thakili yaliyompiga Bibi Khadija pia alionekana kama amechanganyikiwa kwa ile habari ya msiba. Zahra mwenyewe alikuwa hajiwezi sikwambii tena amwangalie mtu mwengine.

Mlango uligongwa na bila hata kusubiri ruhusa ulifunguliwa taratibu. Bwana Ahmed aligeuka nyuma kumtazama anayeingia. Roho yake ilipata amani baada ya kumwona Ahmed anaingia. Sasa aliamini kweli wakati mwengine Mungu huipokea dua hata kabla hukuiomba kwa sababu yeye anayajua yaliyokuwemo ndani ya nafsi zetu. Alimwona Ahmed kama malaika aliyetumwa makhsus kwa ajili ya kuwapa msaada kutokana na hali walionayo kwa sasa. Kweli Mungu akikupa kilema hukupa na mwendo wake. Alikaribishwa vizuri naye akakaribia. Akatafuta sehemu akakaa. Baada ya kukaa, ghafla akili ilimruka hata akasahau kilichomleta, baada ya kumwona msichana mrembo aliyejibanza pembeni huku akilia kwa uchungu. Hakuwahi kuiona sura hii kabla lakini haikuwa gumu kwake kumtambua. Bwana Ahmed ana watoto wawili wa kike, mmoja ameshatangulia mbele ya haki ambaye ni Layla. Kwa vyovyote itakavyokuwa huyu atakuwa ndiye Zahra.

"Kama Zahra mwenyewe ndio huyu basi mzazi wake ana haki ya kumficha, ama kwa vyenginevyo idadi ya vichaa itazidi! Dah! Hapa yupo kwenye uchungu, hali hii. Jee, hapo atakapokuwa yupo kwenye furaha? Kumbe ndani ya majumba munaficha mengi!" Ahmed alijiwazia moyoni.

"Ahmed! "Bwana Ahmed alimshitua baada ya kumwona kazubaa tokea alipofika.

"Naam, mzee wangu."

"Nahitaji msaada wako."

"Chochote unachohitaji, nipo chini yako."

"Unaiona hii hali ilivyokuwa, sijui hata nijigawe vipi. Akili inanizunguka."

"Baba usijali mimi nipo, ulinipokea vizuri wakati nilipokuwa nahitaji, mpaka sasa nimefika hapa. Hata nifanye nini siwezi kuilipa ihsani uliyonitendea. Nakuahidi nitakuwa nawe bega kwa bega katika jambo hili na lolote lile. Wewe pamoja na familia yako. Usikae ukajiumiza, hii ni mitihani tu inakuja kisha inaondoka. Mwamini Mungu tu kila kitu kitakuwa sawa. Yeye ndiye mwenye kutoa mitihani na ndiye anayeitatua, sisi tunapimwa imani zetu tu. Inshallah tufuzu." Ahmed alijaribu kumliwaza mzee wake. Bwana Ahmed alikaa kimya akimtazama usoni kwa kitambo.

"Natamani ungelikuwa mwanangu wa kukuzaa. Wazazi wako wamekuwa na bahati kubwa kupata kijana kama wewe. Mungu akuhifadhi usije ukabadilika." Bwana Ahmed alimkumbatia Ahmed huku machozi yakimbubujika. Bibi Khadija kabaki akiwatazama tu. Baada ya muda kidogo Bwana Ahmed alijiondoa kwenye kifua cha Ahmed akafuta machozi, "Sasa wewe nenda nyumbani ukasikilize habari za mazishi, mchukue na Salah. Masikini Salah, kapata pigo kwelikweli Layla alikuwa kama mama yake, Mungu ampe subra. Basi wewe tangulia, mimi nitakufwata baadaye kwanza namsikiliza daktari atasema nini."

"Usiwe na wasiwasi kila kitu kitakwenda sawa inshallah." Ahmed alimpa moyo.

"Ahsante, Mungu akubariki."

Ahmed aliinuka akijitayarisha kuondoka ili akatekeleze alichoambiwa lakini macho yake yote yaliganda kwa Zahra. Bwana Ahmed hakumwona, uso wake aliuinamisha chini akionekana mwenye masikitiko makubwa. Lakini Bibi Khadija alimuona vizuri, maana tokea alipofika alikuwa anamtazama yeye tu. Alimwona tokea mwanzo alivyozubaa wakati alipoingia. Zahra hakuwa na hamu ya kumtazama mtu usoni. Alikuwa analia moto mmoja. Jicho moja la Layla la pili la mama yake.

Baada ya kufika nyumbani kwa Bwana Ahmed, Ahmed hakuona kitu chochote kilichotayarishwa. Nyumba ilikuwa kama ilivyokuwa. Alistaajabu, "Haya maziko yapo wapi?" alijiuliza mwenyewe. Kugeuza uso pembeni alimwona Salah amejiinamia kimya huku ameshika tama. Akavuta hatua taratibu, akamfuata alipo akamsimamia mbele yake lakini Salah alionekana hayupo kabisa. Alimtazama kwa kitambo kisha naye akakaa karibu yake. Lakini pia Salah hakutaharaki. Alibaki vile vile kama alivyokuwa mwanzo.

"Salah! Mbona upo hapa peke yako, watu wengine wapo wapi?" Ahmed alimwuliza taratibu kama vile anambembeleza. Lakini hakupata jibu, Salah alibaki vile vile.

"Salah!" alijaribu kumwita tena. Kimya kiliendelea. Alipojaribu kumtingisha, Salah aliangukia upande wa pili. Ahmed alishtuka, "Nini tena hiki?" akainuka haraka akawa anamwita huku akimpiga makofi madogo madogo mashavuni mwake. Alipomwona hainuki akajaribu kumrushia maji usoni, Salah alishtuka akawa anaangazaangaza.

"Wewe nani? unataka nini?" Salah alizuka na swali.

"Mimi Ahmed! Umenisahau?" Salah alinyamaza kimya huku kaukunja uso akimtazama usoni kama vile anamchunguza.

"Eh! Kazi ipo. Mungu ailaze roho ya Layla peponi. Msiba wake umewatia watu maradhi. Bahati yangu sikuwahi kumwona ama na mimi sasa ningelikuwa mgonjwa." Ahmed alijisemea moyoni. "Salah!" Alijaribu kumwita tena aone kama sasa yupo sawa.

"Mmh" Salah aliitikia.

"Maziko yapo wapi?" alimwuliza taratibu

"Maziko?" Salah alikurupuka kama vile mtu aliyeehukwa. Akawa anababaikababaika, uso wake kaukunja kama anatafakari kitu. "Maziko, maziko, maziko!....." Ahmed kazubaa akimwangalia Salah. Alionekana kama amechanganyikiwa.

"Ee Mungu, mhifadhi huyu mtoto na wazimu," Ahmed alijisemea moyoni.

"Laylaaaaaaaaaaa!" Ahmed alishtushwa na yowe la Salah. Salah alipiga yowe na mara alikurupuka mabio hajulikani alipokwenda. Ahmed naye hakuzubaa, Alimfwata mbio akamzuwia. Lakini haikuwa kazi rahisi. Ahmed alielekea kushindwa nguvu na Salah. Ilikuwa ni pata shika nguo kuchanika. Kijasho chembamba kilimtoka Ahmed lakini naye hakukubali kushindwa.

"Salah, una nini wewe? Hebu tulia!"

"Layla! Layla Laylaaaaaa!" Salah alizidisha mayowe huku akijaribu kujivuta kwenye mikono ya Ahmed. Mwisho Ahmed alizidiwa nguvu kabisa. Alimwona anamponyoka hivi hivi asiweze kumzuia. Salah akajitupa chini akawa anagaragara kama chatu lililojeruhiwa. Ahmed sasa hakuona njia nyengine ila amwachie kwanza apunguze machungu yake. Alimwacha alie tosha yake kisha ndio watafahamiana. Salah aliendelea kulia kwa mayowe huku akigaragara, mwisho akachoka akawa analia kimya kimya. Ahmed alipoona kimya, aliinuka akamkalisha kitako taratibu kisha akamsogezea gilasi ya maji akamnywesha na mengine akammwagia kichwani. Sasa alitulia kidogo lakini aliendelea kutoa kwikwi. Ahmed alimwachia apumzike kidogo mpaka atakapotulia kabisa.

"Kuwa na subra ndugu yangu, usimwache ibilisi akikuchezea. Haya ndio maisha, kama umezaliwa basi lazima utakufa. Tumekuja bila hiari na tutaondoka bila hiari. Mshukuru Mungu, kila kitu kipo kwenye mikono yake YEYE, iwe kheri ama shari. Na ukijaribu kuuliza kwa nini imekuwa hivi utakuwa unamkufuru. Hii dunia na kila kilichomo ndani yake ni vyake YEYE, hivyo ana haki ya kufanya apendavyo." Ahmed alizungumza kwa sauti ya unyonge baada ya kumwona Salah ametulia. Salah aligeuka akamtazama kwa muda kidogo kisha akaugeuza uso wake akawa anaangalia mbele.

"Usemayo kweli lakini hakuna kitu kinachoumiza kama kuondokewa na mtu umpendaye. Ndio maana yake kuwa hatumwoni tena, hayupo tena karibu yetu, ameondoka amekwenda mbali na sisi na hatorudi tena. Tulikuwa pamoja tunacheka pamoja, tunasikitika pamoja. Leo ninalia peke yangu nani wa kunifuta machozi? Yupo wapi Layla? Mwanamke yule hakupenda kabisa kuona chozi langu likimwagika. Basi nani kama Layla? Layla alikuwa kama mama yangu. Nilijiona ni kijana mwenye bahati maana nilikuwa nina mama wawili. Sasa mmoja ameshaondoka. Kwa nini basi amekufa mapema kiasi hiki?" Salah alianza kulia tena

"Nyamaza, ndugu yangu, usisikitike sana mwisho utakufuru. Mwenyezi Mungu kampenda Layla ndio maana kamchukua mapema ili akampe starehe za milele zisizokoma. Duniani kuna nini? Dhiki, tabu, njaa, maradhi, uhasama, visasi, chuki, utapeli, usaliti, basi hakuna cha maana. Haya yote Mwenyezi Mungu anayajua ndio maana akamchukua Layla ili akapumzike na adhabu za dunia. Usisikitike sana ndugu yangu. Ipo siku moja tutakutana tena, yeye hatorudi tena duniani ila sisi tutakwenda akhera alipokwenda yeye. Na ili tukutane naye tena tumwombee dua za kheri ili zimsaidie huko aliko, dua ndio anazozihitaji kwa sasa na si vilio. Hii ndio njia ya kumwonesha kuwa tunampenda na kumjali na bado tunamkumbuka. Na sisi tuliokuwepo duniani bado tujitahidi kutenda yaliyo mema ili tukaingie peponi tukakutane na waja walio wema, na mmoja wao atakuwa Layla. Ndio enh? Ahmed alijaribu kumpa nguvu Salah.

"Sawa. Sasa hakuna nafasi tena ya kulia. Mwenyezi Mungu amrahamu. Yeye katangulia na sisi tupo nyuma yake," Salah alijifuta machozi kisha akainuka. Alionekana sasa amepata nguvu. Ahmed alifurahi kumwona hivyo.

"Sasa unakwenda wapi?!" Ahmed alishangazwa baada ya kumwona Salah anaondoka bila ya kuaga.

"Mazikoni!" Salah alijibu kwa mkato. Naye bila kuuliza kitu kingine alimfwata Salah.

Watu walishaanza kujaa ndani ya nyumba ya Bwana Haroub. Kila mtu alisikitishwa na msiba huu. Hakuna aliyetegemea kuwa Layla angefariki kwenye umri huu, tena amefariki ghafla hakuugua hata ukucha. Kawaacha wengi juu ya vitanda wakiugua kwa miaka sasa na wengine wazee hata ikafikia kuanikwa juani. Ni kijana mdogo mwenye nguvu zake bado anahitajika, lakini Mwenyezi Mungu pia alimhitaji kiumbe chake. Siku, saa, dakika, sekunde ile iliyoandikwa kuwa, ndio itakayokuwa marejeo kwa Mola wake imefika. Sasa imeshakuwa historia kuwa Layla alikuwepo. Taratibu za ukoshaji maiti zimekamilika, lakini maiti bado ilibaki ndani ikisubiri watu wake waje kumuona kwa mara ya mwisho kabla ya kwenda kwenye nyumba yake nyengine ya mapumziko akisubiri parapanda la pili. Safari ya Layla ya duniani imefika tamati. Kweli kizuri hakidumu.

Hatimaye familia ya Bwana Ahmed ilifika mazikoni. Wao ndio waliokuwa miongoni mwa watu wanaosubiriwa. Lakini si Salah wala Ahmed wote hawakuonekana. Baada ya kuona muda unakwenda bila ya kuonekana watu hawa, na Ahmed simu yake imezimwa, sasa wakaona hakuna haja tena ya kuichelewesha maiti kwa ajili ya watu hawa watatu, akiwemo mume wa marehemu. Waliingia chumba cha maiti wakamwombea dua na kumuaga wakimtakia safari njema huko anakokwenda.

Wakati walipokuwa wanakuja waliingilia mlango wa nyuma. Hawakutaka kuonekana na watu. Bibi Khadija hali yake haikuwa nzuri alisukumwa juu ya kiti cha magurudumu. Alikuja mazikoni kwa kujilazimisha tu. Alijua hii ndiyo siku ya mwisho ya kumwona Layla, hivyo hakutaka kuipoteza. Baada ya kutoka chumbani humo walielekea chumba kingine kilichotayarishwa maalumu kwa ajili ya Bibi Khadija, ambaye alihitaji kupumzika. Zahra alibaki na mama yake chumbani humo huku Bwana Ahmed akiwa na wanaume wenziwe ili kuendelea na taratibu za mazishi. Chumbani humo, kupitia dirishani, Zahra, kwa mbali alimwona Salah amekaa chini huku ameinamiwa na kijana wa kiume kama vile anamsemesha kitu, lakini hakumtambua nani. Zahra alikurupuka mbio.

"Mama ninakuja sasa hivi," alitoka chumbani kabla hakujibiwa kitu. Yeye alionekana ana haraka na Bibi Khadija mdomo wake ulikuwa mzito hakuweza kutamka neno kwa haraka. Zahra alitumia mlango ule alioingilia, akatoka nje kumfwata Salah. Alipofika karibu yao alijibanza pembeni akijaribu kuzivuta zile sura za yule kijana aliyekuwa pamoja na Salah, lakini hakuzikumbuka aliziona wapi. Alisahau kuwa yule ndiye kijana aliyekuja hospitali. Kwa moyo wa ujasiri aliwafuata mpaka karibu yao kabisa lakini wao hawakumwona.

"Kuna nini hapa?" Zahra aliwazindua baada kuwaona kuwa hawapo kabisa wameshughulika na yao.

"Zahraaa!" Salah aliinuka mbio baada ya kumwona dada yake. Alimkumbatia kwa nguvu huku akilia kwa kwikwi. Ahmed moyo ulimripuka baada ya kumwona Zahra mbele yake. Alibaki kaganda akimtazama Zahra.

"Ulikuwa wapi muda wote? Tulikuwa tunakutafuta sana. Ushakwenda kumuaga maiti?"

"Siwezi, Zahra! Siwezi!"

"Nimejaribu kumsihi sana lakini kakataa, Mungu mmoja!" Ahmed alirukia. Zahra alimtazama kwa macho ya udadisi kama vile anamwuliza wewe nani. Ahmed aliifahamu lugha ile akajitambulisha.

"Mimi Ahmed."

"Oh! Samahani sikukutambua."

"Ah bila ya samahani, tumeonana mara moja tu!"

"Tumeshawahi kuonana?"

"Ndio, tumeonana leo hospitali."

"Oh, kumbe ulikuwa wewe. Hata sikushughulika. Kabla sijasahau, baba anakutafuta muda mrefu. Bora ungekwenda kumsikiliza," Zahra alishauri huku akimbembeleza Salah ambaye muda wote huo alikuwa kwenye mikono ya Zahra. Ahmed hakupenda, alitaka abaki pale pamoja na Zahra, apate muda wa kuzungumza naye. Alijua baada ya leo asingepata muda tena hata wa kumwuliza hali, kwani Bwana Ahmed asingeiacha hali hii itokee. Siku zote alimuona Bwana Ahmed ni kiumbe aliyeumbwa kwa ajili ya kumwondoshea matatizo yake hapa duniani. Lakini sasa alimwona ni mtu aliyemzuilia furaha yake. Masikini, hakuwa na jinsi ilimbidi aitikie wito wa bosi wake kwa vile yeye ni mfanyakazi tu ndani ya familia hii. Aliondoka kwa unyonge.

"Salah, Jikaze wewe ni mwanaume."

"Zahra, unafikiri ni rahisi kiasi hicho?"

"Na kama ni vigumu kiasi hicho mbona mimi nimekwenda? Salah hii ni nafasi ya mwisho kumwaga Layla. Na kama ukiipoteza leo utajuta maisha yako yote. Nenda kamuage dada yako. Kumbuka vipi alikuwa anakupenda na hatofurahi kuona watu wote wamekwenda kumuaga isipokuwa yule aliyekuwa anampenda zaidi ya wote wakati wa uhai wake. Atafikiri kuwa mapenzi yake kwako yalikuwa dhaifu ndio maana leo hukuwa na hamu ya kumuona tena."

"Usiseme hivyo, Zahra! Mimi nafsi yangu haiwezi kwenda kumwona."

"Na hiyo nafsi yako siku moja itakuja kukusuta kuwa siku ya leo umeipoteza. Inuka Salah, nakwambia kweli ukiipoteza siku hii utakuja kujuta juto la Firauni," sasa Salah alionekana kumfahamu Zahra. Aliinuka taratibu akienda kumuaga dada yake.

*****************

Watu walianza kutawanyika baada ya maiti kupelekwa msikitini kwa ajili ya kusaliwa. Walibakia wanawake wachache tu wamekaa nje kwenye mabusati wakizungumza hili na lile. Habari zote zilikuwa zikizungumzwa hapo maana binaadamu wa siku hizi wamekuwa wana shughuli nyingi hata imekuwa watu hawaonani mpaka kwenye maziko na khitma. Basi hapo hujisahau hata kimewaleta kitu gani. Utawaona wanazungumza kwa vicheko na kugongana mikono utasema labda wapo harusini. Mara, kwa mbali, alionekana kijana anakuja huku akipepesuka, Alionekana kabisa kuwa amelewa kuliko kiasi.

"He! Huyu si Hafidh?" alisikika mwanamke mmoja wa makamo akiwauliza wenziwe kwa mshangao.

"Ndiye yule habadiliki," mwanamke aliyekaa karibu yake alimjibu.

"Mbona hali ile tena? Basi hata leo?"

"Ah! Wewe yatazame tu. Mungu amuhidi."

Hafidh alifululiza moja kwa moja mpaka walipokaa wanawake hata hakujali. Akayakanyaga mabusati kwa viatu vyake kama vile hayaoni.

"Kuna nini hapa mbona mmejazana hivi?" aliuliza kwa dharau huku akipepesuka.

"He! Makubwa! Ina maana hajui kuwa mkewe amefariki?" Bibi mmoja alimnong'oneza mwenziwe.

"Kuna msiba hapa," hatimaye alitokea mtu wa kumjibu.

"Msiba? Msiba wa nani?" aliendelea kupepesuka hata baadhi ya watu waliinuka wakihofia wasije wakaangukiwa.

"Layla amefariki."

"Layla? Dah! mimi nilifikiri mzee." Hafidh aliingia zake ndani huku akiendelea kukanyaga mabusati kwa viatu vyake. Alipofika mlangoni alisimama huku akizuia mlango ili asije akaanguka. Aliwageukia wale wanawake waliokaa pale nje. Wote walikuwa wanamtazama yeye kwa jinsi alivyokuwa anapepesuka kwa pombe aliyokunywa. Watu wengi walisikitika.

"Sasa nyinyi hapa mnasubiri kulipwa? Nendeni zenu, bwana, msitutilie ghasia hapa. Mmetoo.... kabla ya kumaliza alilokuwa anataka kusema alianguka chini. Wanawake wote waliinuka kwa makelele utasema wamevamiwa na simba. Wengine walikwenda kumwahi wakamtafutia sehemu wakamlaza vizuri. Bibi Maimuna aliposikia kelele za wanawake alishtuka. Alitoka mbio chumbani kwa Bibi Khadija pamoja na Zahra. Walipofika ukumbini walimkuta Hafidh kalala juu ya kochi. Bibi Maimuna alipomsogelea alirudi tena nyuma baada ya kupokelewa na harufu kali ya pombe. Alirudi chumbani mbio huku akilia kwa uchungu. Wakati huo hapakuwa na wanaume, wote walikuwa wapo msikitini. Sala ya maiti inasaliwa na takbira zilisikika waziwazi. Msikiti ulikuwa upo karibu kabisa na nyumba ya Bwana Haroub.

Zahra alibaki pale anamtazama Hafidh kwa uchungu mkubwa huku akimwapiza moyoni. Mara zilisikika sauti za wanaume zikinadi "Laa ilaha illa Allah" kisha wakiirejearejea kalma hii mara kwa mara. Zahra mwili wote ulimsisimka. Alijua sasa safari ya Layla imeanza. Alikurupuka mbio mpaka juu, akajibanza dirishani akiliangalia jeneza lililobeba mwili wa dada yake likitolewa kutoka msikitini. Watu walijipanga safu mbili wakiwa wameelekeana. Safu hizo zilianzia tokea kwenye mlango wa msikiti lakini hakuziona zimeishia wapi. Aliliona jeneza lilivyokuwa likipokelewa na watu waliokuwa wamepanga safu nje huku wakiwasogezea walokuwepo mbele yao huku wakiendelea kunadi "Laa ilaha ila Allah" kwa sauti za juu. Zahra machozi yalimtiririka kama mvua. Baada ya watu wa nje kulipokea jeneza alionekana Bwana Ahmed anatoka msikitini akilifuata jeneza kwa nyuma huku ameshikiliwa mkono na Ahmed maana hakuwa na nguvu hata kidogo.

Zahra aliendelea kulishindikiza jeneza la Layla kwa macho japokuwa alikuwa halioni vizuri kutokana na machozi yaliyojaa machoni mwake. Sasa hakuliona tena kwa vile lilikuwa limeshafika mbele ambapo watu wangepanda magari ili kuelekea Kianga kwenda kuulaza mwili wa Layla. Kundi la wanaume lilifwata nyuma kwenda kuzika. Zahra aliendelea kuwepo hapo mpaka watu wote hawakuonekana. Wakati anataka kuondoka hapo dirishani alimwona mtu mmoja anatoka msikitini taratibu amevalia kanzu na kofia. Mara, ghafla alikaa kitako chini kwenye kizingiti cha mlango kisha alijiinamia huku akilia. Zahra hakupata tabu kumtambua kijana yule ambaye alikuwa ni Hassan. Zahra alishtuka kumwona pale. "Vipi Hassan katambua kuwa Layla amefariki. Tena kajua mpaka yalipofanywa maziko hata akaweza kuja?" Hakutaka kuipa kazi akili yake kulijibu swali hili. Aliteremka taratibu huku akijibabaisha ili watu wasimtilie shaka kuwa anataka kutoka maana angeulizwa anakwenda wapi na kwa wakati ule asingeliweza kujibu.

Mungu kamsaidia kaweza kutoka nje bila ya mtu yoyote kujua. Alijibanzabanza mpaka akafika msikitini. Hapakuwepo na watu wengi hivyo aliweza kujisogeza mbele kidogo kisha akajibanza tena.

"Hassan!" Zahra aliita kwa sauti ya chini. Hassan hakusikia sauti na alibaki vile alivyokuwa mwanzo.

"Hassan!" aliita tena, sasa aliipandisha sauti kidogo huku akiangaza huku na huko aone kama kuna mtu anamuona. Hassan alinuwa uso wake juu akiangalia kama kuna mtu anamwita. Kwa vile Zahra alijibanza hakuweza kumwona. Zahra aliliona hilo. "Huku," alimzindua. Hassan aligeuza uso wake akamwona Zahra. Alishangaa. Zahra alimwita kwa ishara. Akainuka kumfwata.

"Poleni na msiba," Hassan alimpa pole Zahra huku machozi yakimlengalenga.

"Tupoe sote. Msiba wetu sote. Mungu atupe subra kwa kipindi hichi kigumu. Wewe unafanya nini hapa?"

"Nimekuja mazikoni," Hassan alijibu huku akiwa ameshangaa na swali la Zahra.

"Kwani hapa ndipo uliposikia kuwa atakapozikwa? Sasa watu wanakweda Kianga kwa ajili ya maziko. Kama kweli umekuja mazikoni nenda kamalize kazi."

"Wewe Zahra una wazimu? Mzee akija kuniona je?"

"Ndio atakufanya nini? Kama kweli ulikuwa unamwogopa mzee mbona ulikuja kumsalia maiti?"

"Acha masihara yako! Kwenye sala watu wanakuwa wengi na wengine huwa hata hawakuwa na nia ya kuja kusalia maiti. Lakini wanapoiona sala hiyo ikisaliwa nao huungana na wenzao hata kama hawajui maiti ni ya nani. Hivyo si rahisi kujua nani na nani wamekuja. Lakini wakati wa kuzika wanakuwa watu kidogo wenye kuhusika na mazishi hayo, hivyo itakuwa ni rahisi kwake kuniona."

"Hassan, nenda kamshindikize mwenzio. Hukupata nafasi ya kumpa furaha na amani hapa duniani, basi nenda kamlaze kwenye makazi yake mapya. Nina imani kuwa atapumzika kwa amani na furaha. Layla sasa angefurahi kuwa wapenzi wake wanamshindikiza kwenye makazi yake mapya, amewapenda wakati wa uhai wake na sasa wanamshindikiza katika safari yake ya mwisho. Layla alikuwa anakupenda wewe, kaolewa na mwanaume mwengine kwa nguvu za mzee tu. Kama kweli ulikuwa unampenda Layla kwa kiasi alivyokupenda yeye, basi leo usirudi nyuma, nenda kamshindikize usiogope chochote. Lithibitishe penzi lako kwake."

"Ahsante Zahra, umenikumbusha wajibu wangu."

"Usizungumze sana, nenda kawahi magari kabla hujakimbiwa. Safari njema."

"Ahsante," Hassan alianza kukimbia akiyafuata magari. Alipofika aliona magari yamepungua. Watu wengine walikosa usafiri wakataka kuondoka zao, aliwazuia.

"Ikiwa mlikuwa na nia ya kwenda kumshindikiza mwenzetu basi fanyeni lile mlilokusudia, haina haja kurudi nyuma. Gari lipo, nisubirini hapa nitakuja sasa hivi inshallah. Nisubirini enh msiondoke." Hassan alitimua mbio akilifwata daladala lake kwa ajili ya kuelekea mazikoni. Gari lilobeba maiti limeshatangulia.

Gari la Hassan lilichelewa kidogo, walikuta kila kitu kimemalizika. Sasa imebakia kulazwa mwili wa Layla juu ya dongo tu. Mtu wa mwanzo kuteremka kaburini alikuwa Bwana Ahmed. Hakuna aliyethubutu kushuka kwa vile kila mmoja alimwogopa mzee huyu. Bwana Ahmed alipoona hakuna aliyeteremka, akaita.

"Saiiid!" Akasogea Ahmed karibu na kaburi akimwangalia Bwana Ahmed usoni. Alipomwona Ahmed amemsimamia usoni mwake moyo ulimchoma kwelikweli. Alikumbuka kuwa Said hakuwepo muda wote ule na wala hajui yupo wapi. Alikuwa anamzika Layla bila ya Said kujua kuwa ndugu yake amefariki. Yeye alitakiwa awepo hapa siku ya leo ili amsitiri ndugu yake lakini wapiii! Hakuwa na jinsi. Alimwashiria Ahmed ateremke. Bwana Haroub hakuweza kuteremka kwa vile hali yake aliijua mwenyewe. Huko mazikoni kaenda kwa kukosa. Aliteremka kijana mwengine, mtoto wa kaka yake Bwana Ahmed. Huyu ndiye aliyethubutu kushuka bila ya kuitwa.

"Kijana mwengine ateremke," Bwana Ahmed aliamuru kwani hakujua amchague yupi. Lakini hakuna aliyethubutu hata kufurukuta kila mmoja alikuwa anamtazama mwenziwe. Mara alionekana kijana akijisogeza mbele. Bwana Ahmed kuinua uso kumtazama nani anayekuja. Kwanza alizubaa, kisha akaugeuza uso wake upande wa pili, hakuweza kumtazama kwa mara ya pili. Juu ya kwamba hakumwona kijana huyu kwa muda mrefu sasa, lakini sura yake haikumpotea akilini mwake. Alikuwa ni kijana yuleyule aliyemtimua kwake, Hassan. Alishuka kaburini kijasiri bila ya kumtazama yoyote. Bwana Ahmed machozi ya uchungu yalimtoka. "Nafasi hii ilikuwa ya Hafidh, amekuja Hassan. Leo nathibitisha kweli nafasi niliyompa Hafidh ilikuwa si yake, ni nafasi ya huyu kijana. Ndiye anayeujua utu, huenda akawa ni Masikini wa mali lakini ni tajiri wa nafsi. Juu ya kwamba niliwafukuza kama vinyago lakini leo amekuja kumshindikiza mwenziwe. Huyo niliyempa mwanangu amtunze hata sijui yupo wapi." Bwana Ahmed alijisemea moyoni kwa majuto.

Maiti ya Layla ikateremshwa taratibu, nao wakaipokea kwa uangalifu mkubwa kisha, polepole, wakaiweka kwenye mwana ndani. Safari yake ya duniani imemalizikia hapa na sasa anaanza safari nyengine mpya. Maisha yote ya Layla hakuijua furaha yake tokea alipokuwa kwao mpaka kwa mumewe. Labda hivi ndivyo alivyoandikiwa. Mungu ndiye anayejua hesabu za watu, lakini ingekuwa binaadamu tunamtilia mtu maksi kutokana na matendo yake basi tusingekuwa na sababu ya kumkata maksi Layla. Sasa ameshakuwa historia. Baada ya kutandikwa dongo jengine juu, kila mmoja hakuwa na sababu ya kubaki pale. Watu wote walitawanyika wakimwacha maiti na amali zake.

## 21

Bibi Khadija aliendelea na matibabu yake na sasa ameshaanza mazoezi ya kutembea. Alikuwa bado dhaifu lakini watu wake walimpa moyo, naye akapata nguvu kidogo. Hakuiona tena thamani ya dunia tokea Layla alipofariki, amevunjika moyo. Ahmed na Zahra walifanya kila wawezalo ili aweze kumsahau Layla na aweze kupata nafuu kutokana na hali yake. Kila siku alijiinamia kwa unyonge sana, hata chakula hakukiweza. Bibi Khadija alijitahidi kuziondosha kumbukumbu za Layla kichwani mwake lakini ilikuwa kazi ngumu. Layla hakuwa mwanawe tu, alikuwa rafiki na mshauri wake mkubwa na ndiye aliyekuwa msiri wake. Alikuwa ni mtoto mwenye imani kubwa na familia yake. Furaha yake ilikuwa ni kuiona famila yake wakiwa na furaha. Lakini nani aliyeijali furaha ya Layla? Hakuna aliyewahi kumwuliza anapenda nini wala anahitaji nini, na wala yeye hakuwahi kusema kuwa hichi kinanichukiza wala nahitaji kitu gani. Hata mama yake hakuweza kumfahamu Layla. Aliomba kitu kimoja tu katika maisha yake, alihitaji kusaidiwa kutokana na kufuru anazofanyiwa na mumewe. Lakini hata hilo hakulipata, hivyo alistahamili akiamini kuwa baada ya dhiki faraja. Naam baada ya kustahimili aliipata faraja. Mwenyezi Mungu alikisikia kilio chake akamwita kiumbe chake ili akampumzishe na dhiki za dunia. Kila mmoja anaishi kwa ajili na nafsi yake tu, hakuna mtu anayemjali mwenziwe. Dunia ya sasa furaha yetu, sote dhiki yako peke yako. Wanasema, fanya wema uende zako usisubiri kushukuriwa. Basi hatukumbuki ihsani. Hata nafsi zetu hazitusuti?

Bibi Khadija alihisi ukiwa na alijiona hakukamilika. Kuna kitu kimepungua kwenye maisha yake. Said hajulikani alipo, Layla amefariki. Sasa familia yao ilionekana kuwa butu. Alikuwa akiitafuta sababu ya kuangamia kwa familia yake lakini hakuiona. Wapi alipokosea?! Said kaitolea wapi nguvu ya kuondoka kwao? Tena kuwa na mahusiano na mwanamke nje bila hata wazazi wake kujua! basi kuna siri ngapi Said amezificha ndani ya nafsi yake? Ameshafanya mangapi huko nje? Vipi kaweza kuisaliti familia yake kwa ajili ya mwanamke? Kwake yeye imekuwa bora mwanamke ambaye wamekutana njiani tu kushinda watu wake wa damu na nyama? Vipi ameweza kuuvunja ukoo wake kutokana na mapenzi asiyokuwa na uhakika nayo? Anajua wakati gani atamgeuka? Mapenzi ya wazazi juu yake yamepungua wapi, ambayo ni ya dhati yasiyokuwa na usaliti? Vipi kaweza kumwacha dada yake kwenye dhiki na shida akaenda kuitafuta furaha yake? Imani yake juu ya ndugu zake imepotelea wapi? Ama ndio amefanya haya kwa kuwa alinyimwa uhuru wa kuchagua mke? Basi yeye anaweza kumtambua wa kweli na bandia kuliko mzazi wake aliyeiona dunia na vituko vyake mwanzo kabla yake yeye? Sasa Said hana wazazi na Bwana Ahmed hana mtoto.

Nani alikuwa yupo sawa, Bwana Ahmed au Said? Bibi Khadija hakujua aamue vipi. Kila kitu aliona giza asiweze kujitambua hata yeye mwenyewe. Lipi lingekuwa bora, Said angekubali kushindwa akarudi matawi ya chini akamwachia baba yake kileleni amtawalie maisha yake, ama Bwana Ahmed angemwachia uhuru mtoto amchague ampendaye hata ikiwa huyo mwanamke hakuwa na sifa ya kuwa mke, mkwe wala mama? Basi mwanamke huyu kweli anaweza kuijenga familia bora ikiwa mwanzo tu ameanza kuivunja familia kwa kumtenganisha mtoto na wazazi wake.... kaka na ndugu zake? Bibi Khadija alipatafuta wapi alipopunguza mapenzi yake, kwa mumewe ama mwanawe? Hata leo ikiwa wanathubutu kutoa maamuzi yao bila ya kufikiria kuwa yatamwathiri yule anayewapenda? Kwani kakosea wapi mpaka leo apewe hukumu hii? Layla alipokwenda kuna njia moja ambayo ni ya kwenda tu, lakini alipokwenda Said anaweza kurudi. Basi kwa nini siku zote hizi asitamani kurudi kwao, mgonjwa ama amekufa? Vipi ataweza kumpata Said, angalau familia yake iungane tena wawe na amani na furaha kama ilivyokuwa mwanzo? Lakini kutokea hili ni sawasawa na kuwa mtu anaota akiwa macho wazi. Nani anaweza kuipa amani na furaha familia hii ikiwa Layla hayupo tena? Kila mmoja alikuwa anaifikiria nafsi yake, kushinda ya mwenziwe ndio maana Said kathubutu kuiacha familia yake kwa ajili ya furaha ya nafsi yake. Hakujali athari ya maamuzi aliyochukua kwa familia yake.

Mwezi sasa tokea Lalya alipoihama dunia, Bibi Khadija amekuwa afadhali sana hali yake, hata anaweza kutembea mwenyewe bila ya msaada wa mtu. Ahmed hakuacha kuja kumzuru Bibi Khadija na alimtimizia kila alichokihitaji. Bibi Khadija sasa aliijua sababu ya Bwana Ahmed kusalitika na kijana huyu. Alikuwa ni mwajiriwa tu lakini sasa amekuwa ni zaidi ya mtoto. Kila anapokuwa Ahmed mbele yake, roho yake hupata amani, humwona kama ni Said. Ahmed aliiteka mioyo ya watu wa familia hii, hata Zahra alimzoea sana hata wakawa marafiki. Bwana Ahmed alimwamini sana Ahmed kiasi kwamba hakuwa na wasiwasi anapomwona anazungumza na Zahra. Hali hii ilimshangaza sana Bibi Khadija lakini alinyamaza. Ahmed alifurahi sana anapokuwa na Zahra, na huitafuta sababu makusudi ili aweze kuwa karibu yake na hata siku nyengine hujiingiza jikoni akijidai kumsaidia, kazi. Na Zahra naye hakuvunda kwani alimpatia kazi afanye maana sasa jiko limemwinamia peke yake. Taratibu naye Zahra alianza kuvutiwa na Ahmed lakini hakutaka hisia zake zimtawale. Bibi Khadija aliijua hisia zao lakini alitaka kuhakikisha kuwa yale anayoyahisi ni kweli, hivyo alihitaji muda kidogo.

***************

Tokea zilipokwisha siku tatu zile za mazishi ndio kwanza leo Bibi Maimuna anakuja kumwangalia mzazi mwenziwe. Alipomwona alifurahi kuona hali yake imekuwa nzuri tofauti na alivyomuacha.

"Ah! Inshallah Mwenyezi Mungu atakuvua na kila balaa. Mungu atawashinda kila wajao na shari." Sasa Bibi Maimuna alionekana kuchoka na walimwengu, maana dua zake kwa sasa zilikuwa kuapiza tu.

"Amin, mbona masiku yamekuwa mengi? Ulikuwa wapi? Nilifikiri kuwa sasa udugu umekwisha maana aliyetuunganisha hayupo tena."

"Ah! Usiseme hivyo ndugu yangu. Sisi ndugu tokea hapo awali na utakwisha pamoja na uhai wetu. Nilikuwa nauguza huyo mzee huko, tokea mazishi yamalizike presha juu, alikuwa taabani. Mmh hata bado!"

"Oh, mbona unasema hivyo mwenzangu? Halafu sisi hata hatukusikia habari hii. Ahmed angejua angekuja kumjulia hali."

"Aje atazamwe na nani? Yule hata wa kumshindilia humo kwenye shimo lake atatafutwa, labda akodiwe!"

"Aaaah! Haifai hivyo ndugu yangu! Mtu hatakiwi kumsema hivyo mumewe. Hakuna aliyekamilika."

"Khadija, mimi nakwambia Mungu awasamehe wazazi wetu huko walipo kwa dhambi hii waliyotenda. Ama wametudhulumu kutupa waume hawa. Mtu huijui furaha ya ndoa wala watoto adhabu moto mmoja. Unafikiri mzee huyu atazikwa na nani ikiwa huyo mwanawe ndio yupo vile. Tusubiri maswahiba na majirani ndio wataulaza mwili wake yule mzee. Na kama husadiki utakuja kusema, hoja uwepo uhai tu tuyashuhudie haya. Mmhhh."

Bibi Maimuna anazungumza huku kamkazia macho Bibi Khadija. Alinyamaza kidogo akawa anajiweka sawa pale alipokaa. Kila mkao aliuona sio na mwisho aliona bora anyoshe miguu. Bibi Khadija alimwangalia tu anavyohangaika. Baada ya kuona sasa amekaa vizuri, aliendelea.

"Nikwambie nini ndugu yangu, tusikumbushe kilio matangani lakini bora tuyazungumze," Bibi Maimuna alizungumza kwa sauti ya chini kama vile anamnong'oneza.

"Kitu gani?" Bibi Khadija alirukia.

"Wewe unafikiri Layla amekufa vipi?"

"Si ameteleza chumbani kwake. Hizi *tiles* zinatuumiza vibaya lakini na sisi tunazo tu! Tunatafuta ustaarabu wa watu lakini utatushinda!"

"Mmh! Nawe vile ulivyodanganywa ukadanganyika!"

"Nimedanganywa nini?"

"Hebu niambie kwa akili yako mwenyewe, hizo *tiles* ndani ya nyumba ile zimo miaka mingapi? Hakuanguka Haroub mwenye kwenda tata, akaanguke Layla mwenye miguu mizima?"

"Ajali haimchagui mtu, inampata yule aliyeandikiwa tu haijalishi yupo kwenye hali gani na wakati gani."

"Wewe ndugu yangu usiwe mtoto kiasi hicho. Kweli kila kitu kinatokana na Mungu lakini binaadamu huwa ndio sababu. Haroub na mwanawe ndio waliomwua Layla!"

"Eti?"

"Ndio! Tukio lilipotokea nilikuwepo. Basi acha nikuhadithie kisha wewe utaniambia kama Layla kafa kwa ahadi ama wamemtoa roho watu hawa...." Bibi Maimuna alimhadithia kila alichokishuhudia. Tokea Hafidh aliporudi mpaka walipoushuhudia mwili wa Layla upo chini. Na pia alimhadithia vitisho alivyopewa na mumewe kuwa asihadithie kitu. "Hizi ni njama zao tu ili waikwepe sheria. Lakini ukweli wenyewe haswa mwuaji namba moja ni Haroub akifuatiwa na mwanawe. Watakwepa sheria ya duniani lakini ya Mungu haikwepeki. Inshallah Mungu atawalipa kwa vitimbi vyao. Juu ya kuvijua vitimbi vyote vya mwanawe, kamtafutia mke kamwozesha, Alikusudia nini? Na mimi pia ninahusika katika kifo cha Layla, maana siku zote nilikuwa ninaziona kufuru za mtoto yule lakini nilibaki kimya sikuwa na msaada wowote kwa Layla. Ah, Mwenyezi Mungu amrahamu ameshastirika," Bibi Maimuna alimalizia kwa kusikitika huku machozi yakimtoka akawa anajaribu kuyazuia kwa mkono wake yasitiririke mashavuni. Bibi Khadija muda wote huo alibaki kuwa kimya anamsikiliza tu huku donge limemkaa kooni. "Nisamehe ndugu yangu. Mlitupa mtoto wenu tumtunze kama mlivyomtunza lakini yaliyotokea...."

Kwanza Bibi Khadija alibaki kimya kama akikumbukia jambo. Sasa alishaifahamu sababu ya Hafidh kurudi nyumbani na hasira mpaka yakatokea yaliyotokea. Akashusha pumzi ndefu akajishukuria Mungu. Kisha kwa sauti ya taratibu "Nyinyi hamkuhusika na kifo cha Layla, mhusika mkuu ni baba yake Layla. Juu ya kuwa alikuwa anajua vitimbi vya Hafidh lakini alithubutu kumtoa mwanawe."

"Eti?" Ina maana mlikuwa mnamjua Hafidh vizuri hata kabla ya ndoa?"

"Ndio! Nikajaribu kumsihi sana mwenzangu lakini hakunisikia. Sasa haya ndio matokeo yake. Eti alisema hawezi kumvunja Haroub, swahiba wake wa siku nyingi. Ah! sikupoteza peke yangu, tumepoteza sote. Sasa si muda wa kulaumiana. Tushukuru Mungu labda hiyo ndio kheri yake. La muhimu tusome kutokana na makosa yetu, tuna watoto wa kike bado!" Bibi Khadija alijaribu kujipa moyo lakini alikuwa ana uchungu mkubwa.

***************

Bibi Khadija sasa alidhamiria na hakuona tena sababu ya kusubiri ushahidi. Maneno ya Bibi Maimuna yalimwingia sawasawa akilini mwake kisha yakaenda kumchoma barabara ndani ya moyo wake. Kabla maisha ya Zahra hayakuharibiwa kama yalivyokuwa ya Layla aliona bora kutafuta mapema njia za kuyanusuru ili isije ikapatikana sababu ya kujuta ama kutupiana lawama. Na njia aliyoiona kwa sasa ni yeye kumtafutia kijana mzuri atakayeweza kumpatia Zahra furaha ya maisha. Hakupata tabu katika kumtafuta kijana huyo kwa vile zamani jicho lake lishapiga kwa Ahmed. Kwa muda mchache tu alioweza kuwa naye alimsoma vizuri hata sasa akawa yupo tayari kumkabidhi mwanawe kwa mikono miwili. Sasa Bibi Khadija hakuhitaji ukoo wala nasabu ya mtu, aliyoyapata yameshamtosha. Na kazi hii hakutaka kuichelewesha hata kidogo. Alikuwa ana imani kuwa kazi itakuwa rahisi kutokana na Ahmed kuonesha kuwa amevutiwa na Zahra.

Kama ilivyokuwa kawaida ilipofika nyakati za jioni, Ahmed alifika nyumbani kwa Bwana Ahmed ili kumpitia Bibi Khadija kwenda kufanya mazoezi ya kutembea. Leo Bibi Khadija aliusubiri muda huu kwa hamu ili atekeleze azma yake. Lakini kabla ya kufanya kile alichokikusudia alitaka kwanza athibitishe kama dhana yake ni kweli ili asije akaharibu mambo. Kabla ya kuja Ahmed Bibi Khadija alimtuma Zahra kusudi ili apate sababu ya kumtoa nyumbani asiwepo wakati atakapokuja Ahmed.

Baada ya kumsalimia Bibi Khadija, Ahmed alibaki anajibabaisha huku na huku kwani hii ni moja ya njama yake ya kumtafuta

Zahra, lakini leo haikuwa kama kawaida. Kila alipopiga ujicho hakumwona Zahra. "Yupo wapi?" amebaki akijiuliza moyoni. Ghafla sura yake ilibadilika, hakuonekana kuwa ana furaha kama ile aliyokuja nayo. Lakini hakuthubutu kuuliza kitu. Wakati wote huo Bibi Khadija alikuwa akimtazama tu.

"Haya, twende. Ama unasubiri kitu?" Bibi Khadija alimzindua kama vile hafahamu kitu.

"Ennhh.... aaaa.... hamna kitu....twende," Ahmed alibabaika kidogo. Bibi Khadija alimfahamu lakini alinyamaza tu. Njiani Ahmed alikuwa kimya, tofauti na kawaida yake. Alikuwa hasemi kitu ila anajibu swali tu aliloulizwa, haongezi neno.

"Heh, hapa pamefunguliwa kibanda cha chipsi? Sikuwahi kukiona kabla, kimefunguliwa zamani enh? Bi Khadija alishangazwa." Salah atafurahi akiona.

"Na wala usije kumwambia kama kuna kibanda cha chips, hapo. Huo ni mtego tu wa vijana wadogo kama Salah." Ahmed alitahadharisha.

"Unakusudia nini, mbona sijakufahamu." Bi Khadija alishangaa.

"Ndio, huo ni mtego. Hapo kila mtu huona ni kibanda cha chipsi, na wao wanajua kuwa vijana ndio wapenzi wa chipsi. Lakini ndani kuna mengi yanayofanywa nyuma ya pazia. Kuna shisha zinazovutwa na watu wazima na ulevi uliokithiri, basi hapo balaa lote la ulimwengu linafanywa humo. Hivyo, unapokuwa mteja wa mara kwa mara wanaanza kukuvuta ndani bila hata mwenyewe kuhisi. Hasa watoto wenye umri kama Salah ndio wanaoathirika zaidi. Tena wakishaingia humo huanza kuvutishwa shisha na kupewa vilevi. Hapo sasa inakuwa ni rahisi kwao kuwaharibu, na kuwapa vijisenti vya kuwanyamazisha!" Ahmed alifahamisha.

"Eti? Wewe ulijuaje hayo?" Bi Khadija alistaajabishwa na maneno ya Ahmed mpaka yalimtia khofu ndani ya moyo wake.

"Hili sasa si geni kwenye mji wetu, na sasa limeshafika mtaani kwenu. Sisi tunaokaa nje ya mji tunaona mengi! Hivyo kuweni na tahadhari na watoto wenu. Zamani ilijulikana kuwa watoto wa kike wanaharibiwa sana. Siku hizi wa kiume ndio waathirika zaidi kuliko wanawake. Huu ni ustaarabu tulioletewa na Wazungu

210

ambao wanakuja kwetu kama ni watalii. Kwa pesa kidogo wanazokuja nazo tumekuwa tayari kuliangamiza taifa letu." Alizungumza kwa uchungu.

"Heh! Sasa imekuwa watoto wanawake tuwafungie na watoto wa kiume tuwafungie! Mtihani huu! Mungu awahifadhi watoto wetu." Bi Khadija alilalama

"Amin," Ahmed alijibu kichovu, alionekana kabisa kama hakuwa hadhiri.

Baada ya hapo hakuongeza neno jengine, msafara wao ulikuwa kimya kimya. Ahmed kainamisha shingo yake kama vile alikuwa anaziangalia hatua zake. Bi Khadija, mara moja moja, alimtupia jicho la wizi kumtazama.

Una nini leo, mbona uko kimya hivyo? Unaumwa?" Bibi Khadija alimrushia swali la uchokozi.

"Hata siumwi. Nimechoka tu," Ahmed alidanganya.

"Umefanya kazi gani hata uchoke hivyo? Au unanificha kitu? Niambie. Kuna kitu kimekukera?"

"Hamna kitu mama, mimi niko sawa," Ahmed aliendelea kudanganya.

Ahmed hakuwa na amani moyoni mwake kadri alivyokuwa akimfikiria Zahra. "Mbona niko hivi siku hizi, nina nini lakini mimi? Vipi wakati wote ninamfikiria Zahra! Leo moja tu sikumwona nimekosa amani moyoni mwangu. Huu si mwanzo wa wazimu? Nani mimi hata leo hii nathubutu kufikiria kuwa na Zahra? Mimi mfanyakazi kwa ajili yao wao, leo ndio ninatambulika kuwa angalau na mimi ni binadamu. Isitoshe, siijui hata nasaba yangu. Nitawapa jina gani watoto wangu? Ee Mungu nisaidie nisije nikaangamia, maana mzee akija kulitambua hili hatoniacha hai na mimi nina mama yangu ananitegemea. Nioneshe njia ee Mola wangu. Bora sasa nitafute njia ya kumkwepa Zahra, labda hili litanisaidia kumsahau. Na huyo Zahra mwenyewe si ananiona mtwana tu mimi, basi kwa nini moyo wangu umefanya kosa kubwa kama hili? Wote hujawaona, umemwona Zahra tu, ambaye hata kwenye ndoto siwezi kumpata? Kwa nini basi? Baba yake ndiye sababu ya mimi kupata riziki yangu, basi vipi leo nifikirie kuwa awe mkwe wangu? Ahmed unaelekea kubaya! Au sijui niache kazi kabla mambo haya kuharibika? Lakini nitakwenda wapi na ajira siku hizi ngumu? Ewe Mungu wangu, nisaidie mja wako nimekwama!"

Bibi Khadija naye alinyamaza kimya, akimtazama usoni akimwona anavyobabaika. Sasa amethibitisha kuwa dhana yake ilikuwa kweli. Alikuwa ana uhakika kabisa kuwa Ahmed amebadilika hali yake kwa kutomwona Zahra. Ikawa sasa wanatembea kimyakimya kila mmoja akijiwazia yake moyoni. Bibi Khadija alijiwazia vipi aanzishe mazungumzo yake. Sasa hofu ilimtawala. Hakujua vipi Ahmed angelimchukulia. Vipi mama atamtafutia mtoto wake mume? Hili ndilo linalomfanya asitesite kuzungumza na Ahmed. Sasa wameshafika barabara kuu ya Mnazi Mmoja wakawa wanageuza kurudi nyumbani. Sasa Bibi Khadija aligutuka kuwa muda anaupoteza, kwani umeshafika muda wa kurudi naye hakusema kitu bado. Kila akitaka kusema kitu nafsi yake ilimzuia. Mara alishtushwa na kingo'ra cha gari la wagonjwa. Alilitazama kwa jinsi lilivyokwenda kasi likielekea jengo la hospitali kuu ya Mnazi Mmoja. Bila shaka ndani ya gari lile mna mgonjwa ambaye anahitaji huduma kwa haraka ili kuyanusuru maisha yake. Kwanza alizubaa kwa muda kuliangalia lile gari mpaka lilipompotea machoni mwake.

"Inshallah Mungu ampe takhfifu mgonjwa huyu. Ama lile gari la wagonjwa limekuwa mfano wa maisha yetu kwa sasa. Wakati haumsubiri mtu. Kila sekunde moja ni muhimu sana kwa maisha ya mwanaadamu, kwa sababu sekunde huzaa dakika na dakika huzaa saa, pia saa huzaa siku ambazo huzaa miezi na miezi huzaa mwaka na mwaka humaliza umri wa mtu. Hivyo, unapohitaji kitu usiache hata sekunde ikupite. Ukimbizane na wakati kama vile lile gari lilivyokuwa linakwenda kwa mwendo mkali ili kuyanusuru maisha ya mgonjwa aliyekuwemo ndani, kwa sababu haijulikani sekunde gani inaweza kumaliza uhai wake. Binadamu tunatakiwa tutumie uwezo wetu wote ili tufanikishe kile tulichokusudia kabla ya muda kupita, ikaja kuwa majuto. Mengine tumwachie Mungu. Bibi Khadija aliisikia sauti ikimsemesha kwenye ubongo wake. "Ni kweli! Ili na mimi nisije kujuta kwa kuipoteza siku hii lazima nizungumze naye leo kabla ya kesho. La leo nimeshaliona, la kesho silijui." Bibi Khadija alijiwazia moyoni huku akitembea taratibu kama vile analazimishwa.

"Ahmed!" aliita taratibu.

"Naam," aliitikia kinyonge. Ama siku ya leo hakuwa na furaha hata kidogo.

"Nataka kukuuliza kitu."

"Niulize tu mama."

"Unamuonaje Zahra?"

Miguu haikuwa na nguvu ya kupiga hatua nyengine mbele. Ghafla alipiga breki za mbuzi baada ya kulipokea swali hili. Damu iliganda mwili aliuona baridi na kijasho chembamba kilimtoka juu ya kipaji chake. Moyo ulimkaza, pumzi hakuzipata sawasawa na macho yalikuwa yamemtoka. Hakuwa na jibu la kujibu na aliona sasa muda wake wa maangamizo umeshafika. Aliinamisha uso wake chini, hakuweza kuyakabili macho ya Bibi Khadija.

"Mbona kimya?" Bibi Khadija alimzindua.

"Enh.... ahh.... mh.... Mama....nimekosa nisamehe!" Ahmed alibabaika akajitupa chini, kasimamia goti huku akimshika Bibi Khadija miguu yake machozi yakimtoka.

"He, wewe! Inuka tupo nje hapa," Bibi Khadija alimsaidia Ahmed kuinuka.

"Nisamehe mama, nione kama mwanao. Nipe adhabu yoyote na nipo tayari kuipokea na ninakuahidi sitokuja tena nyumbani. Kazi zangu zote zitaishia dukani tu. Lakini tafadhali usimwambie mzee, ataniua! Nihurumie mama. Zahra hajui chochote, sikuwahi kumwambia kitu. Niamini," Ahmed aliporoja kwa vilio hakujua hata anasema nini. Bibi Khadija kabaki kazubaa akimsikiliza.

"Ahmed, mbona sikufahamu? Kwani umefanya nini?" Bibi Khadija aliuliza kwa wasiwasi. Ahmed alishangaa. "Mimi nimekuuliza unamuonaje Zahra, naona unaangua vilio kama umetenda dhambi kubwa. Kuna nini? Unaweza kuniambia kila kitu, niamini. Mimi ni mama yako, hakuna mama anayetoa siri za mtoto wake." Ahmed alipata nguvu baada ya kauli hii ya

Bibi Khadija. Kwani kwa siku alizokaa naye alimjua vizuri, ni mwanamke asiyekwenda kinyume na kauli yake na mwenye kifua kizito cha kutunza siri asivujishe hata herufi moja.

"Mama, kabla sijasema chochote kwanza naomba unisamehe. Si kusudio langu kuidhalilisha familia yenu ila moyo wangu unataka kunipeleka huko. Lakini nakuahidi sitouachia ushinde. Hiki ni kiungo kimoja tu katika mwili wangu, basi nitatumia viungo vyote vilivyobaki ili kuushinda. Nakuahidi nitaushinda kwa hali yoyote ile. Labda baada ya kupata mapenzi makubwa ndani ya familia yenu nilianza kujisahau mimi ni nani. Nikauwachia moyo wangu ufanye vile upendavyo. Ulipopata uhuru mkubwa sasa ukathubu kujiachia wazi, zikaingia hisia juu ya Zahra. Siku ya kwanza tu kumwona, nilimpenda. Na mimi bila kuchukua tahadhari yoyote niliuachia moyo wangu uende kule unapotaka kwenda. Niamini, sikuwa na dhamira mbaya kwa Zahra, nilimpenda kweli na nilitaka awe mke wangu. Lakini sasa nimeshajitambua, nashukuru Mungu kuwa nimejitambua mapema kabla mambo hayakuharibika sana."

"Kumbe ni hilo tu? Kama ni hivyo basi hukukosa. Kwani kupenda sio dhambi. Mapenzi ni hisia kama zilivyo hisia nyengine, hujui wakati gani zinaweza kutokea na zinapotokea huwezi kuzizuia. Haya ni maumbile, binadamu hawezi kushindana nayo. Kama kweli unampenda Zahra kwa nini basi urudi nyuma? Nina shaka, na penzi lako linaonekana ni dhaifu sana. Basi vipi utaweza kumtunza mwanangu kwa umri wake wote ikiwa hili dogo tu limekushinda?"

"Mama! Unafikiri hili dogo? Mimi ninampenda kweli Zahra, tena nampenda kwa moyo wangu wote! Lakini mimi ni mfanyakazi wenu tu. Vipi leo nithubu kujiweka daraja moja na nyinyi? Mimi sina kitu, vipi nitaweza kumhudumia Zahra kama vile alivyokuwa kwao? Ninampenda kweli, hivyo siwezi kumwona akipata tabu. Na isitoshe, hata nasaba yangu siitambui. Mama yangu hakuwahi kunieleza chochote kuhusu upande wa baba yangu. Basi vipi niote kuchanganya damu na ukoo mkubwa kama hii?"

"Ahmed, usiwe mjinga kiasi hicho, mali na nasaba ya mtu si misingi ya ndoa. Unataka kuniambia wale waliozaliwa nje ya ndoa, ama masikini, hawana nafasi ya kuoa?"

"Wanayo ila hutafuta wale wa saizi yao."

"Haaa haaa haaa! Haya ya leo makubwa, kumbe watu wana saizi za kuoana? Ndio kwanza nasikia leo. Ama kuishi kwingi kuona mengi! Sikiliza Ahmed, mwanamke hahitaji chochote kwa mumewe isipokuwa mapenzi ya kweli yenye uaminifu na amjali. Anahitaji awe mpenzi, rafiki, mwalimu, kiongozi, mshauri na awe upande wake kwenye furaha na dhiki. Hayo mengine hufuata baadaye. Ndiyo maana huwa anaweza kustahimili kila kitu kwa mumewe ila asimwendee kinyume tu. Nitazame mimi na mzee wako. Kila mmoja anastaajabu vipi ninaweza kuishi naye, eti kwa kuwa ni mkali sana. Kweli Ahmed ni mkali sana hata wakati mwengine huwa nakosa amani, lakini hakuwahi hata siku moja kuniendea kinyume, ni mwadilifu juu ya ndoa yake basi nitake nini tena? Wapo wanawake wenzangu wanaililia bahati kama hii, Kila mwanamke anahitaji mumewe aridhike naye kwa vyovyote atakavyokuwa. Kama uko tayari kumpokea Zahra katika maisha yako nami nipo tayari kukukabidhi kwa mikono miwili."

"Unasema kweli mama?" Ahmed aliruka kwa mshangao, hakuamini alichokisikia.

"Ndiyo," Bibi Khadija alimhakikishia.

"Na mzee je, atakubali?" Ahmed bado alionesha wasiwasi wake.

"Si rahisi! Lakini usijali, hili niachie mimi. Hakuna kisichowezekana." Aliitoa kauli toka moyoni mwake.

Lakini Ahmed alishavunjika moyo tayari baada ya kuisikia kauli hii. Waliendelea kutembea kimyakimya mpaka walipofika nyumbani. Ahmed hakuwa na hamu ya kuingia ndani leo. Alimwacha Bibi Khadija mlangoni, naye akaomba ruhusa ya kurudi nyumbani kwake. Bi Khadija aliifahamu hali yake hivyo hakumlazimisha kuingia ndani bali alimpa ruhusa.

Kwa mwendo wa taratibu aliifuata barabara ya Bwawani akiitafuta njia ya kuelekea kwenye kituo cha daladala. Jua lishazama na kiza sasa kilikuwa kinachukua nafasi yake. Mnadi sala ameshainadi sala ya magharibi lakini Ahmed hakuwa na habari nayo. Sehemu yote ilikuwa kimya isipokuwa zilisikika sauti za kunguru wakiruka kwa makundi. Sijui tuseme walikuwa wakiimba au wakifanya ghasia. Ahmed mawazo yalizidi kichwani na hakujua hii ilikuwa ni siku yake ya kufurahi au ya kuukimbia mji. Maana hakujua vipi Bwana Ahmed angelikabili suala hili. Kufika tu kwenye kituo alipata usafiri hakuwa na kazi ya kuusubiri. Huyo hadi Mwera.

Sasa Bibi Khadija aliona kazi yake imeshamalizika. Alichohitaji sasa alitaka kumsikiliza Zahra rai yake. Alipofika tu alifululiza moja kwa moja mpaka chumbani kwa Zahra. Alikuwa ana hakika kuwa kwa wakati ule atakuwa humo tu maana muda wa swala umeshaingia. Aliufungua mlango taratibu akaupenyeza uso wake akiangaza chumbani. Alimwona Zahra anasali, hivyo taratibu akaurudisha mlango. Akaingia chumbani kwake na kujitayarisha kwa ajili ya sala. Alipomaliza kusali tu alirudi tena chumbani kwa Zahra, vile vile kama mwanzo alifungua mlango kama mwizi. Sasa alimwona Zahra mbele ya kioo akichana nywele zake kama ilivyo kawaida yake. Bibi Khadija alitabasamu kisha akaingia ndani. Zahra alimwona mama yake anavyoingia, kupitia kwenye kioo.

"Vipi mwenzetu mbona nyatunyatu kama mwizi?" Zahra alimtania mama yake. Bibi Khadija hakujibu kitu ila alitabasamu tu. Bila ya kumsemesha chochote alifululiza moja kwa moja mpaka juu ya kitanda, akakaa. Zahra alizibana nywele zake akamfuata mama yake, wakawa wanatazamana. Zahra alihisi kuna jambo zuri alitaka kuelezwa kwa vile aliiona wazi furaha ya mama yake juu ya uso wake.

"Zahra mwanangu, najua umepata pigo kubwa kwa kuondokewa na mwenzio. Mlikuwa pamoja wakati wote, furaha na karaha, lako lake. Lakini kila kitu kina mwisho wake. Siku zote tuombe mwisho ulio mwema. Msiba wake umetuumiza sote. Layla alikuwa ana sehemu kubwa ndani ya familia hii, sasa hayupo tena. Ndio tuizowee hali. Yote ni mipango ya Mungu. Sote sisi ni waja wake wakati wowote ana haki ya kutuita kwake na sisi hatuna haki juu ya maisha yetu kwake YEYE, ni juu yetu kuitikia wito. Kila mmoja wetu ataondoka utakapofika wakati wake na hakuna atakayebaki. Misiba ni kitu cha kawaida katika maisha yetu. Hivyo basi naisiwe ndio sababu ya kuipoteza furaha katika maisha yetu yaliyobaki. Tuishi maisha yetu kama tulivyokuwa tukiishi mwanzo. Najua ni vigumu kwa sasa kwa sababu si muda mrefu tokea Layla alipotutoka na kumbukumbu zake bado mbichi, lakini tujitahidi ili tusije tukakufuru."

"Kweli mama. Lakini msiba wa Layla ni pigo kubwa kwetu. Sijui Said atakuwaje atakapoipata habari hii."

Alipotajwa Said Bibi Khadija roho yake ilimwuma. Alimfikiria mwanawe yupo kwenye hali gani kwa sasa. Alijaribu kuzifuta fikra za Said kwa sasa, maana kwa kiasi fulani zilikuwa zinataka kuharibu furaha aliyokuwa nayo.

"Zahra ninataka kukwambia kitu muhimu, nisikilize kwa makini," Bibi Khadija alimsemesha mwanawe taratibu kama vile anambembeleza. Zahra alitulia kwa makini akiwa tayari kusikiliza hicho anachotaka kuambiwa.

"Zahra nawe umeshakuwa mkubwa mwanangu, sasa unatakiwa uwe na familia yako uitazame, sio kuwepo hapa tena kwa wazazi wako," Bibi Khadija alinyamaza kidogo akimtazama Zahra usoni.

Zahra moyo ulimripuka aliposikia kauli hii. Hakufikiria kuwa itakuwa mapema kiasi hicho. Ni nani huyo? Akimkataa je, atamfahamu? Alinywea akawa kama ndege aliyerowa. Hakuwa na uhakika kuwa aliyokuwa akiyahisi yeye yalikuwa yapo kweli ama ni fikra zake tu, hivyo asingeweza kumwambia mama yake chochote kwa kitu asichokuwa na uhakika nacho. Hakujua nini cha kufanya kwa wakati huu. Aliona bora autafute ukweli kwanza.

"Mama, mimi nimekufahamu vizuri ila kwanza ninaona ni mapema mno, bora nipe muda kidogo." Zahra alizungumza kwa unyonge akitegemea huruma kutoka kwa mama yake.

"Zahra, sasa si mapema tena, nimeshapoteza mtoto mmoja sitaki kukupoteza na wewe. Yaliyomkuta Layla nachelea yasije kukufika na wewe. Zahra, wewe bado huna watoto hivyo huwezi kujua vipi mama anavyokuwa anapoona watoto wake wanapotaabika. Kama ilivyo kwa kila mama, na mimi pia ninafikiria mambo mazuri kwa watoto wangu."

"Lakini mama…."

"Usinikatishe, niache nizungumze leo. Nimefikiria kijana mzuri kwa ajili yako. Nina uhakika atakupa furaha ya maisha na hutokuwa na majuto na ndoa yako. Ni kijana mzuri mwenye heshima na ustaarabu. Na ujue ukimpoteza huyu sijui utampata nani, isije ikawa kama ya Layla. Zahra mwanangu usiipoteze bahati hii kwa sababu huyu kijana anakupenda kweli na anaahidi kukupa furaha uitakayo."

Zahra hakuwa na la kusema. Aliamini mapenzi huja baada ya ndoa. Kama anampenda kweli basi na yeye siku moja atampenda kama vile anavyompenda yeye ama zaidi yake. Aliona bora ayaache yale aliyofikiria yeye kwa sababu hakuwa na uhakika kwa kile anachokihisi. Lakini alionekana kuvunjika moyo.

"Kijana mwenyewe unamjua." Zahra alishtuka kusikia hivyo Alimtumbulia macho mama yake kwa ishara ya kumwuliza ni nani huyo. Bibi Khadija alitabasamu kisha akamjibu, "AHMED"

Moyo wa Zahra aliripuka kwa kishindo ukawa unapiga mapigo makubwa kushinda kawaida yake baada ya kulisikia jina hilo. Mwili wote ulisisimka kama vile alipigwa shoti. Nywele zilimsimama na pumzi zilimtoka mbili mbili. Hakuamini alichokisikia na alidhania labda ilikuwa ndoto. Siku nyingi alimtilia shaka kuwa Ahmed anampenda lakini hakuwa na uhakika kwa vile hakuwahi kumtamkia hata neno moja. Na yeye taratibu alianza kuvutiwa naye kutokana na tabia zake. Alionekana ni mtu mwenye huruma, imani na upendo kwa watu. Pia alionekana ni mtu mstaarabu sana juu ya kuwa alikuwa na malezi ya mzazi mmoja tu, lakini alikuwa na adabu zake kamili na haijui hata ladha ya sigara. Ama Zahra alivutiwa na kila alichonacho Ahmed lakini hakuwa na uhakika kuwa Ahmed alihisi sawa kama alivyohisi yeye. Hata alipogutuka aliuziba uso wake kwa haya, akatimka mbio asijue hata anakwenda kujifichia wapi. Bibi Khadija alilipata jawabu la Zahra waziwazi, hivyo furaha yake ilizidi mara mbili.

Bibi Khadija baada ya kupata ridhaa pande zote mbili sasa hakuona sababu tena ya kukawiza mambo. Alimweleza Bwana Ahmed kila alichokikusudia kukitenda na alitegemea upinzani mkubwa kutoka kwake lakini alidhamiria kupambana nayo. Kama alivyotegemea, Bwana Ahmed hakumfahamu hata kidogo. Hivyo alivyokasirika baada ya kusikia shauri la mkewe, Basi ingekuwa ni mwanawe angelishamzaba kofi la uso. Kwa vile alikuwa ni mke ikawa ndio nusura yake.

"Hivi wewe! Ahmed ana kasoro gani hata leo ukatae kumwozesha mwanao. Kila siku ulikuwa unamsifia mwisho wa uwezo wako hata huyo mwanao hukuwahi kumsifia hivyo. Leo ndio awe mbaya? Kwa kosa gani basi? Kama umasikini kama unavyojidai, hii si sababu ya msingi. Wewe uliponioa mimi ulikuwa una nini? Mungu katufungulia riziki baada ya ndoa, basi kwa nini isiwe kwa Ahmed? Na huyo tajiri uliyempa mwanao matokeo yake yamekuwa nini? Basi kwa nini husomi?"

"Khadija uliyosema yanatosha, sitaki kusikia kitu kingine kutoka kwako. Na mjadala huu ndio umefikia tamati. Mimi Ahmed bin Said nikamwozeshe mtoto wangu shombe? Umemwona vile alivyokuja kwa mara ya kwanza? Kachoka! Sasa ameshashiba ndio anataka kuleta kiburi cha kitwana hapa? Kajifikiria nini hata kufikiria kuwa atamwoa Zahra? Labda niwe nimekufa, lakini si katika uhai wangu!"

"Basi hiyo ndio kazi unayoijua wewe, kujisifu tu. "Ahmed bin Said! Ndiyo nini? Fikiria maslahi ya watoto wako badala ya kujitukuza mwenyewe. Mpaka Said amekimbia nyumba kwa ajili yako. Kwani shombe najisi? Na nikupe taarifa kama hukuwa nayo bado, Said amemwoa Farhat kabla ya kuondoka Zanzibar. Sasa sijui walipo."

"Hainihusu mimi."

"Yanakuhusu! Unamjua aliyemwoa? Shombe! Mwarabu wa kisomali. Na ukimwona hata uwekewe kisu cha shingo husemi kama Mwarabu. Msomali tiiiiiiii. Naye ndiye anayeuendeleza ukoo wako. Sasa utambue kuwa ukoo wako ni wa mashombe! Na ninakuhakikishia kuwa Zahra ataolewa na Ahmed iwe u hai au umekufa!!"

"Khadijaaaaaa!" Bwana Ahmed aliita kwa ghadhabu.

"Haisaidii kitu."

"Ama kweli watoto ni fitna kubwa. Leo hii unathubutu kuzungumza na mimi vile upendavyo kwa ajili ya watoto tu? Iko wapi ile heshima yako kwangu? Iwe itakavyokuwa, bado ndani ya nyumba hii amri zote zinatoka kwangu. Na mimi nimeshasema kuwa Ahmed hamwoi Zahra *and that is the final decision*" Bwana Ahmed hasira zilimzidi mpaka kilimtoka Kizungu hata asijue kakitolea wapi.

"Eeee banzungu we! Leo sema upendavyo lakini haitokuwa vile utakavyo. Uliyomfanyia Lalya hutoyarejea tena kwa Zahra ikiwa bado mimi niko hai. Maadamu watoto wanapendana basi wataoana tu. Mimi siioni kasoro ya Ahmed hata nisite kumpa mwanangu."

"Tutaona nani mwanaume ndani ya nyumba hii." Bwana Ahmed alitoka chumbani kwa ghadhabu akaubamiza mlango kama ilivyo kawaida yake.

Bibi Khadija hakutaka kumkera mumewe kiasi kile lakini kwa sasa hakuwa na njia nyengine tena. Hakuweza kuona maisha ya watoto wake yakiharibika kiasi hicho. Yalianza ya Layla akafwata Said na sasa aliiona hatari mbele ya maisha ya Zahra. Na njia pekee aliyoiona bora ni kumwozesha Ahmed kabla hakuja jinamizi jengine likaja kummeza kama alivyomezwa Layla. Alimwamini sana Ahmed kuwa angeweza kuirudisha tena furaha ndani ya familia yao ambayo ilipotea kwa muda mrefu sasa. Kwa imani aliyokuwa nayo Bibi Khadija juu ya Ahmed ilimfanya aihalifu amri ya mumewe. Alidhamiria kuwaozesha kwa hali yoyote itakayokuwa hata ikiwa kwa kadhi. Labda tuseme Mungu alikuwa upande wake. Alikuwa anahitaji mtu mwengine wa kumwunga mkono zaidi ya Bibi Maimuna, angalau wawe watatu. Mungu alimsikia na akamleta Bibi Lulu, mama mzazi wa Ahmed.

Bibi Lulu alipopata habari tu kuwa Ahmed anaoa, hakuvunda. Alijihimiza akaikanyaga Zanzibar kwa mara yake ya kwanza.

Tangu mwaka aliofika Tanga, Bibi Lulu hakusafiri kwenda kokote na maisha yake yalikuwa ya dhiki sana. Ingelikuwa si mtoto aliyembeba tumboni angelishaukatisha umri wake miaka mingi nyuma. Hakutaka kuidhulumu nafsi ambayo haikuwa na haki ya kufanyiwa hivyo. Aliishi hivyo hivyo kwa msaada wa biashara ndogo ndogo mpaka alipojifungua mtoto mzuri wa kiume. Alipombeba kwa mikono yake mara ya kwanza, ilimjia picha kamili ya baba wa mtoto huyu. Damu ya baba yake ilikuwa nzito zaidi yake na mtoto alitokea Mwarabu zaidi. Alikuwa ni mtoto aliyependeza kwelikweli. Aliyakumbuka maisha yake yalivyokuwa na furaha wakati alipokuwa na baba wa mtoto huyu na sasa kapata sababu ya kuishi. Tangu alipokuwa mtoto mpaka umri huo aliofika, Ahmed hakutaka kitu kwa mama yake akanyimwa. Bibi Lulu alifanya kila awezalo ili ampe furaha mwanawe japokuwa walikuwa na hali duni ya maisha. Sasa Ahmed ameshakuwa kijana wa kujitegemea alitaka kumpumzisha mamake na jiko, maana maisha yao yote waliyoishi Bibi Lulu aliteketea kidogokidogo na moto kwa biashara yake ya kuchoma chapati. Ndipo hapo Ahmed alipoanza kuisaka kazi lakini kwa bahati mbaya, kutokana na kuwa na hali duni kimaisha, hakuweza kusoma na alimaliza elimu ya msingi tu, hivyo ilikuwa ni vigumu kwake kupata kazi. Ndio mwisho akaamua kuja Zanzibar ili kuja kujaribu bahati yake. Na kweli bahati yake ilikuwa Zanzibar maana alipata kazi, akapata nyumba na sasa kapata mke.

Bibi Lulu hakuwa na damu ya Kiarabu hata kidogo, ni Mwafrika halisi, hata ukiambiwa kuwa huyu ni mama wa Ahmed basi ingelikuwa vigumu kukubali. Lakini hata ukibisha, sura zao zilifanana. Damu yake mwenyewe vipi imtupe moja kwa moja? Haikuwa na shaka hata kidogo kuwa baba wa Ahmed ni Mwarabu. Mbali ya kuwa alikuwa hana baba lakini Bibi Lulu alifanikiwa kiasi kikubwa kumlea mtoto wake katika maadili yaliyo mema. Kila mtu alimsifu mtoto huyu pamoja na mama yake, ambaye alimpa malezi yaliyo bora. Lakini hakuna aliyejua nani baba wa mtoto huyu kwani Bibi Lulu aliingia Tanga akiwa amembeba tumboni, akisingizia kuwa baba wa mtoto amefariki kwenye ajali ya jahazi alipokuwa anasafiri kibiashara akielekea Somalia. Leo ndio ameikanyaga Unguja kuja kuisherehekea harusi ya mtoto wake wa pekee.

***************

Bibi Khadija alidhamiria kweli kweli na baada ya kuzikamilisha taratibu zote aliwafungisha ndoa Zahra na Ahmed. Ndoa yao ilifungwa na kadhi baada ya baba wa bi harusi kuikataa ndoa hii bila sababu za kisheria. Sasa Ahmed amekuwa mume wa Zahra na Zahra amekuwa mke wa Ahmed kisheria. Bibi Khadija na Bibi Lulu walikumbatiana huku wakilia kwa furaha wakipongezana kwa harusi ya watoto wao. Nyoyo za watu wote zilikuwa ni za furaha. Bibi Maimuna aliwapa hongera ya harusi kisha akaondoka kwenda kuuguza. Mumewe alikuwa yu mgonjwa, lakini hakutaka hili limpite. Nao baada ya kupongezana wakawapongeza na maharusi na mwishowe waliondoka wakaelekea nyumbani kwa Bwana Ahmed kuwatambulisha maharusi wapya ili awape baraka zake.

Walipofika nyumbani Bibi Khadija alitangulia ndani akawaacha maharusi nje pamoja na Bibi Lulu. Alimkuta Bwana Ahmed ametuna kama kitumbua, pumzi za mashikio zinamtoka kwa hasira. Umri wake wote hakuwahi kuvunjiwa heshima kama leo. Vipi leo Bibi Khadija kathubutu kuivunja amri yake? Bibi Khadija alimtazama kwa kitambo vile alivyobadilika kwa hasira, nusra apasuke. Akamsogelea taratibu, tena kwa dharau ya kike, mpaka karibu yake. Aliendelea kumtazama kwa macho yake ya dharau kama vile anamwambia, "umekwisha wewe".

"Yale niliyokwambia kuwa mwanamke anaweza kufanya chochote anapoamua ukaniona mpuuzi sasa nimekuthibitishia. Ahmed na Zahra sasa ni mume na mke, sasa amua utakalo!" Bibi Khadija alizidisha dharau na ndipo hasira za Bwana Ahmed zilipozidi. Alisimama kwa ghadhabu huku mapumzi yakimtoka.

"Wapo wapi hao wana hizaya? Kama jabari kweli mbona wameshindwa kuja mbele yangu?" Alifoka Bwana Ahmed kwa hasira mpaka mate yakamtoka kama mvua.

"Usipige kelele bure ukapandisha presha yako sasa. Tupo kwenye furaha usitake kututia kitahanani sasa hivi. Wasiweze kuja mbele yako kwani una nini? Wamekuja kwa marefu na mapana kama mapazia ya sinema. Tena wamekuja kuchukua baraka zako ili waanze maisha yao ya ndoa kwa amani. Subiri. "Ahmeeed! Piteni ndani baba yenu anawasubiri," Bwana Ahmed sasa mpaka moyo unamwenda mbio kwa hasira. Aliwasubiri waingie tu awaoneshe kiama chao!. Hakuna aliyewahi kumshinda Bwana Ahmed, hivyo hakutaka wao kuja kuvunja rekodi, Asingeweza kuikabili jamii.

Lakini imekuwa kinyume baada kuingia maharusi ndani aliganda kwa mshangao. Mwili ulikuwa baridi. Hata hao maharusi hakuwaona, macho yake, aliganda juu ya uso wa Bibi Lulu. Alikonga kutokana na dhiki za maisha akaonekana kama wa miaka tisiini lakini, masikini, alikuwa na umri wa miaka khamsini tu. Hata hivyo Bwana Ahmed hakushindwa kumtambua juu ya kuwa miaka mingi imeshapita. "Huyu nani?" Hatimaye Bwana Ahmed alipata nguvu ya kuuliza.

"Mzazi mwenzio. Mama mzazi wa Ahmed!" Bibi Khadija alijibu kwa madaha. Bwana Ahmed alizidi kuchanganyikiwa alitamani ardhi ipasuke aingie.

"Ina maana…." Bwana Ahmed hakuweza kuimaliza sentensi yake. Ubongo uliganda na hakuna hata kiungo kimoja kilichoweza kufanya kazi.

"Ahmed?" Bibi Lulu aliita kwa sauti ya kitetemeshi. Miguu ilimtetemeka hakuweza tena kusimama. Alijihisi mwili wote unajiachia, hakuwa na nguvu ya kuuzuia na, taratibu, ulikuwa unakwenda chini. Ahmed alimwahi kabla hakufika chini, alimsogeza taratibu mpaka kwenye kiti akamkalisha. Bwana Ahmed aliganda vile vile asitingishe hata kidole. Wote walizubaa. Vipi Bwana Ahmed na Bibi Lulu walijuana ikiwa Bibi Lulu ndio mara yake ya kwanza kuja Zanzibar, na Bwana Ahmed hakuwahi kwenda Tanga?. Wamekutana wapi watu hawa?

## 22

Miaka ishirini na saba iliyopita nchini Kenya, alikuwepo Bwana Said bin Ibrahim na familia yake. Alikuwa mfanyabiashara mkubwa, hakuna asiyemtambua. Bwana Said alikuwa ana kila kitu katika maisha yake isipokuwa furaha. Ya laiti, ingelikuwa furaha ni ya kununuliwa angelikuwa tayari kuinunua kwa gharama yoyote hata ingelikuwa ndio sababu ya kuwa fukara. Ni baba mwenye watoto wawili wa kiume lakini hakuijua thamani ya watoto hawa. Watoto hawa walikuwa kama paka na chui, hawakupendana hata kidogo. Hii ilipelekea kuwa mpaka umri huo aliofika Bwana Said hakuujua msaada kutoka kwa watoto wake. Kazi zote zilizohusiana na biashara yake alishughulikia mwenyewe. Watoto wake hawakuweza kukaa pamoja hata dakika tano, basi vipi wangeweza kufanya biashara pamoja?

Mke wa Bwana Said alifariki siku nyingi na malezi ya watoto hawa peke yake aliona yanamshinda. Akawaacha wafanye wapendavyo mpaka hapo dunia itakapowarudi. Na wao bila hisia yoyote wakafanya wapendavyo, wakawa watumwa wa nafsi zao. Kila inachotaka nafsi zao waliiridhisha. Kutokana na kuivamia dunia na starehe zake, wakawa watumiaji wabaya wa pesa, na hapo ndipo ugomvi wao ulipozidi. Kila mmoja hutumia pesa za mzazi wake kwa fujo bila ya kuzifanyia kazi. Mzee wao aliumia sana lakini alistahamili. Walikuwa ni watoto, wake atafanya nini? Mtoto anaponyea kiganja hakikatwi. Katika bara zima la Afrika hakuwa na mtu isipokuwa hawa vijana wake wawili tu, Salim na Ahmed.

Katika starehe zake za dunia Ahmed alikutana na kijana mwenziwe, mwanamke wa Kiafrika. Kijana huyu aliitwa Lulu. Wakapendana na kwa hakika Lulu alimpenda kwelikweli Ahmed na alikuwa na imani siku moja atakuwa baba wa watoto wake. Aliiachia nafsi yake na mwili wake kwa Ahmed. Lakini Masikini! Ilikuwa ni tofauti kwa Ahmed. Yeye hakuwa na mpango naye kabisa! Alikuwa anautumia ujana wake tu na hakuwa na haja naye katika maisha yake. Lakini hakumpa Lulu nafasi ya kutilia shaka penzi lake. Si Lulu tu, kila mtu alijua kuwa Ahmed alimpenda kwelikweli Lulu na wakamwona ni mwanamke mwenye bahati, atake nini Ahmed asimpe? Baada ya muda kidogo Mwenyezi Mungu aliwapatia zawadi ya penzi lao, Lulu alishika ujauzito! Kwa furaha na matumaini makubwa alimwambia mwenziwe, Kama alivyotegemea aliahidiwa ndoa. Furaha ilizidi mara mbili.

Ahmed, baada ya kuipokea habari hii, alipata pigo la mwaka. Hakutegemea kama angelizaa na Mwafrika. Na hapo ndipo alipozidi kumshusha thamani. Vipi mwanamke mwanamwari auachie mwili wake kwa mwanaume asiyemhusu, Tena basi uthubutu kubeba na ujauzito? Basi ipo wapi thamani ya mwanamke huyu? Ikiwa ameweza kuwadanganya wazazi wake mwenyewe na akaweza kuwa na mahusiano na mwanaume bila ya wao kugundua chochote, basi vipi atawaza kuwa mwaminifu kwake? Inaweza kuwa pia ujauzito ule sio wake. Baada ya kukataliwa na huyo mwenyewe ndio kaletewa yeye. Na hata ikiwa ni yake, yeye hakuwa na haja nao maana si mzigo wake halali. Wala hawakupanga kuwa wapate mtoto kwa sasa, hivyo, hili yeye halimhusu! Alidhamiria kumtelekeza Lulu na mtoto wake kwani hakuwa na haja nao. Lakini hakutaka kulidhihirisha hili kwa Lulu ili aweze kumkimbia bila ya Lulu kutambua. Vipi atawaza kumkimbia Lulu? Atakwenda wapi? Hana msingi wowote, akili ilimzunguka. Siku hiyo alilewa kwelikweli eti apunguze mawazo aliyonayo.

Baada ya kulewa chakari alirudi kwao kiasi saa saba usiku na akaanza kupiga makelele tokea yupo nje.

"Wewe mzee toka huko chumbani kwako. Unalala una raha gani wewe? Watoto wako wanataabika, wewe unaukoromea. Mzazi gani wewe?" Ahmed alipiga makelele kwa sauti yake ya kilevi. Bwana Said ameshaizowea hali hii. Kama hatokuwa Salim basi atakuwa Ahmed ama wote wawili kwa pamoja. Alinyanyuka taratibu juu ya kitanda chake akajizoazoa mpaka ukumbini na akamwona Ahmed anavyoingia huku akipepesuka. Wakati huo Salim alikuwa yupo tayari chumbani kwake. Siku hiyo alirudi mapema kwao. Naye, baada ya kusikia kelele za Ahmed, alitoka chumbani akaenda kumsikiliza.

"Wewe mzazi wa aina gani usiyekuwa na imani na watoto wako? Unakaa ukikumbatia mapesa tu basi, utakwenda kuyatumia wapi hayo? Leo, kesho unakufa wewe! Hebu tupe sisi hizo pesa tutumie. Mimi nasema ninataka urithi wangu kabisa. Nataka kuanza maisha yangu...."

"Unataka urithi wako?" Bwana Said aliuliza kwa mshangao.

"Ndio nataka urithi wangu kabisa maana yake kila nikisubiri ufe, hufi. Bora nikatie zangu kabisa kisha hapo ishi upendavyo."

"Eti! Wewe umekwenda kulewa ili uje kuniambia upuuzi wako hapa?" alifoka Bwana Said.

"Huo si upuuzi mzee. Katika umri wake wote Ahmed ndio kwanza leo kasema la maana. Tukatie chetu kabisa!" Salim alimwunga mkono Ahmed.

"Watoto nyinyi mmenikusudia nini lakini enh? Mmekosa nini humu ndani hata leo mnathubutu kusema haya? Bora mama yenu alipokufa kabla hakuiona siku hii."

"Na wewe unasubiri nini mpaka leo? Miaka yote hiyo basi hata usiwe na hamu ya kumfwata alipo?"

"Ahmed chunga kauli zako," Bwana Said alipayuka kwa hasira, akaanza kukohoa.

"Nyamaza wewe mzee, usinipandishie sauti mimi!" Ahmed alisema kwa sauti ya kilevi yenye dharau.

"Eti! Ahmed! Ahmed! Ahmed!" Bwana Said aliita kwa sauti ya chini huku akiuzuia moyo wake kwa nguvu. Hatimaye nguvu zilimwishia akaanguka chini. Hakuna aliyejali, Walimwacha mzazi wao akitapa na roho yake mpaka mwisho akatulia kimya, na huo ndio ukawa mwisho wa Bwana Said.

Baada ya mazishi waligaiwa urithi wao kila mmoja. Hakukuwa na mrithi mwengine zaidi yao. Baada ya kupata chao kila mmoja alikwenda upande wake. Salim alikimbilia Tanzania wakati Ahmed alikimbilia Uganda. Ahmed alimkimbia Lulu bila huruma, akimwacha akiwa na kiumbe chake ndani ya mwili wake wala hakutaka kuijua hali yake. Lulu, baada ya kujulikana kwao kuwa ni mjamzito, alifukuzwa. Kutokana na aibu aliyokuwa nayo, tumbo limeshajitokeza kila mmoja alitaka kujua habari za baba wa mtoto huyo naye hakujua alipo. Hakuwa na la kujibu na aliona ni vyema kukimbia mji ili ayakwepe maswali asiyoweza kuyajibu. Jamii atainyamazia kimya, jee, mtoto wake atakapozaliwa akawa mkubwa atamjibu nini? Hakuwa na njia nyengine ila aondoke hapo aende sehemu nyengine asikojulikana ili historia isahaulike aweze kuishi kwa amani yeye na mtoto wake.

Ahmed, baada ya kukimbilia Uganda, aliendelea na starehe zake kama kawaida. Hakuwa anachuma, alitumia tu. Mpaka sasa pesa zote zilimalizika na hakuweza tena kukaa katika mji wa watu, hivyo alirudi kwao Kenya. Hakumkuta aliyemwendea si Salim wala Lulu. Alipata habari kuwa Salim yupo Tanzania ameanzisha biashara zake huko. Bahati mbaya Lulu hakujulikana alipo, kama yupo hai ama ameshakufa, hilo alilijua Mungu tu. Ahmed kwa pesa chache zilizobakia aliona hakuna haja ya kuzifuja na hizo. Aliona la maana kwa sasa ni kumfwata kaka yake aliko tu. Alifunga safari ya kwenda Tanzania.

Alipofika Dar -es- Salaam yale aliyoyategemea ndio yaliyomfika. Alifukuzwa kwa kaka yake kama mbwa koko. Hakuwa na pa kwenda. Alibaki anazurura tu mitaani na hakuwa na hata kipande cha mkate cha kuweza kulidanganya tumbo lake. Maisha yalikuwa magumu kila siku zikienda mbele. Alitamani arudi kwao Kenya, lakini atakwenda kwa nani? Alichoka mwili na akili. Na hatimaye mambo yalipozidi kuwa magumu aliona bora atafute kazi yoyote afanye. Ile hadhi na heshima ya ukoo wake anayojitukuza nayo siku zote aliiweka pembeni. Mungu hakumtupa moja kwa moja. Alijaaliwa kupata kazi ya kupara samaki sokoni. Sasa angalau aliweza kupata riziki yake.

Sasa Ahmed alizijutia dhambi zake zote alizozitenda, maana aliamini haya ndio malipo yake. Alitamani baba yake angelikuwa hai ili amwombe msamaha kwa yote aliyomtendea. Aliijutia kila pumzi yake aliyoitumia katika kufanya dhambi zile hata zikazichukua pumzi za baba yake. Alichukia hata kukumbuka yale aliyoyatenda nyuma hata ikafika kuwa analia peke yake kila akizikumbuka dhambi zake alizozitenda. Alimkumbuka sana Lulu lakini hakujua yupo wapi. Wasiwasi wake mkubwa alihisi kuwa Lulu ameshaukatisha uhai wake kutokana na balaa alilomwachia. Sasa alijiapia kuwa yale yote yatabaki kuwa ni kama ndoto mbaya zilizompitikia ndani ya usiku mmoja na sasa ameshaamka. Alijiapia ndani ya nafsi yake kuwa hatoyarejea tena yale aliyoyatenda. Sasa atakuwa ni kijana anayejituma na kutazama maisha yake ya mbeleni.

Siku moja Ahmed akiwa kazini kwake alitokea bwana mmoja wa makamo. Baada ya kumwona Ahmed akipara samaki sokoni alisahau yaliyomleta sokoni hapo hivyo alibaki akimshangaa kama vile akijiuliza huyu ndiye au sie. Taratibu alianza kumfuata kwa karibu zaidi ili ahakikishe kile alichokiona kwa sababu ilikuwa si rahisi kwake yeye kuamini kile alichokiona. Hakutaka kuamini kuwa Ahmed yupo kwenye hali hii. Miaka mingi sana hakumwona lakini sura zake hazikumpotea kutokana na kufanana sana na baba yake. Baada ya kumkaribia kabisa alijaribu kumwita ili apate uhakika zaidi isiwe ikawa amemfananisha tu. Kwa sauti ya taratibu yenye wasiwasi ndani yake aliita.

"Ahmed?" Ahmed aliacha kazi yake akauinua uso kumtazama aliyemwita. Sauti haikuwa ya Salim, atakuwa nani? Alistaajabu. Baada ya kumtazama kitambo likamtoka tabasamu khafifu na alionekana kumtambua aliyemwita lakini hakuwa ana uhakika sana; kama aliyemfikiria yeye, ndiye yeye kweli. Maana sasa alionekana ameshakuwa mtu mzima tofauti na alivyomwacha kwa mara ya mwisho. "Mjomba Najash?" naye aliita taratibu kwa wasiwasi, isiwe akawa amekosea.

Baada kila mmoja kuhakikisha kuwa yule aliyekuwepo mbele yake kwa sasa ni yule yule aliyemjua, waliopoteana miaka mingi nyuma, kwa pamoja walikumbatiana kwa furaha hata Ahmed alijisahau kuwa ana vumba. Baada ya mazungumzo mafupi Bwana Najash alisikitishwa na kifo cha ndugu yake, Bwana Said. Hakuwa na taarifa nacho, maana watoto hawa walikatisha mawasiliano na wazee wao siku nyingi. Hawakujua hata jamaa zao wako wapi. Siku ya leo Mungu tu ndiye aliyewakutanisha.

Bwana Najash hakupendezewa na kazi anayoifanya Ahmed. Ikiwa wao ni wafanyabiashara wakubwa basi vipi watoto wao wadhalilike kiasi hiki? Kwa vile Bwana Najash hakujaaliwa kupata mtoto wa kiume, alimwomba Ahmed aje kuungana naye katika biashara zake. Ahmed, bila kuvunda, alimkubalia Bwana Najash kwa moyo mmoja. Aliamini kuwa Mungu alizisikia sala zake za muda mrefu.

Alianza kazi rasmi kwa Bwana Najash akaiacha kazi ya kupara samaki. Baada ya muda mrefu kufanya kazi pamoja, Bwana Najash alianza kuvutiwa na Ahmed kutokana na tabia zake na uchapaji wake wa kazi, hivyo alimtamania binti yake wa pekee, Khadija bint Najash. Alizungumza na mkewe juu ya shauri lake, naye basi vipi akatae? Ni mtoto wa marehemu dada yake waliozaliwa tumbo moja! Baada ya wazazi kukubaliana ilianza mipango ya harusi. Kwa vile Ahmed hakuwa na wazazi wake, alitafutwa kaka yake, Salim ,ili aje kuisimamia harusi ya ndugu yake. Hata hivyo, kila mmoja alikuwa ana chuki juu ya mwenziwe. Waliwaridhisha wazee tu.

Baada ya ndoa tu jambo la mwanzo alilolifanya Khadija bint Najash lilikuwa kuwapatanisha mtu na kaka yake. Walipatana lakini Ahmed hakuwa na amani ndani ya moyo wake. Hii ilikuwa tabia yake, mgumu wa kusamehe na amri siku zote hutoka kwake tu. Hivyo kuendelea kukaa Dar-es-salaam aliona ni kama kujidhalilisha kwa kaka yake kila anapokutana naye. Hivyo aliamua kuhamisha makazi yake Zanzibar. Alizungumza na wakwe zake, nao bila pingamizi walimpa baraka zao akaishi popote apendapo.

Sasa ameshakuwa baba mwenye watoto wanne, anayeheshimika kila pembe ya Zanzibar. Ni mfanyabiashara maarufu mwenye mafanikio makubwa. Basi nani aliyeweza kumtilia shaka Bwana Ahmed kuwa ndiye yule aliyekuwa mlevi wa kutupwa? Ndiye yule aliyempa ujauzito mwanamke kabla ya ndoa kisha akamkimbia? Ndiye yule aliyemkimbia mwanawe tokea yupo tumboni mwa mama yake? Ndiye yule aliyedai urithi hata kabla baba yake hakufariki? Ndiye yule aliyemwacha baba yake anashindana na pumzi zake za mwisho bila msaada wowote? Hakuna hata mmoja aliyeweza kumtilia shaka. Kila mmoja alimwona Bwana Ahmed ni walii mbele ya macho yao, ni mtu anayejua heshima na kujiheshimu, anayejua ubinadamu, asiyejua kudhulumu mtu. Wote walimwamini Bwana Ahmed na walimtaka ushauri kwa mambo yao mengi, naye aliwashauri na ukawa ushauri wake wenye manufaa. Aliziteka nyoyo za watu wengi katika mji wa Zanzibar. Basi nani alijua kuwa moyo wa Bwana Ahmed ulificha siri nzito? Hata mkewe hakulitambua hilo!

***************

"Kuna nini, mbona sifahamu kinachoendelea?" Ahmed aliuliza kwa wasiwasi baada ya kuona hali ya mama yake na Bwana Ahmed kubadilika mara tu walipoonana. Bibi Khadija na mwanawe, wao ndio wameganda kabisa hawakuwa na la kusema wanajionea miujiza tu.

"Ahmed, mwanangu, siku zote ulikuwa unaniuliza habari za baba yako, nikawa nakujibu kuwa amefariki wakati wewe ulipokuwa bado upo tumboni mwangu. Baba yako hakufariki wala hakuitwa Abdallah kama nilivyokwambia. Baba yako yupo hai tena mzima wa afya yake na anaitwa Ahmed bin Said! Na ndiye huyo aliyesimama mbele ya uso wako! Na ndiye baba wa mke wako!"

"Eti?" wote watatu kwa pamoja walimvamia Bibi Lulu. Hakuna aliyeamini kauli aliyoitoa Bibi Lulu. Bwana Ahmed hatingishiki; alionekana kama sanamu la kuchongwa.

"Samahani sana ndugu yangu kwa haya niliyoyasema, najua yanaumiza. Lakini ukweli siku zote haukwepeki. Hata ukiwa mchungu kiasi gani jua ipo siku utakuja kuukabili tu. Miaka mingi nyuma mimi na Ahmed tulikuwa tuna mahusiano tulipokuwa tupo Kenya. Nilimpenda kwelikweli, sikujua kuwa mwenzangu alikuwa akinidanganya tu. Nilipokuja kulitambua hilo nilikuwa nimeshachelewa, maana nilikuwa tayari nimeshabeba kiumbe chake tumboni mwangu. Niliumia sana hata nikatamani kujiua, lakini kiumbe kilichokuwa kinakua ndani ya mwili wangu ndio

230

kilichonizuia kufanya hivyo. Lakini sikuweza kuishi tena Kenya kutokana na bughudha za watu. Nikahamia Tanga ili nipate amani ya kuishi. Na siku nilipomzaa ndio nikapata sababu ya kuishi tena. Kwa vile bado nilikuwa na mapenzi makubwa kwa Ahmed, nikamwita mtoto wangu Ahmed ili iwe ndio kumbukumbu yangu ya baba yake. Nilimdanganya mtoto wangu kuhusu baba yake kwa sababu nilijua baada ya kujua ukweli, atamchukia tu. Na mimi hili sikutaka litokee kwa sababu kumchukia kwake yeye kungeninyima raha. Sikujua kuwa siri niliyoificha ingelisababisha yote haya leo, ndoa ya dada na kaka!" Bibi Lulu alihadithia kwa uchungu huku machozi yakimtoka. Watu wote walibaki kimya wamepigwa bumbuwazi wakimsikiliza Bibi Lulu. "Nisamehe mwanangu kukuweka kwenye kiza muda wote huu. Ukweli ni kwamba hakuna ndoa hapa! Ahmed bin Said ni baba yako na Zahra ni dada yako!" Si Ahmed tu, watu wote hapo ukumbini walikuwa hawana nguvu hata ya kuvuta pumzi baada kusikia yaliyosemwa na Bibi Lulu. Hakuna aliyetaka kuamini.

Mara ghafla waligutushwa na sauti ya kugugumia maumivu. Wote kwa pamoja waligeuka nyuma kutazama kinachoendelea kule ambapo sauti ilipotokea. Walimwona Bwana Ahmed ameinama kutokana na maumivu aliyokuwa nayo. Mkono wake wa kulia umeiminya kwa nguvu sehemu ya kifua kwenye upande wake wa kushoto huku mkono wake wa kushoto ukijaribu kutafuta msaada wa kiti ili imzuie asianguke chini. Masikini, siku ya leo haikuwa yake. Hata kiti kilikataa kutoa msaada, kilijisogeza nyuma kikamwacha Bwana Ahmed akiikabili sakafu kwa paji lake la uso. Wote kwa pamoja walitaharuki na, kwa haraka walikwenda kumuwahi kabla hakwenda chini akakisujudia kiti. Walifanikiwa kumzuia wakamlaza chini taratibu. Siku zote Bwana Ahmed alijiona jabari na mwenye nguvu. Masikini, kumbe hakujijua kuwa ni dhaifu nambari moja hata dhambi zake mwenyewe leo anashindwa kuzikabili.

"Niach....eni.... haya.... ndiiiio....mallllipo.... ya dhambbi zangu. Nisameh....ee Khadijjja kammaa.... itawezeee....kana kupottt....ea kwa amman.... na fffurrah....a ya nyuu....mba hii sababu ni mmmimi! Yote.... haya.... ni malipo ya dhambi nilizozitenda. Kweli Munngu.... hakopeshwwwi.... kile utakachokiten....da ndi....o takach....oli..pwa hata iki....wa ni ya muda ggg....ani....umepita.... ujue .... kuwa hutoku....fa mmpka.... uzikabili....dhambi zakooooo" Bwana Ahmed aliuzuia mkono wa Bibi Khadija sawasawa akizungumza kwa sauti khafifu yenye kugandaganda kabla kuziba kauli.

"Ahmeeeeeed!' Bibi Khadija alipiga siahi baada ya kuuona mkono wa Bwana Ahmed taratibu unauachia mkono wake. Alijaribu kumwita huku akimtingisha. Mara ghafla aliyafungua macho taratibu, lakini hakuwa akimtazama mtu, mboni zake zote zilipanda juu.

Tena kwa sauti yake ile ile dhaifu alijaribu kusema tena. "Nisame....hen wato....to wang....u najua.... nimewadhulumu .... maisha....yenu.... kwa uji....nga waa....ngu. Nimmme....poteza Saiiid na Layyyyyla....layla nimekosa....nafasi ya.... kumwomba ms....amah.... Kam....a ilivyo.... kuwa kwa bb....aba yangu.... naomba....niomb....eeni.... msa....mah....kwa Saiiid.... sikkku.... yoyte at.... kayo....rud.... Nina....iman....ata....ruuud...."

"Ahmed usiseme hivyo unatuumiza" Bibi Khadija alisema kwa vilio.

"Khadija mi.... sinn a mudda.... tena.... lullu upo wap.... nina....ju....a nim ekudhulum maishh....a yakko. Sssasa ....ha.... iii....na hajjjja kuomm....ba msaaamah.... Hai...tos....aidia kwa sasa. Lak....in nia..min.. nil..kuta...futa ila sikujuuua ulipooo. Hata....hivyoo naooomba msammah wakooooo.... kabla sijaf... ka nina....po....kwendaaaa...." Bwana Ahmed alizimika tena. Bibi Khadija alizidi kuchanganyikiwa. Zahra, kama kawaida yake hajiwezi kwa vilio. Mungu alimpa nguvu Ahmed, akawasogeza watu wote upande ili apate nafasi ya kuinua mwili wa baba yake auwahishe hospitali.

Ahmed aliwahi kuchukua Teksi ili aweze kuyanusuru maisha ya mzazi wake. Wote kwa pamoja walimkimbilia Ahmed wakimfwata anapokwenda. Bibi Khadija alipanda mbele wakati Ahmed akiwa nyuma pamoja na baba yake. Kichwa cha baba yake alikilaza juu ya mapaja yake akiwa anamsomea huku akimpuliza. Zahra na Bibi Lulu walichukua Teksi nyengine.

Bwana Ahmed alizinduka tena "Nis....sameh....Ahmed .... malipo....yangu.... nimeshayao....na.....Alibaki kimya kwa muda kidogo huku akitoa pumzi nzito, Kisha ikamtoka tena kauli, "Kama tudin tudan" kabla ya kupoteza tena fahamu. Baada ya muda mfupi waliwasili hospitali kuu ya Mnazi Mmoja. Kabla ya kupoteza muda aliwahishwa kwenye chumba maalumu cha wagonjwa mahututi.

## 23

Baada ya mihangaiko mingi ya dunia ndio kwanza sasa Said anakumbuka kwao. Kweli sikio halizidi kichwa, mzazi atabaki kuwa hivyo siku zote hata kama nawe mtoto umeshazeeka. Sasa Said aliijua dunia vizuri na alithibitisha kuwa asiyefunzwa na mamaye hufunzwa na ulimwengu. Baada ya kufikiria sana njia ya kujikwamua na maisha haya, hakuiona isipokuwa kurudi kwa wazazi wake ili awatake radhi. Aliamini kuwa zile laana na maapizo ya baba yake ndiyo yaliyomfikisha hapa leo na pia lile chozi la mama yake lililodondoka wakati alipokuwa akimzuwia asiondoke, naye bila kujali aliliacha lidondoke chini, halikupotea bure. Sasa dunia aliiona chungu kwani ameishaijua ladha yake baada ya kukutana na walimwengu na hapo ndipo alipoitambua thamani ya familia. Roho yake ilizidi kumwuma alipokumbuka hali aliyomwacha nayo Layla. Hakuweza kumsaidia chochote wakati aliahidi kufanya hivyo.

Sasa nafsi yake iliamua moja tu, kwa hali yoyote itakayokuwa lazima arudi kwao. Alihisi nafsi yake inamsukuma sana kufanya hivyo. Lakini alifikiria vipi angeweza kumkabili baba yake asiyekubali kushindwa na kitu chochote. Kweli angeweza kuurudisha moyo wake akamsamehe? Vipi angeweza kumtazama mama yake baada ya yote yale aliyoyazungumza siku ambayo aliyoondoka kwao? Nani angelimfahamu? Alimfikiria Layla, alikuwa na yakini kuwa Layla angelimsaidia kwani alikuwa ni mwepesi wa kusaidia watu. Lakini mwisho alikumbuka kuwa Layla hakuwa malaika. Alikuwa ni binadamu kama alivyo yeye. Kama hivyo ndivyo, basi naye lazima atakuwa na kinyongo kama walivyokuwa binadamu wengine. Wakati Layla alipokuwa ana matatizo yeye alikimbia akaitafuta furaha yake wala hakujali aliyoyaacha nyuma. Basi vipi leo amsaidie wakati alipofikwa na matatizo? Hata ikiwa Layla yupo tayari kumsaidia, je, yeye ataweza kumkabili baada ya yote aliyoyatenda?

Baada ya kufikiria sana alipata wazo la kwenda kwa ami yake, Bwana Salim. Alipata imani kuwa Bwana Salim angeliweza kumsaidia kutokana na tatizo lake, kwa kuwa Bwana Salim ni mkubwa zaidi ya baba yake, hivyo angepata nafasi ya kusikilizwa. Bila ya kukawia alimfwata Bwana Salim nyumbani kwake. Bahati yake ilikuwa nzuri maana alimkuta yeye pamoja na familia yake wapo mlangoni, akikomea mlango wake. Alionekana kama mwenye safari ya kwenda, na kama Said angelichelewa kidogo tu asingemkuta. Bwana Salim alishtushwa kumwona Said pale kwa wakati ule. Baada ya salamu, Said alimvuta ami yake pembeni ili amweleze aliyo nayo.

Bwana Salim alisikitishwa sana na maelezo ya Said, hakuwa na la kufanya, alibaki akisikitika huku akitingisha kichwa. "Ina maana siku zote ulikuwa hapa Dar tokea ulipoondoka Unguja? Basi hata usinitafute hata siku moja mpaka umefikia hali hii?" Bwana Salim alilaumu.

"Si hivyo ami Salim, sikutaka ujue kama nilikuwa hapa kwa sababu nilijua kuwa utamweleza mzee na mimi sikutaka mzee ajue nilipo."

"Sasa na huyo mwanamke yupo wapi?" Bwana Salim aliuliza taratibu.

"Nani? Farhat? Ameshanikimbia siku nyingi. Hakuweza kustahamili maisha niliyokuwa nayo. Ah, ameshazowea kutumia yule, vipi ataweza kuishi na mimi hata sina uhakika kama nitaipata riziki ya leo? Nilisahau kuwa hakuna mapenzi bila ya pesa. Nilijidanganya kuwa Farhat alinipenda kweli, kumbe nilikuwa nimekosea. Kwani mapenzi ya kweli hayahitaji malipo, malipo yake ni nawe kurejeshewa mapenzi kama yale utoayo. Basi vipi leo Farhat amelitoa thamani penzi langu kwake kwa kuwa sina kitu? Sasa leo najuta juto la Firauni kuisaliti familia yangu kwa ajili yake yeye. Kwa wakati huu nilikuwa ninamhitaji awe ubavuni mwangu lakini yeye ndio kanikimbia! Hasara yangu sikumsikiliza mzee siku ile, ndio maana leo yamenifika yote haya. Sasa nipo tayari kuipokea adhabu yoyote ilimradi anisamehe tu. Nakiri kuwa nimekosa."

"Usisikitike sana mwanangu, shukuru Mungu. Haya yako wewe si mapya yameshatokea tayari, historia inajirejea. Hakuna kitu binadamu utakachofanya kikawa kipya. Kimeshafanywa tayari na waliokutangulia. Umri huu una matatizo; wengi umetushinda, wewe si wa mwanzo. Sote ni wakosa na la muhimu binadamu tuzitambue dhambi zetu kisha tutubie kabla hatujafa. Inaelekea kuwa huna habari yoyote za nyumbani, enh??"

"Hata sina, tokea nilipoondoka nilikata mawasiliano nao."

"Basi twende pamoja Zanzibar. Sisi sasa tunaelekea huko. Imekuwa kheri umetuwahi."

Safari ya Zanzibar ikaanza. Bwana Salim hakumweleza chochote Said kuhusu hali ya Zanzibar. Alitaka akayashuhudie mwenyewe. Baada ya saa mbili meli ilitia nanga kwenye bandari ya Zanzibar. Moyo wa Said ulipiga kwa nguvu alipoina bandari ya Zanzibar, wasiwasi, hofu na woga vimemmvaa kwa pamoja. Hakujua vipi leo angeweza kumkabili mzazi wake. Aliwaachia Bwana Salim na familia yake watangulie. Yeye alifuata nyuma kama vile hakujui. Kutoka bandarini hadi nyumbani kwa Bwana Ahmed haikuwa mbali hivyo. Walitembea kwa miguu tu, wote walikuwa kimya hakuna mmoja aliyemsemesha mwenziwe mpaka wakafika walipokusudia.

Uwanja wote uliokuwa mbele ya nyumba ya Bwana Ahmed ulikuwa haupitiki kutokana na umati wa watu waliokuwepo hapo. Said alisimama kwa mbali akiushangaa umma ule, kuna nini? Alijiuliza mwenyewe. Alipogutuka, alimwangaza ami yake akamwona yupo mbele ameshamtangulia. Hakushtushwa na watu wale, hivyo alionekana kuwa aliijua habari hii kabla.

"Ami Salim," Said alimwita ami yake baada kumwona anafululiza ndani huku watu wakimpisha njia apite. Bwana Salim alipogeuka nyuma alistaajabu kuwa Said amebaki nyuma kama mgeni. Baadaye alikumbuka kuwa Said hakuwa na habari yoyote juu ya hili. Aliwaachia familia yake waingie ndani yeye akarudi nyuma kumfwata Said alipo. Bila ya kumsemesha chochote, alimshika mkono akawa anakwenda naye ndani. "Kuna nini?" Said aliuliza kwa wasiwasi. Bwana Salim hakujibu kitu. Said wasiwasi ulimzidi kila alipopiga hatua moja mbele. Bwana Salim alifululiza moja kwa moja mpaka chumba ambacho kilitumiwa kwa ajili ya wageni. Waliwakuta kundi la wanawake ndani. Baada ya kuingia wao bila ya kusemeshwa chochote, wote kwa pamoja walitoka wakawapisha. Said aliganda baada ya kuuona mwili umelazwa juu ya kitanda ukiwa umefunikwa gubigubi Hapakuwa na shaka yoyote kuwa ni maiti. Said alipata ganzi mwili mzima na mdomo ulitetemeka. Hakuweza kutamka hata kalima moja amebaki kauachia wazi tu. Macho yamemtoka, kijasho chembamba kilimchirizika. Ni nani? Taratibu kwa hatua fupifupi, alianza kuifwata ile maiti ilipo na alipoifikia karibu alibaki kuitazama tu. Kila alipojaribu kuinua mkono wake ili aweze kulifungua lile shuka jeupe ili amtambue ni nani aliyelazwa pale, mkono haukutaka, aliuona ni mzito. Bwana Salim alilitambua hilo, naye taratibu alimfwata. Kwa mkono wake wa kushoto alimshika bega lake la kulia kisha akajisogeza mpaka karibu ya maiti akaifungua shuka taratibu, ikaonekana sura ya Bwana Ahmed amefumba macho kama vile aliyelala baada muda mfupi tu ataamka aanze hukumu zake kama ilivyo kawaida yake. Lakini leo haitokuwa hivyo. Usingizi aliolala ni wa moja kwa moja hatoamka tena. Said alipoona baba yake ndiye aliyelazwa pale na kufunikwa shuka jeupe alipiga yowe kubwa "Babaaaaa," kabla ya kuanguka chini.

*\*\*\*\*\*\*\*\*\*\*\*\*\*\*

Bwana Ahmed alifariki dunia kutokana na shinikizo la moyo baada ya kulazwa hospitali siku tatu, ndani ya chumba cha wagonjwa mahututi kwenye hospitali kuu ya Mnazi Mmoja. Ambapo siku zote tatu alikuwa anaishi kwa msaada wa mashine tu akisubiri saa yake ifike. Saa yake ilipofika hakuna chochote kilichoweza kumsaidia kumsogeza mbele angalau kwa sekunde moja. Kila kitu kilizimika, mapigo ya moyo yalisimama, pumzi zilizima, hakuna kilichoingia tena. Mjumbe wa kutoa roho za viumbe, Izrail, alifika kwa wakati bila kuongeza wala kupunguza hesabu. Kwa msaada wa Izrail roho ikakiacha kiwiliwili ili irejeshwe kule ilipotoka.

Baada ya taratibu zote kukamilika jamaa wa marehemu waliruhusiwa kuichukua maiti yao. Matayarisho ya mazishi yalianza na kila kitu kilikwenda kama kilivyopangwa akiwa Ahmed ni msimamizi. Maiti ilishakoshwa na kukafiniwa. Sasa ilikuwa inasuburi ndugu zake waliopo mbali wafike ili aanze safari yake ya maisha yake mapya.

Juu ya kitanda ulionekana mwili umelala sawasawa, uso wake umeelekea juu. Lakini hakuwa akionekana hata kiungo kimoja, alikuwa amefunikwa gubigubi na shuka jeupe tokea kwenye utosi mpaka kwenye unyayo. Hafurukuti ametulia kimyaa! Bibi Khadija alibaki mlangoni kitambo akiuangalia mwili ule huku machozi yakipita njia mbilimbili, hakuwa na nguvu ya kusogea mbele. Hakutaka kuamini kuwa ule ndio mwili wa mumewe, Ahmed bin Said, mwanaume aliyekuwa jabari asiyejua kushindwa, mwenye sauti zaidi ya radi. Kauli yake ndio huwa sheria ndani ya nyumba yake. Hii leo amekuwa kama mtoto mchanga kila kitu asubiri kufanyiwa na wala asiweze kusema chochote hata ikiwa hayo anayofanyiwa hayakumridhisha. Amelazwa chali juu ya kitanda, watu wakimgeuza huku na huko, wakimsugua hapa na pale. Leo ipo wapi ile jeuri yake? Upo wapi ujuaji wake? Ziko wapi zile dharau zake? Kupo wapi kule kujitukuza kwake? Alijitukuza, akajitakabar akajifanya yeye ndiye mkamilifu mbele ya wenziwe. Masikini Bwana Ahmed bin Said ameshamalizika. Amekufa kifo cha kidhalili. Dhambi alizozitenda miaka mingi nyuma ndizo zilizommaliza uhai wake baada ya kushindwa kuzikabili. Sasa imebaki historia kama alikuwepo.

Kweli Mungu hakopeshwi, humlipa mtu vile atendavyo ikiwa ni kheri ama shari. Kila utakachokitenda utalipwa, iwe sasa hivi ama baadaye. Duniani malipo yakhera hesabu. Kokote utakapokwenda, historia yako haikuachi hukufuata kila uendapo kama kivuli. Bwana Ahmed alitenda dhambi wakati wa ujana wake lakini malipo yake ameyapata uzeeni, basi vipi apate yote haya? Bwana Ahmed alionekana kujuta kwa aliyoyatenda, akaiacha ile njia aliyokuwa nayo akafuata njia iliyonyooka. Akailea familia yake kwa misingi ya imani na wakamtambua Mungu na uwezo wake. Basi kwa nini amelipwa kwa aliyoyatenda zamani? Kwa nini amwone leo Lulu na asimwone pale alipomtafuta? Vipi Ahmed awaache watu wote huko na aje kwake yeye bila kutambua kuwa ni baba yake? Akaishi naye kama mwanawe wa kumzaa. Lakini kwa nini alishindwa kuitambua damu yake mpaka akapendana na dada yake? Alimtilia shaka tu kuwa anamjua lakini hakujua kuwa aliyekuwa anamjua ni mama yake Ahmed. Basi kwa nini hakuitambua mapema kuwa sura ya Ahmed ndiwo sura ya yule Lulu aliyemwacha Kenya na ujauzito wake? Vile alivyomwacha baba yake akifa bila ya msaada wowote ndivyo alivyokufa Layla. Kama yeye alivyomlaghai mwanamke wa Kiafrika kimapenzi, naye mwanawe Said kalaghaiwa na mwanamke chotara wa Kiafrika. Ina maana bado Mungu hakumsamehe? Ama ndio njia zake za kumsamehe. Kampa adhabu duniani ili anapokwenda awe safi? Malipo anayajua Mungu na sisi juu yetu kumwombea msamaha wa dhambi zake, Mungu amtazame kwa jicho la rehema.

Bibi Khadija alipata nguvu kama vile kitu kilimsukuma. Alikurupuka mbio akaenda kuinamia miguu ya maiti ya mumewe, akalia kwa uchungu hata ikamfanya airowanishe sanda kwa machozi yake.

"Nenda salama mume wangu, ukakutane na waja walio wema katika pepo njema. Nimekusamehe kwa kila ulilotenda kwangu ikiwa kwa makusudi au kwa bahati mbaya, moyo wangu upo safi juu yako kwa vile najua unapokwenda ni kuzito. Nakuombea kwa Mungu akusamehe uliyotenda." Bibi Khadija alizidi kuinga'anga'nia miguu ya mumewe huku akiendelea kulia kwa uchungu. Ghafla alihisi mtu amemshika bega. Kugeuka nyuma anakutana na uso wa Bibi Maimuna.

"Jikaze ndugu yangu, ndio dunia hii."

Bibi Khadija aliinuka ghafla akamkumbatia Bibi Maimuna kwa nguvu. "Ndugu yangu, aibu gani hii imetukuta, nani aliyefikiria kuwa Ahmed ana mtoto nje ya ndoa? Kisha leo watoto wa baba mmoja tukawaozesha. Nilimwamini Ahmed zaidi ninavyojiamini mwenyewe, basi kwa nini amenificha jambo zito kama hili?"

"Khadija! Ahmed ametubia dhambi zake. Alitaka kuanza maisha mapya na kuyasahau yaliyopita ndio maana ameyaficha haya. Hakutaka kuyakumbuka tena katika maisha yake. Haya yaliyotokea ni Mungu tu mwenyewe mipango yake. Bora ya wewe ndugu yangu, mumeo hakuwahi kukusaliti kwenye ndoa yako. Yote ameyafanya kwenye ujana wake tu. Kuna huyu wangu mimi mpaka keshapigwa rada kwa balaa lake na yeye sijui ana wangapi huko nje wenye damu yake. Ndugu yangu ujana wendawazimu, mengi yanatendeka kwenye umri huu, Mungu atuhifadhi. Kuwa na subra ndugu yangu, ikiwa wewe upo kwenye hali hii nani ataweza kumpa moyo Zahra? Kapata pigo kubwa mtoto yule. Na tushukuru Mungu ile harusi ilikuwa siri hakuna mtu mwenye habari nayo. Kama si hivyo ingekuwa balaa mjini!"

"Usemayo kweli."

"Basi jikaze watu wapo nje wanataka kumuaga maiti."

"Wache wapite."

***************

"Wewe mtoto wa kiume jikaze." Bwana Salim alimwinua Said ambaye aliishiwa nguvu baada ya kuiona maiti ya baba yake.

"Ami Salim nimeshaangamiaaaaa....uwiiiii! sikujua kutokana na dhambi zangu ningepewa adhabu kama hii. Sasa vipi nitazitubia dhambi zangu mimi?.... Kwa nini baba hukunisubiri hata kidogo, nikarejea? Kwa nini? Ama mimi nimechelewa sana kurudi? Nisamehe baba nimekosa mengi. Leo nimetaka kuomba msamaha wako lakini nimechelewa! Ulikuwa kwenye haki mimi ndiye niliyekosa. Nisamehe ama mwanao nitaangamia zaidi ya hivi nilivyo."

"Said jikaze, wewe mwanaume, jua kuna familia yako inakusubiri wewe baada ya baba yako. Baba yako ndio huyo ameshatutoka ,sasa wewe ndiye kichwa cha familia hii, majukumu yapo juu ya shingo yako."

"Kwa nini hukuniambia mapema habari hii?"

"Ungevunjika moyo mapema, hili ni moja na kuna mengine mengi unatakiwa uyajue."

"Kuna nini tena?"

"Kama ulivyolijua hili na mengine utayajua tu, kila kitu kina muda wake."

"Mama yupo wapi?"

"Said, nafkiri tumekuja pamoja hatua baada ya hatua." Said hakutaka kusikia mengine alitoka chumbani mle akaelekea kumsaka mama yake.

Watu wote walistaajabu kumwona Said. Utafikiri ndio kwanza wanamwona leo, ama alikuwa ana maumbile ya ajabu tofauti na binadamu wengine. Lakini Said aliwapita kama hawaoni, hakujali kitu kwa sasa.

"Saiiiid!" Mara ghafla aliisikia sauti ikimwita ambayo haikuwa ngeni masikioni mwake. Ilikuwa ni sauti ya Zahra. Aligeuka haraka kule upande ilipotokea sauti na akamwona Zahra anasogeza watu ili apate njia ya kupita. Said alisimama akamsubiri afike alipo. Baada ya kumfikia tu alimrukia kama kima akamkumbatia kwa nguvu kisha akaangua kilio kikubwa.

"Ulikuwa wapi Said muda wote huu. Umerudi leo wakati familia yote imeshaangamia? Ulikuwa wapi wakati tulipokuhitaji?" Said alizidi kuchanganyikiwa kumetokea nini nyuma yake?

"Kuna nini Zahra? Hebu tutafute faragha unieleze, maana sifahamu kitu," Said alizungumza kwa wasiwasi.

"Hakuna tena cha kuzungumzwa, kila kitu kimeshaharibika," Zahra alizidi kumchanganya Said.

"Mama yupo wapi?" baada kuona hawafahamiani aliona bora akamwone mama yake ili labda atajua kinachoendelea.

"Yupo chumba cha mwisho."

"Hakuna chumba kilicho kitupu, ambacho hakuna watu?"

"Kipo chumba chako, tokea ulipoondoka baba alikifunga hakutaka hata kuiona kumbukumbu yako. Samahani kwa kukuambia haya." Said alihisi mkuki unamchoma kwenye moyo wake.

"Basi nenda kamwambie mama kuwa nimekuja kisha njooni chumbani kwangu, mimi ninawasubirini huko, sawa?"

Zahra alitingisha kichwa kwa namna ya kukubali kisha alikwenda chumba alichokuwemo mama yake akamwambia kama alivyoelezwa. Bibi Khadija alishtushwa na habari ile. Hakujua kuwa afurahi ama alie. Alikurupuka mbio akamfuata Said alipo. Alipofika chumbani kwa Said alisimama akazubaa kwa muda kabla ya kumrukia na kumkumbatia kwa nguvu huku akilia, kilio kilichanganyika furaha na msiba. Walipokwisha tosheka na vilio vyao walinyamaza maana hapakuwa na mtu wa kuwanyamazisha. Walitulia kwa muda kila mmoja akiwa kimya.

"Layla yupo wapi? Sikumwona tokea nilipofika!" Said aliuvunja ukimya.

"Layla?!...Mungu amrahamu" Bibi Khadija aliangua kilio kipya.

"Eti?"

"Ndio, Layla amefariki. Sasa karibu miezi miwili." Zahra alimthibitishia Said. Said aliganda kuzipata habari hizi. Machozi ya moto yalimtiririka mashavuni mwake, lilikuwa ni pigo kubwa.

"Ilikuwaje? Alikuwa anaumwa?!" Said aliuliza kwa sauti ya unyonge.

"Kifo ndio njia yetu sote. Kila mtu atakufa haijalishi kuwa uliumwa ama mzima. Layla hakuumwa ila saa yake ilikuwa imeshafika. Ni historia ndefu ndugu yangu, wengi tulihusika kwenye kifo chake."

"Unakusudia nini, mbona sifahamu?"

Zahra alimhadithia kila kitu Said tokea siku alipoondoka. Vipi mambo yalivyozidi kuwa mabaya kwa upande wa Layla na jinsi walivyojaribu kumsaidia lakini kwa bahati mbaya ndio ikawa sababu ya mauti yake. Said alisikitika sana na kujilaumu sana kwa kuamua kuondoka wakati akijua kuwa dada yake yupo kwenye matatizo. Naye kama kaka aliyeahidi kuwa atazitunza furaha za ndugu zake, alishindwa kutimiza ahadi kutokana na kuiendekeza nafsi yake kwa yale aliyoyataka.

"Na baba aliumwa na nini?" Sasa Zahra alizibwa mdomo. Aliona aibu hata kumwangalia kaka yake usoni. Aliinamisha shingo yake chini kama vile ngamia aliyeridhia kuchinjwa. Said alishangaa, kuna aibu gani hata Zahra abadilike vile. "Zahra!" Alijaribu kumshtua, lakini baada ya kuitikiwa Zahra hakuwa na moyo wa kuendelea kuwepo hapo na aliondoka bila kuaga. Said alizidi kushangaa. Bibi Khadija alijipangusa machozi akamkabili Said.

"Said! Kifo cha baba yako ni makubwa zaidi kuliko ya Layla. Ni aibu kuyazungumza lakini wewe ni mtoto wa familia hii lazima nawe uyatambue yaliyotokea miaka mingi iliyopita kabla ya wewe kuwepo hapa duniani. Ambapo athari yake imejitokeza wakati huu na ndio ikawa sababu ya kuondoka baba yako."

"Mbona unanizonga? Kuna nini hebu nieleze sawasawa."

"Usiwe na haraka hivyo Said. Haya nitakayokwambia ni machungu lazima uwe na moyo madhubuti wa kuyapokea. Najua sasa umepokea habari mbili nzito ambazo zinaumiza moyo wako kwa kiasi kikubwa, jee, upo tayari kulipokea na hili?"

"Ndio" Said alijibu kwa kujiamini. Bibi Khadija hakuwa na sababu tena ya kuficha kitu. Alimwaga vitu vyote juu ya kwamba kwa kila neno alilolitamka lilikata moyo wake mapande mapande. Lakini alijikaza kwelikweli maana sasa hakuwa na uhakika kama angelifika hata saa mbili mbele. Aliamini sasa na yeye hakuwa na sababu tena ya kuishi na alihisi kuwa muda wake umeshafika. Aliporudi Said moyo wake ulipata amani. Alijua sasa yupo mtu wa kuiangalia familia.

Baada ya kusikia habari hizi Said aliishiwa nguvu. Hakuwa na hata la kusema, kila kitu alikiona giza. Kama kosa alilifanya mzazi basi vipi Zahra amekuja kupata pigo kubwa kama hii? Vipi watatizamana yeye na Ahmed. Kwa mahesabu yake ya haraka haraka aliamua kuwa mmoja aondoke ili wasipate sababu tena ya kuonana, na mtu wa kuondoka ni Ahmed.

"Ahmed yupo wapi?"

"Nafikiri atakuwa yupo chini. Yeye ndiye mshughulikiaji wa mazishi. Masikini! Siku zote alitamani kuwa angekuwa na baba kama Ahmed. Alitekeleza wajibu wa mtoto kwa baba yake bila kujua kuwa ni baba yake kweli. Hakuna hata mmoja aliyeweza kustahamili makelele ya Ahmed lakini yeye aliweza na hata akaweza kufanyiana nae masihara. Sasa alishamjua kuwa ni baba yake lakini hakupata nafasi ya kuwa nae tena." Bibi Khadija alisikitika.

"Mama! Ndio kwanza unamsikitikia? Ana kheri gani?"

"Na hiyo shari yake mimi sikuiona. Kama kosa amelifanya baba yako na si yeye. Tulipokuwa tunakuhitaji hukuwa karibu yetu. Ulifikiria alikuja Jibril kutuletea msaada? Ni huyo unayemuona mbaya ndiye aliyekuwa upande wetu kwa kubwa na dogo. Hata sitosita kumwita mwanangu mpaka nitakapoziba kauli. Na kama ni mbaya basi angeonekana sasa. Mwangalie hata baada ya kuujua ukweli wote na shida alizozipata akijua kuwa alizaliwa yatima wakati alikuwa ana baba, tena bado ni baba mwenye nafasi nzuri kimaisha wakati yeye ameishi kwenye umasikini uliopitiliza. Baba huyo aliyeoa akazaa watoto wengine akawalea na kuwaenzi ambao alijinasibisha kote kuwa hao ndio watoto wake na kusahau kuwa ana mtoto mwengine aliyemtupa pamoja na mama yake kwenye dhiki. Baba huyo aliitafuta starehe yake ya dunia na kuishi vile apendavyo, na akamuacha mama yake na machungu ya dunia na kuishi maisha ya kidhalili baada kumtelekeza hata akaichukia nafsi yake. Baba amabae hakumjali na wala hakumfikiria maisha anayoishi mpaka akafikia kuwa mfanyakazi wakati baba yake ni mwajiri. Bado yeye ndiye aliyembeba baba yake kwa mikono yake na kumuwahisha hospitali ili kuyanusuru maisha yake, lakini bahati mbaya siku zake zilikuwa zimeshakwisha. Sasa muone anavyoshughulikia mazishi ya mzazi wake. Wewe una imani kama yake? Kwa mapenzi yote tuliyokulea malipo yake ulitulipa nini? Soma kwa mwenzio!" Said aliona aibu kidogo lakini alijibabaisha. Juu ya kuwa ametenda dhambi hizo baba yako ambazo sisi ndio tunazoziona mbele ya upeo wa macho yetu lakini nina imani kuwa kuna jambo alilolifanya amabalo lililomridhisha mola wake hata akampa mtoto kama Ahmed, sio ubaya tu unaolipwa hata wema pia hulipwa. Kwa mtazamo wa haraka si rahisi kwa kijana kama Ahmed kuendelea kushughulika na baba yake hata baada ya kuutambuwa ukweli uumizao ambao ulioharibu maisha yake yote, ila hapa kuna siri nzito iliyojificha hakuna anaejua ila Mola mwenyewe. Mungu amuweke mahala pema kipenzi chetu, tunampenda na bado tunamhitaji maana hamna mtu awezae kuziba pengo lake amebeba nafasi kubwa katika mioyo yetu, ila hamna mtu awezae kumzuia asiondoke ikiwa Mungu ameshamwita. Ipo siku tutakutana tena katika mabustani ya pepo. Allahumma Ameen.

"Lakini mama lazima Ahmed aondoke ili Zahra aweze kusahau yaliyotokea kwake."

"Ahmed ataendelea kuwepo hapa na kuendelea na kazi zake kama kawaida. Sasa kama ni mtoto na si mfanyakazi tena. Hutoweza kuangalia biashara zote alizoziwacha baba yako lazima upate msaidizi nae ni kaka yako, Ahmed. Zahra nitamfikiria la kufanya. Pengine nimsafirishe akapumzike kwa muda halafu atarejea hapa na kuwa familia moja tena pamoja na Ahmed. Nina ukakika kuwa atazowea kuwa Ahmed ni kaka yake. Familia imeshavunjika tayari, sasa si wakati wa kuizidisha mapande, ni wakati wa kuinga ili turejeshe chembe za furaha zilizobaki. Yote haya ni mipango ya Mungu."

"Mama! Hii imani yako siku moja itakuponza! Na huyo mke mwenzio utamfanya nini ama nae atakuwa hapa pamoja na wewe?"

"Hata angetaka kuwepo hapa na mimi nisingekataa, maana huyo wa kugombaniana hayupo tena basi ugomvi wa nini tena? Hata hivyo alikuwa na mahusiano na mume wangu kabla ya ndoa yangu na nilipoolewa mimi hakuja kunibughudhi na ndoa yangu, basi nimfanyie kisasi cha nini? Yeye atakuwepo nyumba ya Mwera. Ahmed alimwachia mwanawe kabla hakufa hivyo itabaki kuwa nyumba yao."

"Mmhhh!" Said alishusha pumzi ndefu. "Sijui siku gani nitakuja kulifahamu lile liliomo moyoni mwako," Said aliinuka akamwacha mama yake chumbani humo. Alielekea chini kuendelea na taratibu za mazishi.

Baada ya kutayarishwa, watu waliingia kwa makundi kwenda kumuombea dua marehemu na kumtakia safari njema huko anapokwenda. Muda ulipofika kundi la wanaume waliingia chumba cha maiti na kusoma dua zao kisha wakabeba mwili wa marehemu ili kuupeleka msikitini kwa ajili ya kusaliwa sala yake ya mwisho. Baada ya sala ilianza safari ya Kianga kwenda kuulaza mwili wa marehemu.

Mwili wa Bwana Ahmed ulilazwa karibu na kaburi la mwanawe, Layla. Said alipofika tu makaburini alifululiza moja kwa moja mpaka kwenye kaburi la Layla. Alilijua maana alijua kuwa baba yake atazikwa upande wa kulia wa kaburi la Layla hivyo kaburi liliopo upande wa kushoto wa kaburi la Bwana Ahmed litakuwa ni la Layla. Alipiga magoti akaanza kulia kwa kwikwi kwa kumuona ndugu yake wa miaka mitatu tayari ameshafukiwa kwenye dongo. Safari yake ya duniani ilikuwa fupi sana.

"Nisamehe ndugu yangu, ninajua nimekosa sana. Wakati uliponihitaji sikuwepo. Nisamehe .... nisamehe...." Said alilia kwa uchungu huku akiwa ameliinamia kaburi. Ghafla alihisi mtu amemshika bega. Kugeuka nyuma alimuona Ahmed akiwa na Hafidh. Sura ya Said ilibadilika baada ya kumuona Hafidh mbele yake. "Unataka nini wewe mnyama mkubwa?" Said alimvamia Hafidh kwa hasira.

"Said, taratibu. Tupo mazikoni hapa hata maiti haikuzikwa bado. Msikilize analotaka kukueleza, pengine ni muhimu!"

"Aseme nini huyu muuwaji mkubwa?!"

"Nakubali usemayo mimi ni muuwaji lakini tafadhali nisikilize haya ninayotaka kukueleza." Hafidh alizungumza kwa unyonge. Said alibaki kimya akimtazama kwa hasira.

"Mpe nafasi, Said," Ahmed alibembeleza.

"Haya sema!"

"Sikuombi msamaha kwa sababu niliyoyafanya hayasameheki. Hata Mungu mwenyewe sijui kama atanisamehe. Mwenyezi Mungu ni mwingi wa kurehemu lakini pia ni mwingi wa kuadhibu, sasa sijui Mungu atanitazama kwa jicho lipi. Sisi tunaomba rehema tu hata kama hayo tunayoyafanya hatustahiki kupata rehema....

"Vizuri kwa kutambua hilo. Ila sema haraka, hakuna muda tena sasa. Tunataka tukamlaze baba yetu!" Said aliharakisha.

"Said mimi ninakubali kuwa nilimdhulumu sana Layla hata nikapelekea kumuondosha duniani katika umri mdogo sana.

Sikuwa nina huruma juu yake hata kwa nukta moja. Nilisahau kuwa Layla ni mtoto wa watu na pia ni mpenzi wa watu. Lakini ndugu yangu kumbuka chochote utakachokitenda utalipwa kokote utapokwenda wakati wowote, Mungu hakopeshwi. Kama tudin tudan. Nilimuondosha Layla duniani kwa mwendo mfupi. Tunaweza kusema kuwa alikufa kwa maumivu hafifu, hakuteseka. Lakini mimi je? Ninakufa ninajiona. Sijui nitateseka kwa muda gani mpaka nitakapoondoka duniani. Ninaomba takhfif, lakini hali yangu mbaya. Nimelipwa kwa dhambi nilizozitenda. Mungu akitaka kufanya lake hakuna kinachomzuia. Nilikuwa makini sana na mwangalifu wa afya yangu lakini leo nimekuwa ni miongoni mwa watu wanaoishi na virusi vya ukimwi!"

"Eti?" Said aliruka kwa mshangao.

"Ndio! Hayo ndio malipo yangu kwa kumdhulumu Layla maisha yake. Hii hali nimeipokea kama ni adhabu kwa yale niliyoyatenda, hakuna kheri niliyoifanya. Ila kinachoniuma mimi ni kuwa sikupata nafasi ya kumuomba Layla msamaha. Wakati akili yangu inarejea Layla hayupo tena. Na baba yangu aliyekuwa ananiunga mkono kwa kila shari niifanyayo nae Mungu hakumuacha, amempa maradhi thakili ya kiharusi yakamtupa kitandani. Sasa hata kauli hana, anageuzwa huku na uko, kila kitu hapo hapo. Mimi ndie mtoto wake wa kiume, nilitegemewa kuwa ndie nimsitiri baba yangu. Lakini kutokana na hali niliyonayo nashindwa, imebidi aajiriwe mtu ili amsitiri."

Said alizubaa tu. Mara alihisi mtu amemshika mkono wake wa kulia. Alipogeuka nyuma aliiona sura ya baba yake miaka mingi iliyopita. Bila shaka ni zama za ujana wake. Moyo wa Said ulimripuka, ndio sasa anatambua kuwa Salah alikuwa ana sura ya baba yake. Said roho ilimuuma. Kumbe si historia tu ndio zinazojirejea kumbe hata watu wanarejea tena ingawa kwa nafsi nyengine. Siku zote hawakuitambua sura ya Salah ilifanana na nani. Leo baada ya Bwana Ahmed kufariki ndio sura ya Salah inaonekana!

"Binaadamu kukosa ni sehemu ya maisha yetu, hivyo tujifunze kusamehe mtu anapotukosea na mengine tumuachie Mungu mwenyewe ahukumu. Kila kitu kitalipwa kiwe kidogo ama kikubwa, kheri ama shari. Kila binaadamu ana dhambi zake basi usijaribu kuhesabu dhambi za mwenzio ikiwa zako huzijui idadi yake! Hakuna aliye mtakatifu. Kama mtu anategemea kusamehewa dhambi alizozitenda basi nae ajifunze kusamehe wengine kwani kila mtu huhitaji msamaha." Salah kwa sauti ya taratibu alimshauri kaka yake. Said alizubaa vilevile akimtazama Salah kama ndio kwanza anamuona leo. Alihisi kama baba yake anamsemesha. Hakufikiria Salah kuwa amekuwa mkubwa kiasi hiki. Muda mfupi aliomuwacha alikuwa ni mdogo sana kiakili basi vipi leo aweze kuzungumza haya? Kweli mazingira humbadilisha mtu. Mara walishtushwa na sauti ikinadi kuwa maiti inataka kuteremshwa hivyo watu wake wasogee karibu.

"Ahmed na Said waliwatangulia watu wote kushuka kaburini ili kuupokea mwili wa baba yao huku wakifuatiwa na Salah pamoja na Hafidh. Baadaye alifuatiwa na ami yao Bwana Salim. Mwili wa Bwana Ahmed taratibu ulishushwa ukawekwa kwenye dongo, nyumba yake mpya. Baada ya kumweka vizuri ndani ya mwana wa ndani wakamwekea bao vizuri na kumuwekea dongo juu yake kabla ya wao kutoka nje. Likamiminwa dongo jengine kwa juu ili kulifunika shimo. Kila mmoja alitabaruk akamimina dongo kidogo juu ya kaburi wakimshindikiza mwenzao. Baada ya kuuzika mwili wa marehemu waliomba dua na kisha kila mmoja akatafuta usafiri wake wakirudi mjini huku wakimwacha Bwana Ahmed peke yake kwenye shimo lenye kiza. Na hapa ndio ukawa mwisho wa safari ya Bwana Ahmed Bin Said Bin Ibrahim. Mungu amrahamu.

# MWISHO

www.ingramcontent.com/pod-product-compliance
Lightning Source LLC
Chambersburg PA
CBHW011347010726
47493CB00011B/2991